Dolphy

Hindi Ko Ito Narating
Mag-isa

Dolphy

Hindi Ko Ito Narating Mag-isa

as told to
Bibeth Orteza

Kaizz Ventures, Incorporated Quezon City

Dolphy: Hindi Ko Ito Narating Mag-isa

Hardbound, First Edition, 2008

Written by Bibeth Orteza

Book and cover design by Leo Abaya
Cover photo by Jun De Leon
Illustrations by Dan Matutina
Edited by Bing G. Camacho

Published by Kaizz Ventures, Inc.
Unit 1608 Future Point Plaza Condominium
112 Panay Ave., Quezon City
Philippines
(632) 4154618

ISBN: 978-971-941-55-1-0

Printed in the Philippines by Velprint Corporation

Distributed in the United States of America by T'Boli Publishing and Distribution
P.O. Box 347147 • San Francisco, CA 94134
tiboli@comcast.net • www.tibolipub.com
Co-distributed in the United States of America by Pinoy-Pinay Filipino Fastfood
Bulacan Foods Incorporated
2110 Springs Road 24-A Vallejo, CA 94591

The National Library of the Philippines CIP Data

Orteza, Bibeth
Dolphy: Hindi Ko Ito Narating Mag-isa /
Bibeth Orteza. — Quezon City : Kaizz Ventures,
C2008
p. ; cm

1. Quizon, Rodolfo Vera, 1928- 2. Actors—Philippines—Biography.
3. Philippines—Social life and customs. I. Title.

PN2918.Q5 792.028'092 2008 P082000188
ISBN 978-971-941-55-0-3 (SB)
ISBN 978-971-941-55-1-0 (HB)

Sa mga sumubaybay at tumangkilik sa aking career, sa lahat ng mga napatawa ko at napaluha, sa mga buhay pa at patay na—kung kayo ma'y nasaktan ko, patawarin n'yo ako; at kung kayo ang nagkasala sa aki'y pinatatawad ko na kayo.

Inaalay ko rin ang aking kuwento sa mga OFW, pagkat tulad nila'y naranasan ko kung paano mawalay sa mga minamahal, at magsakripisyo alang-alang sa pangarap na ginhawa para sa pamilya.

Tunghayan ang kuwento ng aking buhay, saglit muna kayong maging ako.

Harinawa'y makapagdulot ng aliw at aral ang aking pinagdaanan.

Salamat po.

Contents

hahaha
ha-ha

Pasasalamat

Marami kaming pinagkakautangan ng loob—mga tumulong sa amin para mabuo ang librong ito:

Thank you sa inyo Alfredo Panlilio ng PLDT Global, Michael Vincent Benares at Jun Paragas na nasa Hong Kong, Bill Luz ng Ayala Foundation, Oscar Sañez of BPAP, Betty Legarza, Joji Dingcong, Keren Pascual, D-Boy Trofeo, Veana at Margarita Fores of Cibo, Boots Plata at Dolor Guevara, Lisa Valderama, Rene Pascual, Vivian de la Cruz ng RVQ, Presley Cruz, Josefina "Nene" Atilan, Lawrence Tan, Rosanna Escudero; at sina Iñigo Arnaiz, Atty. Alex Cabrera, Celine Gonzales, Martin Nanawa ng Dolphy Aid Para sa Pinoy Foundation at Chris Tordesillas for the foundation's website;

Kina Gabby Lopez, Charo Santos-Concio, Cory Vidanes, Linggit Tan, at Chit Guerrero ng ABS-CBN;

Kina Professor Randy David at Butch Dalisay, kay Ramil Gonzales at Manny Pangilinan at kasamahan namin sa pelikulang tabing—Vic Sotto at Peque Gallaga—salamat sa pagbabasa ng printout pa lamang ng libro at pagpapataba ng aming puso;

Kay Dan Matutina at Leo Abaya na ginawang ka-aya-aya itong libro;

Kay Atty. Leonardo Siguion-Reyna sa pagkumpirma sa mga detalye ng good old days;

Kay Manay Ichu Maceda at Lilibeth Vera-Perez na nagpabulabog anytime para makumpirma ang mga detalyeng may kinalaman sa Sampaguita Pictures;

Kay Danny Dolor na sagot nang sagot sa kahit anong itanong sa kanya;

Sa mga librarian ng Mowelfund, Lopez Library at National Library na sobra naming inistorbo;

Kay Myrna Obligacion na tumulong sa paghahanap ng tunay na pangalan ni Pugak;

Kay Lilibeth na nagluto ng special dinner no'ng interbyuhin si Eddie Garcia;

Kay Ronald Constantino, Ricky Lo, Engky Gray Jr., Ronnie Q, Lorraine Acerbo, Paeng Estrada, at siyempre pa kay Dante Ambrosio, Mabel David-Pilar at kay Bing Camacho para sa lahat ng telephone conversations at e-mail exchanges sa lahat ng oras na di akalain.

Dagdag pa, nagpapasalamat si Bibeth kay Carlitos, Aya, Rafa at Tita Eunice sa pagpuno nila sa kanyang mga pagkukulang sa panahon ng kanyang pagsusulat nitong libro.

At sa kahulihulihan, nagpapasalamat kami sa tulong ng ABS-CBN, San Miguel Corporation, Yahoo! Philippines and Yahoo! Pinoy Connect, Bench, SMART, PLDT, at kay Dr. Manny at Dr. Pie Calayan ng Calayan Surgicenter.

Foreword

Hindi lamang tungkol sa buhay ng isang popular na artista ang kuwentong ito ni Dolphy. Kuwento rin ito ng isang panahong humubog sa kamalayan ng kasalukuyang Pilipino.

Kuwento ito ng ating kultura at lipunan—ng mga bagay na mahalaga sa atin, ng ating mga gawi at pinagkaka-abalahan, ng ating walang-humpay na paghahanap sa mensahe ng buhay.

Narito ang kaniyang iskrip—makulay, masalimuot, buong-buo, bukas. Eto si Dolphy ng pelikula't telebisyon, mapagbiro at masaya. Pero, sa likod ng komedyanteng singkit na nagpatawa sa halos tatlong henerasyon, narito rin ang isang taong matamang lumilingon sa kanyang pinagdaanan, inuulit-ulit sa sarili ang mga aral na kanyang natutunan. Walang kimkim na galit o sama ng loob, walang panghihinayang, walang paghuhusga, walang pagyayabang.

Isang tema ang namumukod sa salaysay ni Dolphy: ang buhay nating mga Pilipino, higit sa lahat, ay umiikot sa pamilya. Sa ating mga anak, kung ikaw ay isang magulang. Sa ating mga magulang at kapatid, kung ikaw ay isang anak. Ang pamilya ang mundo natin. Kasama na rito ang barkada—ang mga kaibigang hindi nagkait ng tulong sa panahon ng kagipitan, ang mga nakasama sa trabaho at nagturo sa atin, ang mga nakasalo sa pagdiriwang at hindi lumayo sa oras ng kabiguan.

Kay ganda na narito rin ang tinig ng kaniyang mga anak at mga apo, at ng mga taong kaniyang minahal—wari'y kalahok sa isang walang-patid na dayalogo at paglilinaw. Tigib ng luha, puno ng respeto, pag-unawa, pasasalamat, at pagmamahal.

Ang buhay ni Dolphy ay salamin ng isang panahong halos naglaho na, at marahil hindi na makilala. Simple ang moralidad ng mundong kaniyang kinagisnan, tamang-tama sa isang buhay na maikli, mahirap, at kung minsa'y malupit. Eto ang mga batayang prinsipyo: paggalang sa kapwa, pagbibigayan, walang gulangan, pagsaklolo sa nangangailangan, pag-amin sa mga kamalian, paghingi ng tawad, at, higit sa lahat, pananalig sa Maykapal.

Hindi biro ang nilakbay ni Dolphy. Kulang man sa pormal na edukasyon, natuto siyang magmasid at bumuo ng isang pilosopiya ng buhay na batay sa pag-ako ng pananagutan at kababaang-loob. Sa rurok ng tagumpay, hindi siya nag-ilusyon. Sa sahig ng kabiguan, hindi siya naglupasay. Hindi niya ikinubli ang kaniyang mga himutok at pag-iiyak. Sentimental siya sa mga taong kaniyang minahal, at mabilis tumanaw ng utang na loob at bumawi sa kaniyang mga atraso. Tahimik at laging ma-respeto, naging likas para sa kaniya ang magbigay ng kaligayahan at pagkalinga. Kaya naman naging lapitin siya ng kababaihan, at marami-rami ring pinaiyak. Naging mailap, pero kailanman hindi siya nagpabaya sa kaniyang mga pananagutan.

Sa dulo ng ating paglalakbay sa daigdig na ito, iisang tanong marahil ang sa atin ay maiiwan—kung ang bawat sandali ng iyong paglalakbay ay muling mauulit hanggang sa pinakamaliit na detalye nito, nanaisin mo pa bang mabuhay? Mapapangiti siguro si Dolphy pero walang duda kung ano ang kaniyang isasagot—Oo.

Kung mauunawaan natin si Dolphy, mauunawaan din natin ang ating mga sarili.

Randy David
Professor, Department of Sociology
University of the Philippines, Diliman
April 2008

Preface

Mahigit apat na dekada na siyang bahagi ng buhay ko.

Una niya akong pinatawa, sa radyo. Tapos, sa TV, no'ng wala pang cable, hindi lang sa *Buhay Artista* kundi sa mga espesyal na pagpapalabas ng mga Sampaguita movies sa ABC-Channel 5, tulad ng *Jack and Jill, Isang Sulyap Mo Tita, Dalagang Ilocana*, at marami pang iba.

Karamihan ng mga pelikula niya, napanood ko sa mga double-feature na sinehan na beinte-singko sentimos lang ang entrance, tulad ng Rainbow Theater sa N. Domingo, katapat ng munisipyo ng San Juan; Embassy sa kanto ng Pureza, sa Sta. Mesa; Cine Moderno, sa Bustillos, at Cine Kamuning.

Eto ngayon at binalikan niya ang kabuuan ng kanyang buhay, sakay sa kotse ng alaala na siya mismo ang nagmamaneho, at ako ang kasama.

Posibleng walong taon na, mula no'ng unang banggitin ng kaibigan kong Eric Quizon ang tungkol sa librong ito. Buhay na buhay pa ang Filipino movies, ang mga sitcom, at dalawa pa ang suso ko.

Inabot kami ng limang buwang masinsinang interbyuhan sa bahay ng subject, puwera pa ang mga pahabol kong pag-uurirat sa kanyang land line at cellphone. Malalim na ang gabi tuwing matatapos kami. He would always cap the evening with an invitation to eat out, at 'yong mga gabing 'yon ang hindi ko malilimutan sa karanasang ito.

Saglit na naputol ang trabaho namin no'ng nasabit ako sa Manila Peninsula "incident" no'ng November 29, 2007. Three days later, 'ando'n na ako uli sa kanya. Bungad niya, 'O, 'kosa. Laya ka na pala.'

Kumain kami sa labas ng gabi ring iyon. Pag-upo ko sa tabi niya, bumulong, 'Hindi mo napansin ang mga waiters, panay ang tingin sa likod mo, pagpasok natin? Parang sinisiguro kung may kasama kang mga sundalo.'

Pitong buwan akong buntis, no'ng nag-iyakan sila ni Vandolf sa televised show na ginawa sa Music Museum, no'ng 1990, bisperas ng talagang kaarawan niya. Sa kabakyaan ko, naki-iyak ako. Hindi nagtagal, humilab ang tiyan ko, dinala na ako ni Carlitos sa ospital. Nanganak ako kinabukasan, July 25, premature delivery.

Nagkita kami after three months, nagkasalubong nang hindi sadya sa isang okasyon. 'O, nanganak ka na pala,' sabi niya.

'Ka-birthday mo,' sagot ko. 'Pangangalanan ko sanang Rodolfo, natakot lang ako, baka marami ring paiyakin.'

'So ano na lang ang 'pinangalan mo?'

'Vic.'

Ang tawa niya. Napatawa ko rin siya.

I love you, Tito Dolphy. Salamat sa karangalan ng iyong pagtitiwala.

Bibeth Orteza

List of Photographs

1 Ganito Kami Noon

Sa Calle Padre Herrera ako ipinanganak, July 25, 1928. Orig na Tondo boy, mahigit trese no'ng bombahin ng Japan ang Pearl Harbor.

Pero maraming buwan at taon bago mangyari iyon, masaya ang buhay.

Iisa lang halos ang gawain naming magbabarkada tuwing weekends kapag may pasok. At araw-araw, kapag bakasyon.

Naglalakad kami. Namamasyal mula Tondo papuntang Intramuros, do'n pa sa may bandang dagat sa Luneta, na wala pang Quirino Grandstand. Kung minsan, kuma-caravan, umaangkas, sa mabagal na truck ng damo.

Dumadaan sa Fort Santiago, sinisilip ang kung anu-ano tungkol kay Rizal and then tuluy-tuloy hanggang sa Dewey Boulevard pa noon, kung saan tanaw ang mga battleship ng 'Kano.

Gustung-gusto kong tinatanaw ang mga bapor de giyerang 'yon—parang ang gaang, nakalutang sa dagat. Pumasok sa isip ko ang maging kapitan ng barko. Parang refreshing, e. Nakikita mo na ang dagat, nakikita mo rin ang mga ulap; ang ganda. Ang ganda talaga.

Kung minsan namumulot kami ng kaha ng sigarilyo, iba't-ibang klaseng kaha. Ang mga nagpapanya, iyon ang pamusta; mas bihira ang kaha ng sigarilyo, mas malaki ang points.

O kaya, nagswi-swimming. Malinis pa ang Manila Bay; mag-iingat ka lang dahil biglang lumalalim. Bagong Pulo kung tawagin ang lugar na iyon na ngayon ay reclaimed na.

May breakwater sa Bagong Pulo at 'ando'n ang malalim. Mababaw sa bandang ibaba; doon nagsisimula lahat mag-aral lumangoy. Ang mga maliliit na napapagod, nangunguha ng kuhol, tahong na dinudukot lang sa buhangin, pati na pamanya na may laman pa sa loob. Ang malalaki at graduate na sa mababaw, nagda-diving galing sa breakwater; iyon ang pinaka-initiation mo.

Umaabot din kami ng Quiapo. Lakad pa rin. Pag may pera, sumasakay sa karitela bus. Para siyang jeep—ang sakay ninyo, pag-upo, harapan. Dalawa rin ang gulong, malalaki.

Tondo

Tondo was once the site of one of the more advanced communities of pre-colonial Philippines long, long before Spanish conquistadores landed on its shores. Rajah Soliman and Lakandula lorded over Manila and Tondo on both banks of the great Pasig River when the Spaniards conquered the islands.

Rebels like Magat Salamat, Agustin Manuguit and Pitongatan stood up to resist the invaders, a rebellion referred to as the Tondo Conspiracy of 1588. Pitongatan was sentenced to two years of exile in Nueva España (Mexico) and made to pay costs. His name has evolved into Pitong Gatang, now a street, the location site of many a movie; the title of a Fernando Poe Jr. film; and a Fred Panopio ditty.

Though unsuccessful then, the fight for freedom persisted. Revolutionaries like Andres Bonifacio and Emilio Jacinto, both Tondo-born, led a national revolution in 1896, to free the country from colonial Spain.

In the first four decades of the 20th century, Tondo continued to be the commercial, industrial, and entertainment hub of Manila under American rule.

It was the Tondo by the side of Manila Bay and Pasig River, crisscrossed by several waterways, that nurtured poets, artists, and revolutionary leaders.

But postwar Tondo, where the country's uprooted and in-city migrants congregated, became a place mostly for the hardy where survival of the fittest became the rule in the urban jungle that Tondo turned out to be.

- Dante L. Ambrosio
Professor, Department of History
University of the Philippines, Diliman

Ang Quiapo, simple pa. Maganda ang simbahan, malinis. Hindi pa napapaligiran nang kung anu-anong paninda, o ng mga pulubi. Malaki na talaga ang plaza, pero walang burloloy, walang mga adve-advertisement. Dati, doon ang mga Miting de Abanse, hanggang panahon ni Macapagal at Marcos. Dadalawa lang kasi ang partido, kaya madali. Ngayon, marami na. May Lakas, may Kampi, kulang-kulang na may magtayo ng Partidong Pataasan ng Ihi, at Partidong Pakapalan ng Apog; ewan ko sa kanila.

Masarap maglakad sa Manila—maraming puno, hindi mainit, walang ka-traffic-traffic. Wala pang nakakaalam kung ano ang traffic.

Nagkalat ang mga pondahan, mga tindahan ng halo-halo na puro Hapon halos ang may-ari. Magaling ang mga Hapon sa mga dessert na may shaved ice. Palagay ko, sa kanila tayo natuto nang mga guinumis natin. At ang mura. Isang pera lang. Pagka dalawang pera, special na 'yon. No'ng Liberation, ang sabi, espiya raw lahat ng mga tinderong Hapon nang halo-halo—hindi ko alam kung tutoo.

Uso na rin ang mga small time na nego-negosyo. Nasa Divisoria sa Tabora ang lahat nang mga bilihing tela. Ang Tabora, katabi ng palengke ng Divisoria, 'ando'n lahat ang paninda. Ang mayayaman, sa Escolta; na'ndo'n ang signature lahat—mga sapatos, mga shirt.

Converse ang kausuhan sa mga bata, sa sapatos. Elpo ang local na version. Ang mga polo shirt, plain; wala pang masyadong design.

Mura lang ang sine. Sa double feature na movie house, siguro, singko ang singil at naro'n ka na sa pinakamahal, sa loge. Mas mura pa sa orchestra. Pero maaaring mali ako sa presyo.

Libre kasi ako sa sine, dahil para lang makapanood nang walang bayad, may mga araw na nagtitinda ako sa loob ng sine. 'E, mani-mani! butong-pakwan!' Ngayon, siguro, mumurahin ka pag sumigaw ka sa loob. Noon, hindi. 'Singkamas malamig! singkamas malamig!'

Hit na ang radyo. Ang mag-asawang Dely Atay-atayan at Andoy Balunbalunan ang mga pioneer ng radio comedy shows.

Ang tipikal na birthday party ng mga taga-Tondo, simple lang; sa bahay. May sayawan din, lalo na pag teen-agers ang nagse-celebrate. Tango. Walang kamatayang tango. Kadalasang Latin dances, rhumba. Madali kung mayro'n kayong phono at mga 78rpm na plaka, na malaki.

Ang mga nagliligawan, well, sulatan. Tapos, aakyat ka na sa bahay ng babae. Kung takot ka sa mga magulang ng girl, aabangan mo siya sa tindahan, sa tuwing may bibilhin. Pero kung handa ka nang humarap sa pamilya, magsisimula ka sa harana.

Kokonti lang ang bahay sa paligid, karamihan pa, gawa sa kahoy. Siyempre, may mga mas malalaking bahay, mga bahay ng mayayaman, na ang hitsura at materyales ay ibang-iba sa karaniwan. Malamang, puro may telepono ang mga bahay na iyon.

Sa bandang amin, bihira ang may telepono. Nakikitawag ka sa botica, na ang karamihan may telepono, kapag may emergency. Ngayon, lahat na lang 'ata, may cellphone. Pati aso.

Para sa mga nagkakasakit, may North General Hospital sa Tondo. Ang San Lucas o St. Luke's, na inabot ko pang kahoy ang building, nasa bandang Mayhaligue, parteng Tondo pa rin, sa side ng Antonio Rivera, na, for some reason, puro Kapampangan ang nakatira.

Saka Mary Johnston's Hospital sa may bandang Quesada.

Ang Philippine General Hospital nasa Taft Avenue.

Ang mga ospital na iyan, mayro'ng may bayad, mayro'ng libre. Pero que may bayad, que libre, pare-pareho 'yong kapag ipinasok ka, gagamutin ka agad. Hindi kagaya ngayon, na nakatirik na't lahat ang mga mata mo, uunahin pang itanong sa iyo kung may pambayad ka o wala.

Ang mga pulis, walang baril. Batuta lang ang dala. Pag nakakasalubong sila ng tao, bumabati pa. 'Magandang gabi, po!' Sasagot ka naman. 'Magandang gabi rin, po!'

Mababa ang crime rate: madalas na puro away lang at babagan. Walang nagugutom halos: maganda ang per capita, ang bayad sa tao. Mura ang bilihin. Commonwealth pa, si Manuel Quezon ang presidente.

Peaceful ang relationship ng mga Kristiyano't Muslim.

May mga kalo-kalokohan na sa tabi-tabi, pero minimal.

Mayro'ng sugal—mga blackjack, Lucky 9. Lucky 9 ang uso. Sa matatanda, mahjong. Naglalakad ka sa kalye, naririnig mo ang haluan ng pitsa.

May jueteng; panahon pa ng Kastila, may jueteng na. Hindi ko alam kung sino ang nagpapatakbo. Noon at ngayon, 'pinagtatakhan ko kung paanong may tumataya sa hindi nakikita. Wala akong nabalitaang yumaman na nanalo sa jueteng—ang yumayaman lang, jueteng lord.

Sa lamay sa patay, may pasugal. Pero tutoo ang patay na 'yon, talagang sa pamilya; hindi inuupahan.

May drugs na rin, opium galing sa China. Kakaunti ang tumitira; karamihan, Chinese din.

May mga eskandalo. Hindi nawawala iyon. Kagaya no'ng nabaril 'yong asawa o tila boyfriend ni Carol Varga, na sikat na kontrabida noon, sa Premiere Productions.

At 'yong kay Lilian Velez, 'yon ang malaki! Napatay si Lilian, pati na maid niya, ng kanyang ka-love team, na si Narding Anzures—na anak naman ng dalawa ring artista, si Miguel Anzures at Rosa Aguirre, na parehong kagalang-galang. Mga 1948 iyan, nasa Orient Theater na ako. Kasi, pre-War pa lang, magkapartner na sila; nagka-giyera, Liberation na, sila pa rin.

Sensational ang kaso; laman ng mga diyaryo, hanggang hindi natapos ang paglilitis, at makulong si Narding. Child actor siya dati, na na-partner kay Lilian, na kasal naman sa director, si Joe Climaco. Naka-tatlo sila ng sunud-sunod na pelikula. Tapos, biglang nag-decide ang LVN na i-partner si Lilian kay Jaime de la Rosa; parang hindi matanggap ni Narding. Iyon na.

Sa politics naman, walang gaanong eskandalo. Ang mga natatalo, sport lang. Wala ring dayaan sa eleksyon. Walang Garci.

At sa tuwing sasapit ang alas sais ng gabi, tumutunog ang kampana ng simbahan. Angelus. Tumitigil ang lahat sa paglalakad, sa pakikipag-kuwentuhan, sa kahit anong ginagawa, bata man o matanda. Parang nagna-National Anthem ang tindig, hanggang sa matapos ang anim na kalembang ng kampana, at nagsa-sign of the cross.

Gano'n kabait ang tao no'ng araw.

Ngayon, pagdating ng Angelus, marami na ang lasing; "Happy Hour" na, time to drink.

Ibang-iba ang Manila na nakagisnan ko. Malayung-malayo sa Manila na inabot ni Zia, anak kong bunso. Hindi ko maipinta kung gaano kalayo.

2 Si Papang, si Mamang at mga Kapatid

Ang father ko, si Melencio, anak ni Modesto Quizon at Adorable Espinosa. Maganda ang trabaho sa Atlantic Gulf. Tagagawa ng makina sa bapor; malaki ang suweldo.

Ang mother ko, si Salud, anak ni Maximo Vera at Ninay de la Rosa. Modista, may patahian sa bahay.

Papang at Mamang ang tawag naming magkakapatid sa kanila. Pati mga kaibigan namin, naki-Papang na rin at naki-Mamang.

Pirmero, umuupa lang kami, sa may kanto ng Moriones, kung saan kami inabot ng malaking sunog. Lumipat kami. Nangupahan hanggang nakabili ang Papang ng bahay at lupa sa kuwan, sa Concha St. Maliit ang bahay na iyon—may bakod, mataas na ceiling, tatlong kuwarto, may maliit na silong. Gawa sa kahoy, yero ang bubong; ang bakod naman, e, kahoy din. Simple. Very simple house. Parang katulad halos ng sa *John en Marsha*.

Taga-Bulacan si Papang. According to him, ang great-grandfather niya, prayle—one of those, noong araw ng mga Kastila—'yong mga naka-brown na abito? Ang lolo ko, anak ng prayle.

Ang mother ni Papang, si Lola Doray, ay nagtitinda ng kakanin. Soon as maubos ang paninda, yayakagin niya akong manood sa double feature: mga sine nina John Wayne, mga comedy nina Chaplin, Laurel & Hardy, pati Three Stooges. Action, drama, comedy. Walang masamang tinapay sa kanya.

Ilagan ang middle name ng lola ko. Na-trace namin ni Gerry de Leon na magkamag-anak kami, pati na siyempre sina Angel Esmeralda, Jay Ilagan, Tito Arevalo, Robert Arevalo. Ang dami nila! Hanggang pati si Janno Gibbs, na anak ni Baby, na anak ni Gerry; na ang tatay naman, si Ronaldo Valdez na ako pa ang naka-discover at nagbigay ng screen name—small world talaga.

Physically, hindi ako nagmana sa Papang, although nakuha ko ang ilong niya. Mas mataas siya, 'di hamak na mas malaki ang katawan. At siya rin ang tunay na comedian. Magaling mag-punchline. Sasabog ka talaga pag tumira kasi hindi tumatawa.

Pag halimbawa, minura 'yon nang 'Tang-ina mo!' Ang sagot no'n, 'Uy, salamat. 'Buti ka pa, naalaala mo pa'ng nanay ko. Ako, nakalimutan ko na.'

O kaya, 'O, Papang, may ipis iyang kakainin mo!' Cool na cool ang sagot no'n: 'O, e, sumama siya do'n, e, bahala siya.' Para bang wala siyang problema sa buhay. 'Bakit ko po-problemahin ang ipis? Ako ang problemahin niya!'

Si Mamang at si Papang

Tatahi-tahimik lang iyon, mamaska-maskada, naglalaba, bising-busy sa ginagawa, tapos basta susundot. At huwag ka ring magkakamaling maghubad ng kamisadentro pag naglalaba siya. Pag tingin mo ulit, wala na ang 'sinampay mo, nalabhan na.

Cancer ang ikinamatay niya; sa throat, May 14, 1972. Lungkot na lungkot ako.

He was proud of me. Pag sumasayaw ako sa entablado, sigaw siya nang sigaw, 'Anak ko 'yan! Anak ko 'yan!' Sasawayin ng mother ko, titigil sandali; tapos, sisigaw na naman. Kung minsan, nagagalit siya pag nakumpara ako sa iba, and then sasabihin ng kausap niya, 'Mas magaling si ano kaysa sa anak mo!' Kokontrahin niya'ng kausap niya. Pipigilan uli ng Mamang, sasagot: 'Patatalo ko ba'ng anak ko, e, tutoo namang mas magaling 'yon?'

I think, ang comedy style ko galing sa kanya.

Pati nga Puruntong shorts, sa kanya ko unang nakita, sa kanya ko na-pattern.

Isa lang ang hindi ko nakuha: Si Papang, talagang hindi nambabae. Ilang beses niya akong napagsabihan, 'Ikaw, huwag mo nang guluhin ang buhay mo!' Hindi na lang ako kumikibo. May anak siya sa Amerika, sa puti, but that was way before my mother. Sabi niya.

Ang Mamang naman ay pinsang-buo ni Rita Vera Avellana, na nanay ni Bert Avellana.

Kung ang Vera ng mga Vera-Perez, galing Bicol, kami naman sa San Nicolas, Bulacan. Ang Chinese features ko, nakuha ko kina Mamang. Mas Vera ako kaysa Quizon sa hitsura. Una akong napakilala kay Bert Avellana, napuna agad ng future National Artist ang mata ko. 'Intsik ka rin, ha?' sabi niya.

Dominante ang mother ko, para siyang Tita Midz (Armida Siguion-Reyna). Pero tingin ko, pinagbibigyan lang siya ng Papang, pinababayaang magalit nang magalit, tapos, pagtatawanan pa, tutuksuhin. Maganda, maganda ang marriage nila.

May maliit na sideline ang Mamang bukod sa pananahi. Gumagawa siya ng mga dekorasyong bulaklak, 'yong fake, ba? Kailangan 'yon may molde. Ang Papang ang nag-a-assemble ng molde, do'n sa Atlantic Gulf, kung saan naro'n ang mga tools. Para talaga silang team. Nagtutulungan, kaya kahit hindi kami mayaman, hindi rin kami dahop. We had three square meals a day; meron pa kaming ice-box na siyang pinaka-refrigerator dati.

Nakita ko kung paano sila naghirap para sa amin, kung gaano nila kami kamahal. No'ng giyera, nagpapasan ang Papang ng sako ng bigas, inilalakad mula Balagtas, Bulacan hanggang Tondo, para lang mayro'n kaming makain. Awang-awa ako. Hindi ko siya matulungan dahil masyado akong mahina at ubod nang payat gawa ng hika.

Napalo rin kami at ang Mamang ang mas madalas mamalo kasi mas madalas siyang 'ando'n. Which is tama.

As a son, wala akong problema. Palagay ko naman mahal ako ng mga magulang ko kasi thoughtful ako at saka no'ng kumikita na ako, hindi ako nagkulang. 'Yong una ko pa ngang mga income sa buy-and-sell, iniintrega ko ng buo sa kanila. Oo, siyempre, napapagalitan din ako,

dahil layas ako, pero 'yon lang. Layas ako. Kapag nasa katuwiran ako, 'E, naghahanap-buhay ako . . . blablabla.' Mga walang kabagay-bagay na sagutan ng mag-ina, mag-ama; gano'n.

Pero may isang pangyayari no'ng '60s. 'Pinagtatanggol ng Mamang 'yong isang apo niya na mali naman ang ginawa—labag na sa batas—hindi na puwedeng kunsintihin. E, nagagalit pa ang Mamang dahil sikat na raw ako, ganito, ganyan; ako na raw ang kumikita, kaya ginagano'n ko silang lahat. 'Yon bang feeling api, e, napikon ako talaga. Nasuntok ko 'yong salamin ng aparador. Talagang laplap 'yong kamay ko. Nagdugo pati pulso.

Dinala ako ng Papang sa ospital. Pagdating namin do'n, bumulong; kampi raw siya sa akin at tama raw ako, pero huwag ko nang paratingin sa Mamang na 'yon ang sabi niya. "Anderson" din si erpat.

Nagkabati rin kaming agad na mag-ina. Ako na ang lumapit, niyakap ko siya, hinalikan, 'pinagpaliwanagan. Mamayang konti, diskusyon uli kami. Naku, e, nang-holdap ang ipinag-aabugado niya. Tama ba iyon?

Namatay si Mamang noong September 12, 1986, sa cancer din. She was 82. Nahirapan ako. Hirap akong tumanggap ng kamatayan ng mga mahal sa akin. Iniinda ko talaga.

But I move on. Kailangan, e.

Nakatayo: Jimmy, Georgie, Papang, ako at si Junior.
Nakaupo: Auring, Laura, Mamang, Josie, Sony at Jane; sa harap, Bernadette, anak ni Auring

Sampu kaming magkakapatid. Ako ang pangalawa, panganay na lalaki. Five boys and five girls: Corazon, Rodolfo, Josefina, Melencio Jr., Laura, Aurora, Jorge, Jaime, Teresita and Jaime.

Dahil si Mamang ang mahilig kumanta—naririnig ko siyang mag-second voice, e, mahirap iyon—hindi kataka-takang ang unang nagpakitang-gilas sa amin as performers, ang mga babae.

There was a time, lahat sila, nasa ibang country. Si Sony sa Bangkok; si Josie, nag-Hong Kong, Taipei, Japan; si Laura nag-Taipei rin. Si Laura, nagsimula as dancer, nag-shift sa pagkanta dahil mas maganda ang kita at mas mabilis makapag-abroad. Si Auring, dancer din iyon.

Si Sony ang nauna, bago pa kami sumunod ni Josie. Hindi man sumikat nang masasabing sikat na sikat, lumabas din sa pelikula. Sa *Dugo ng Bayan* (1946) nga ni Fernando Poe Sr., may billing na si Sony as "Zony Quizon," ako wala pa. Tumutulong din siya sa mga gastos sa bahay. Madali ring hingian, nalalambing.

Ang madalas kong makaaway, si Junior. Maliliit na bagay lang naman ang dahilan. Matanda ako sa kanya pero kami ang naghaharap. Mga magulang namin, siyempre, kikilingan pirmi ang mas bata; madalas namang gano'n.

Si Junior din ang nakasama ko sa isang American picture, *They Died to Live*, na six months naming ginawa on location sa Tiaong, Quezon; 1945 siguro. Basta't Liberation. Bit players kami. Ako, sundalong Hapon. Siya, bilang bata talaga.

During the shooting, pirming corned beef hash ang pagkain, rasyon ng 'Kano. After the shooting, parang lalo na kaming hindi inasikaso, kanya-kanyang arimuhunan sa pamasahe pauwi. Wala kaming pera, but bahala na, e, we needed to go home. Sa bus, sinisingil na kami ng konduktor. Inamin naming wala kaming pambayad. Gusto kaming pababain. Nakiusap uli ako. Pagdating sa terminal, iniwan ko si Junior. Kung baga, isinanla. 'Huwag kang mag-alaala,' 'kako. 'Tutubusin kita, maghahanap lang ako ng magbabayad ng pamasahe natin.'

Nakahanap naman ako—nako-confuse ako kung Badong o Enteng nga ba ang pangalan—basta't natandaan ko, nakaupo sila somewhere in Quiapo, bandang Evangelista. Siga siya, na minsang nagawi na sa amin sa backstage sa Avenue, kasama ng production manager. Isang sabi ko lang, agad nagpahiram ng twenty pesos. Tuwang-tuwa si Junior no'ng sunduin ko.

Maagang namatay si Junior—37 lang—noong 1969. Mahina kasi ang baga.

'Yong si Josie, na sumunod sa akin, pikon. Pinaglalaruan ko'ng litrato niya, 'hinihiwalay ko sa lahat, 'nilalagay ko sa kusina. 'Buhaghag 'yong ilong mo!' tutuksuhin ko. Magagalit at siya lang ang gano'n sa amin. Pango. E, buti na lang no'ng lumaki siya, naayos din.

Siya ang kasama ko sa raketan, sa pagpasok sa lahat nang mapagkakakitaan, noong Japanese time. 'Ando'n kasi si Sony sa mga lola naming naka-aangat, sa parte ng de la Rosa-Vera, at parang ako na ang naging panganay sa mga naiwan sa Tondo.

No'ng nagkaro'n na ng mga asawa, nagkaiba-iba na ng kaunti. Pero kapag may okasyon, we make it a point na magkita-kita. Mag-bonding, kumain sa labas, lalo na't apat na lang kaming natitira.

Dalawa ang namatay sa amin no'ng World War II. 'Yong Jaime ang pangalan, buwan pa lang, wala pang isang taon. Kaya no'ng nanganak ulit si Mamang after the war, nagpangalan ulit ng Jaime. 'Yong isa naman, si Tessie, na kasunod ni Georgie, pitong taon lang—'yon ang malungkot, o? Nag-umpisa ng lagnat—lumala, nagkombulsyon, napunta na sa meningitis. Masakit. Siyempre first time ko talagang naramdaman ang sakit kasi kabiruan ko iyon, kalaro. Liberation na no'ng iwan niya kami.

Si Sony, namatay when she was only 57. Cancer of the breast.

'Yong pangalawang Jaime, si Jimmy, February 19, 1945 ang birthday; 17 years ang difference namin pero malapit na malapit kami. Nagtrabaho rin sa RVQ pero nagre-settle sa Amerika at doon nagkasakit—pancreatic cancer.

Sa bandang huli, hindi ko inabot kasi naipit ang passport ko sa US Embassy; gawa may 'sinasama pa akong isang kapatid at kailangan ang passport ko, as her supporting document. 'Pinauna ko na sina Zsa-Zsa para may kasama ang hipag ko, si Jane.

Very close sa akin si Jane. Naging associate producer ko, the best AP na nagkaroon ako. Napakagaling makipag-usap. Wala akong hiniling diyan na hindi na-shoot kaya mahal ko 'yon, e: malambing, mabait, at saka maalalahanin.

Josie Quizon Andico, 78
Born 1930

Ang hindi ko makalimutan, Japanese time no'n, hindi kami nakakatikim ng manok. May nagbigay sa kanya, isang bading. Sabi pa: 'Wag n'yong kakanin 'yan, kay Dolphy 'yan!'

Hindi niya kinain. Pag-alis no'ng tao, hinati-hati niya 'yong manok para sa 'ming lahat. Lahat kami nakatikim ng manok.

Gano'n siya hanggang tumanda kami.

Nagkikita kami sa Hong Kong, 'O! baka wala kang pera diyan?'

Namatay ang husband ko, 'binili niya pa ng lupa sa Loyola. To think wala siya rito. Nasa States. Nagawa pa niyang ipautos 'yon.

Nagpa-aral ako ng kambal, nursing. P4,000 ang testing fee sa Commission on Graduates of Foreign Nursing Schools, wala akong pera, nangutang ako sa tiyo naming pari. Nalaman ni Dolphy, sinita ako, huwag daw akong manghiram sa iba. Binayaran niya ang utang ko.

Habang buhay ko siyang mamahalin.

Every day, I pray for him. Every day of my life.

Laura Quizon Coopernurse, 75
Born 1933

Pero hindi lang siya mapagbigay sa mga materyal na bagay. Pati oras niya, ibibigay niya sa iyo pag hiningi mo.

Limang taon ang tanda niya sa akin. Pag may pinapa-drawing sa iskwela, sa kanya ko 'pinapasa kasi hindi ako maganda mag-drawing: flag ng Pilipinas, mga ibon-ibon. Siya ang gumagawa. Ako na lang ang nagku-kulay.

No'ng mag-asawa na ako, nasa Clark ako sa Pampanga. Binibigla ako ng dalaw no'n kasama si Panchito. Then, no'ng naging single parent ako at iniwan ng asawa, sa kanya rin ako tumakbo para sa tuition ng mga anak ko.

He never turned me down.

Aurora Quizon Salvador, 70
Born 1938

Eight years ang pagitan namin.

Naging office manager niya ako, bale taga-hawak ng pera. Mahigpit ako. Maraming galit sa akin hanggang sa pati kami, nagkagalit din. Naniwala siya sa sulsol. Nagkasagutan kami sa upisina at lumaban ako. Naglabas din ako ng sama ng loob. Sabi ko,

'Sige. Aalis na lang ako.'

'E, di lumayas ka!' sagot niya. Naiwan siya ro'on. Naglasing hanggang hatinggabi.

Taon din ang lumipas bago kami nag-usap. Pati ibang pamilya, ayaw kong makita. Feeling ko, ginawa'n na rin nila ako ng issue. Magkakapatid kayong nagsama sa hirap; ngayong may ginhawa, sisirain ng iba?

Nagkabati rin kami. Pinuntahan ako ng Mamang minsang nataong may sakit ako. Batiin ko raw si Dolphy sa birthday niya. 'Alang-alang sa akin,' sabi ng Mamang. Hindi na ako nakahindi. Nagyakap na lang kami no'ng nagkita.

There was a time, nag-abroad ako. Sa kanya ko iniwan ang anak ko, si Bernadette. Hindi nagtagal, Daddy na rin ang tawag sa kanya. 'Ano ba ito?' tanong niya, natatawa. 'Hindi kaya isipin ng tao na pati kapatid ko, inanakan ko?'

Hanggang ngayon, may allowance pa kaming tatlo nina Josie at Laura. Mabait siya hindi lang as kapatid. Mabait siyang tao.

Jane Robles Quizon

Dolphy's the best brother-in-law ever! Kahit na ang tutoo, sa pagka-selosa ko, naisip kong, 'Naku, hindi kaya marami ring mahal ang Jimmy na ito, kagaya ng kapatid niya?'

Med tech si Jimmy pero nag-work siya sa RVQ Productions as production manager. Pati na rin ako. No'ng sa US na kami, e, nagsu-show pa si Dolphy. 'Yong biggest, John en Marsha *sa Shrine Auditorium, mga 1985 'ata 'yon o 1986. Kami ni Jimmy ang tumulong para ma-produce. That was a hit! Napuno namin ang Shrine; 5 to 6 thousand ang capacity no'n.*

When Jimmy got sick, may mga 'pinabili akong mga herbal medicine sa Manila. 'Pinadala agad ni Dolphy. Then no'ng hirap na si Jim, mga July 4, 1994, sabi niya, 'Hon, pakitawagan mo si utol. Sabihin mo, hirap na hirap na ako.'

Nag-usap sila. Jimmy died July 12; dumating si Dolphy after three, four days. Nasa kabaong na ang asawa ko. Sabi niya, 'Alam mo, Jane, mahal kita. Hindi lang parang hipag kundi parang kapatid na talaga. Sabihin mo lang kung may kailangan ka.'

Umiiyak siya. Lalo naman ako. He took care of me when Jimmy was alive, but more especially noong patay na.

When I had a boyfriend, years later, I told him agad. He said, 'Buti nga iyan para may kasama ka sa buhay.' He was the first to understand.

I really wish na sana mabuhay siya nang matagal na matagal na maganda ang health!

Si Georgie, Jorge ang real name no'n. No'ng Friday bago nabundol ng taxi, dinalaw pa ako sa ospital; pinatawa pa ako. Kinabukasan, wala na. Siyempre, naiyak ako. Bagong opera ako no'n, August 1998. Nagpaalam pa muna si Zsa-Zsa sa duktor bago sabihin sa akin.

OK kami ni Georgie, although mayro'n siyang parang takot o respeto sa kapatid na mas matanda. Saka pati no'ng una, ayaw niyang ipahalata na gay siya. No, hindi ako nahirapan to accept a gay brother, may gay uncle din ako.

We did a movie together sa Sampaguita Pictures, *Dobol Trobol.* Siamese twins kami, magkadikit ang likod.

3 Pagbibinata sa Panahon ng Hapon

Tinuli ako.

Sa bahay namin ginawa, do'n sa ibaba, sa banyo na hindi pa nga maganda, pero exclusive sa amin; may bubong na yero, so puwede na. Barbero ang tumira, labaha ang gamit.

Puro kami magkabarkada.'Yong nauna, na-witness namin, so kinabahan kaming mga susunod. 'Yong isang kasama namin, tumakbo. E, ako, hindi makatakbo kasi bahay ko na 'yon; saan ako tatakbo?

Mas mahirap ang tulian noong araw, e.'Yong laway mo natutuyo talaga, pati 'pinangunguya sa 'yong dahon ng bayabas—na mabilis daw kasing magpagaling ng sugat—natutuyo rin.

Pag-cut, makikita mo 'yong puting gano'n, tapos liligwak 'yong dugo.Tapos, itutuloy pa 'yong hiwa.'Papadura sa iyo'ng bayabas, wala na pala, nalunok mo na. Nguya-nguya ka ulit, itatapal mo'ng sapal sa sugat.

Noong araw, ang gamot pa,'yong niyog:'kinakaskas ang bao,'dinudurog na parang pulbos, at ibinubudbod. At saka huwag raw kakain ng malansa, huwag raw patitingnan sa babae, kasi mamamaga. Pero sabi-sabi lang iyon. Kasi ang sa akin, wala namang babaeng nakakita, nanga-matis pa rin ang dalawang tabi; parang naging bulldog ang hitsura.

Hindi naman ako makapagsisi, kasi, aapihin ka ng barkada pag hindi ka nagpatuli. Mga dala-wang linggong gamutan rin iyon, hindi tulad ngayon na marami nang antibiotics. Ako lang pati ang naglalanggas—tubig na mainit, saka dahon ulit ng bayabas.

Habang nagpapagaling, nakapalda ako,'yong parang malong? Ang mahirap, kapag umaga, paggising mo, nakasaludo na siya. Mahapdi. Lalo na noong mga unang araw, although noong pagaling na at medyo makati-kati na, masarap-sarap na.

Ang aking pag-aaral

Nag-aral ako, mga six years old. Naabot ko na ang tainga ko, gano'n kasi noong araw: ikakawing mo'ng kamay mo sa ulo, at pag naabot mo na'ng tainga sa kabila, ililista ka na ng mga magulang mo sa iskwelahan.

Sa Magat ako nag-primary school bago sa Isabelo de los Reyes Elementary School, na nasa may tabi ng simbahan, hanggang Grade 7. Umabot ako ng second year sa Florentino Torres High School.

Ang baon ko sa iskwela, two centavos noong elementary; ten centavos noong high school. Pre-war, sa tindahan ng Intsik, nakakabili ka ng isang kusing na kape, isang kusing na tinapay na may laman. Mamimili ka ng palaman—gusto mo ng salmon, karne norte, matamis na bao, sardinas—lahat ng palaman, n'andodo'n na. Kaya sa isang pera mo, mayro'n ka nang breakfast. Ang pandesal noon, ang laki. Ngayon, 'singlaki ng hostia.

Ang pre-war minimum wage ay P1.20. Sa mga medyo may-kayang estudyante, mga nasa private school, ang pananghalian, beinte sentimos—soup, isang ulam, saka one cup of rice. Ang merienda, pancit palabok, singko. Ang inumin, libre.

May free transfer sa sakayan—mula bus trolley lipat ka ng bus, tapos, lipat pa uli sa trambia. Puro Meralco transportation 'yon, isang beses ka lang magbabayad. Halimbawa, kung galing ka sa San Juan papuntang Ateneo sa Padre Faura, kung estudyante ka, singko ang bayad mo; may diskuwento ka. Para sa regular na namamasahe, eight centavos 'yon.

Nalalaman namin 'yon sa kuwentuhan na lang. Bihira kaming sumakay, na mahihirap; cadi-lakad kami pag pasok sa iskwelahan.

Magaling ang public schools no'ng araw. Hindi mo 'kinahihiyang do'n ka galing. Ang tanda ko, History ang favorite subject ko. O kaya naman, Arithmetic, mga kuwenta-kuwenta. Hindi ako kagalingan sa drawing, pero nakakaya ko ang Arts. Ang grades ko, parang see-saw. Minsan, mataas. Minsan, mababa. Importante sa akin ang huwag bumagsak, kasi pag bagsak ka, uulitin mo'ng buong taon. So hahabulin ko 'yon, makapag-maintain man lang. Tingin ko, average student ako. Hindi matalino, hindi rin bobo.

Kapag nagsisipag, nasa section 1. Kapag nagloloko, 'binababa sa lowest section. Na'ndo'n ang mga tarantado talaga, puro salbahe. Kung minsan, naglalagay ng salamin sa sapatos, 'sinisimpleng pagano'n sa ilalim ng palda ng teacher para makita kung ano 'yong salawal, o kung walang salawal.

Si Augusto Chico, 'yong nakalaban ni Asiong Salonga, naging kaklase ko. Binato ng teacher namin ng libro, tinamaan sa dibdib, nagsumbong sa kapatid. Dumating 'yong kapatid, ang laki pa naman, sinapak 'yong teacher namin, si Mr. Villaflor.

Tutoong maraming intelektwal na taga-Tondo pero tutoo rin na maraming lokong do'n nanggaling. Tingin ko, hindi magalaw iyon ng mga nakapuwesto noong araw, kasi sa Manila mismo, 'yon ang may pinakamaraming botante—sa laki ba naman ng area.

Ang mga bata do'n, medyo rough talaga kaya kailangang nakiki-swing ka—once in a while lumaban, dahil kapag hindi, lalo kang makakawawa. Maski matalo, OK lang; basta humarap ka. Kahit kasi iwasan, dumarating, especially kapag adolescent ka na. Hindi naman suntukan lagi. Minsan nagtatalo lang, katuwaan. Pero noong araw ang uso pag naghamunan, mag-ii-square kayo. Kapag talo ka, sasabihin mo, 'O, ayaw ko na, bukas naman.' E, kasi kung magaling ang nakalaban mo, e, iwas ka na.

Maraming mga laro sa kalye: teks, mayro'n holen, saka 'yong mga bugahan ng goma o panya. Pero hindi bale na nga 'yon, mga nakaupo ka lang do'n. Ang talagang gusto ko, 'yong may takbuhan, tumbang preso, patintero, habulan—mga larong kalabang mortal ng hika.

I was very sickly

Sabi ng Mamang, noong ipinanganak ako, akala nila mamamatay ako dahil eto raw mga tuhod kong ito, nakadikit, hindi mabaluktot o ma-iunat na gano'n. Ipinagdadasal na lang daw niya ako sa kuwan, sa Santuwaryo ng San Juan, 'yong lumang simbahan do'n.

Pagka hinika ako, it takes about two weeks bago ako maka-recover. Hindi ka makatulog sa labas, malamok, at hindi pa yata uso'ng katol noon. Kaya ako, pumapasok sa kulambo, may dala-dalang upuan, hindi makahiga, nakaupo lang, nakatalungko.

Pagka medyo nawawala na, pagka pinainom ng Tedral, nanginginig naman ako. Lalong malatang-malata, kaya mga dalawang linggo, bago maka-recover nang talagang balik sa dati. Bale ba, ang lakas pala ng opyo ng Tedral. Buti hindi ako naging addict.

Sa hika, noong araw, mayro'n na ring mga herbal-herbal—kesyo uminom ka ng katas ng ampalaya, o kumain ka raw ng butiki—gagaling ang hika mo. Pero ewan ko, hindi ko ginawa iyon. Ba't ako kakain ng butiki? Diyos ko naman!

Noong lumalaki na ako, nababawasan 'yong atake, pero noong maliit ako, talagang madalas. Kaya pag nakakakita ako ng mga batang naglalaro, inggit na inggit ako. Gusto kong maging athletic ng konti, e. So minsang malakas-lakas na ako at nakakainom na ng kaunting tuba, uminom din ako ng siyoktong, at akala mo may Kulafung nakaporma. Gusto ko, maging gano'n ang katawan ko.

Kulafu , like Tarzan raised by jungle apes, was the first colored Filipino adventure strip. It was created by Francisco Reyes, one of the pioneers of Filipino comic illustrators, and launched on July 7, 1933.

Ang ibang kapatid ko, ngayong may edad na nagka-hika. Pero sandali lang ang sa kanila. Ang sa akin, talagang lifetime contract. Hanggang ngayon, mayro'n ako.

Nanigarilyo pa ako. Siyempre nag-umpisa ka nang you try it lang, panahon din ng Hapon noong natuto ako. The best 'yon, lalo na sa umaga, 'di ba? Mag-aalmusal ka muna, magkakape't sigarilyo, and then punta ka na sa bathroom, sigarilyo pa uli. Kaibigan mo rin iyon sa trabaho, nakakaalis din ng tension kung mayro'n kang eksena na 'di mo alam kung paano gagawin. O kung mayro'ng gustong kumausap sa iyo, na ayaw mo munang kausapin.

Terible. Nakaka-three packs a day ako dati! Mas pa, pag nagsu-shooting, o nagpo-poker, kasama ang mga kaibigan.

1976 na ako huminto. Sabi ng duktor: 'Iho, sarado na ang diaphragm mo. Sa sigarilyo 'yan. Hikain ka pa naman. Hindi magtatagal magkakaro'n ka ng emphysema.'

Itinigil ko na. Cold turkey.

Marami rin akong kaibigan na namatay sa emphysema, e. Si Pancho Magalona. Ang magkapatid na Gerry de Leon at Angel Esmeralda. Si Apeng Daldal. Ako nga, parang may mestisong emphysema, madali akong hingalin.

Unang tikim

Hindi ko na matandaan kung sino ang una kong crush, pero ligaw-tingin lang naman. Hindi ko kinakausap. Wala akong pinagsasabihan. Masyado akong malihim do'n sa parte na iyon. Maski sa nanay at tatay ko, hindi ako nagre-report ng mga love affairs no'ng bata ako. Lalo na no'ng tumanda na ako.

I was 13, first time akong nag-sex. Ako ang nilapitan. Well, medyo lapitin na ako, noon pa. Maputi ako, mapulang-mapula ang labi, malago pa ang buhok ko, kulot.

Walang ilaw no'ng panahon ng Hapon. Total blackout pirmi. Kandila lang ang ginagamit o gasera. Nasa bahay kami ng isang kaibigan ko. 'Yong babae, hostess diyan sa may Paco. Grupo sila, ginapang ako noong isa, e, hindi naman ako makakibo, pinabayaan ko. Masarap pala. 'Sige, 'tuloy mo na.'

Pagdating ng liwanag, kinabukasan, umuwi na ako. Tuwang-tuwa sa na-experience, pero hindi na naulit. Natakot na ako. Sa sakit, alam mo na, at saka baka habulin ako. May edad siya sa akin, siguro mga 30 na siya, o 28.

Walang mga bold movies no'n, walang mga nagkalat na picture ng mga babaeng hubad, pero normal na pumapasok sa isip ang makatikim, ang mag-isip kung 'Paano kaya?' Nagkaka-crush ka pati sa mga nasa magazine, sa komiks, sa *Liwayway*. Sa gano'n nagsisimula.

Puro "sariling sikap" ka muna, "sex with your hand." Ayaw mo naman talagang makipag-ano ng seriously at that age. Panakot ng matatanda, mabubulag ka. Sa loob-loob ko, pabayaan mo na'ng mabulag, ang sarap, e! At sa point na 'yan, bahala ka na sa sarili mo. Basta sa isang sulok ka lang, pag patay na ang ilaw. Maski harap-harapan mong gawin, hindi ka na mapapansin. Huwag ka lang sa may tapat ng gasera.

Pero kahit meron akong mga katarantaduhang maliliit, basta very faithful ako sa mga magulang ko, lalo na no'ng kumikita na ako. Halos kasabay ng una kong sexual experience, nagtatrabaho na ako. Pinapasok ang lahat halos ng puwedeng pagkakitaan. Pati pagli-limpia bota. Ultimo pagkakabit ng mga butones ng pantalon sa pagawaan.

Sa panahong 'yon, dadalawa lang ang pantalon ko. Isang korto at isang largo, na pinagsasalit ko'ng gamit. Pag napupunit, sinusulsihan. Ay, ang galing kong magsulsi, excuse me.

Panahon ng Hapon

Nawalan lahat ang dating mga trabaho. E, ang Papang pa naman, sa American company employed, so isa na iyon sa unang na-shut down. Mayro'n ding tattoo ng American flag sa dibdib ang Papang, may anggulo siya na Amerikano ang hitsura, kaya kinailangang mag-lie low.

So, nagtrabaho ako sa Hapon. Kinuha kami no'ng kapatas, pinapila kami, puro teenagers. Komo mataas ako sa mga kasama ko—5'7" ako, no'ng araw mataas na iyon—nakuha akong isa sa taga-salansan ng mga bote na ika-classify, sama-sama, according to size. Peaceful 'kako itong trabaho na ito. After three days, dumating 'yong mga Hapon, pinagdyu-judo kami, pinagpupukpok, 'This is a woman's job!' ang sabi.

Dinala kami sa kargahan ng bigas, mas mabigat pa sa akin 'yong bigas.

Sabi ko sa kapatas, uuwi na lang ako.

'No, no, no!' senyas no'ng Hapon. Taga-atang lang daw ako ng bigas, taga-lagay sa balikat ng iba. E, puro bata rin 'yong mga iba kong kasama. Wala nang may gustong magbuhat, puro taga-atang na lahat. Eto na naman, napukpok na naman kami. Tumutulo ang dugo ko sa ulo, nasusugatan na ako sa kapupukpok nila.

Lipat ulit kami, taga-buhat ng takure, 'yong malalaking batya na gangga-balde o barrel, na papasanin at dadalhin sa barko.

E, sa andamyo dadaan. 'Yong mga sanay, sumasayaw pa. E, ako dahan-dahan, kasi baka ako mahulog. Sa mga baldeng 'yon ng mantika, umiiyak ako talaga, a. Magsisimula pa lang ang araw, gusto ko nang matapos agad. Namamaga na kasi ang balikat ko. Hindi ko kinaya ang trabaho. Hindi na ako bumalik after three days. Ayaw ko no'ng sinasaktan kami. Tatay ko nga, hindi ginagawa 'yon sa akin, sila pa?

After that, napunta ako sa bakal, mabigat na buhatan din.

Nagtinda-tinda muna ako, nagkutsero sa Tiya Naty ko, sa Vera side. Ninety-seven years old na iyon, pero buhay pa. Ang kapatid niya, si Tita Nene, 93 years old naman. Nagbo-bonding pa kami ng mga iyan, hanggang ngayon, sa Hizon's.

Then, sa buy-and-sell na ng langis. Langis iyon na ibinibenta ng mga Hapon para sa gasera, wala nga kasing kuryente. Binibigyan ako ng tatay ko ng puhunan. Madaling-araw pa lang, pila na kami ni Josie. Ang haba nang pila ng mga balde.

Hinihiram ko ang sedula ng mga tiyo ko. Pero nakilala ako minsan no'ng isang Hapon, nakagaling na raw ako ro'n, sinampal ako.

Ang balde ko, manipis, pero habang napupuno, umuunat iyon, nag-e-expand. Kung minsan, nakakasingit ako, kaso lang, binabatukan ako pag napapansin, 'Pumila ka ro'n, 'andito ka na naman?'

Gusto ko kasing makadoble. Pa'no paglabas mo, may naghihintay na sa iyo do'n, para bilhin agad ang dala mo. Hindi ko matandaan exactly ang neto ko kada araw, kasi Japanese money ang gastusan. Kapag namimili nga sa palengke, isang bayong na pera ang dala mo.

Entertainment: Entabldo at mga walang katuturang layasan

Walang sine. Kung may ilabas man, Japanese-produced, gawa nila. Nanonood ako ng mga stage shows. Performer si Sony, kumakanta at kasama sa play.

Sa Life Theater, sina Pugo at Tugo, sina Bayani. Ang bida nila sa drama si Rogelio de la Rosa. Dito sa Avenue—sina Patsy, Lupito, Lupita, Gregorio Ticman—na ang hatak naman nila sa drama si Leopoldo Salcedo. Marami pang nagpapalabas no'n. Mayro'ng sa Lyric, sa Majestic—pare-parehong two shows a day—one after lunch, at saka sa gabi.

Hindi ko na lang alam kung sinu-sino pa ang mga artista, dahil hindi ko napapanood lahat, at iyon namang napapanood ko, hindi ko naiisip na balang araw, do'n din ako.

Kuntento na kasi ako at that time sa mga odd jobs ko, sa kumita kahit kaunti, at magkaroon nang pangnood ng stage show. Makatikim lang ako ng tinapay na may matamis na bao, sa loob-loob ko, "big time" na ako.

Pero talagang panay na ang punta ko sa mga sayawan no'ng mga panahong iyon. Sa kabaret nga, hinaharang ako ng mga guard. Bawal daw ang menor de edad. Nagpapanggap akong mas matanda, makapasok lang, makapanood, at makasayaw.

Ang personal preference ko sa entertainment, hanggang ngayon, musicals at saka comedy. No'ng araw, ang pakiramdam ko, malungkot na nga ang buhay, may giyera, tapos manonood pa ng drama? Iyan ang attitude ko. So naging idol ko ang dalawang kalbo, si Pugo at si Tugo. Saka si Bayani Casimiro sa sayaw, pati si Benny Mack.

Sabi ko nga, layas ako. Kalabitin. Huwag lang ma-bore, sasama, kapag nayaya. Kahit sa mga lakad na walang katuturan.

May kaibigan ako, si Eric, Eric Broderick. Ang tatay n'oon British pero Pilipino din ang salita nila. 'Yong nanay medyo lahing French naman. 'Sinama ako sa Baguio, siya raw ang bahala. Sumama naman ako. Pinapaghintay ako sa may Cine Pines. Hindi ako sinipot. Nag-worry ako. Gininaw. Naghanap na nang mapupuntahan bago ako sitahin ng mga Hapon; madilim na, e. Nagpunta ako sa terminal ng Pantranco, maraming taong nag-aabang ng sasakyan do'n. Nakisiksik ako para mag-init.

Madaling salita, hindi ko na nakita ang 'namputsang Eric. E, wala akong pera. Dalawang araw na. Talagang gutom na gutom na ako. Ikot. Ikot. Dasal na 'ko nang dasal. Pangatlong araw, umiiyak na ako. Gusto ko nang magnakaw. Naghahalungkat na ako sa basura.

'Buti na lang, mabait ang Diyos. Pagpunta ko sa palengke, tinitingnan ko 'yong mga leftovers—baka may naitapon do'n—nakita ko 'yong isang kapit-bahay namin sa Tondo, si Remy. Nagsisisigaw ako. Para akong nakakita ng santo. Umiyak ako sa paanan niya, humahagulgol talaga.

'O, Dolphy, bakit?'

'Naku, naku!' Sinabi ko na 'yong nangyari sa 'kin. 'Tatlong araw na akong hindi kumakain. Nginangata ko na ang mga dahun-dahon sa tabi-tabi.'

Pinakain ako, do'n sa Baguio Luncheonette yata 'yon, then dinala ako sa kanilang tindahan. 'Tutulung-tulong na lang ako dito,' sabi ko, 'kailangan may magawa ako rito.'

'Hindi na,' aniya, 'bibigyan kitang pamasahe. Magkano ba?'

Ang hirap naman palang mamasahe. Makakasakay ka from Baguio going to Damortis sa Pangasinan. Pero going down, lintik, e, ang sasakyan pa, charcoal-fed, 'yong nilalagay, e, bao ng niyog? Umuusok 'yong sasakyan, may chimney. Pagbaba namin sa Damortis, sakay ulit ng tren. E, pagsakay mo do'n sa tren, wala ka nang mapaglalagyan sa dami ng sasakay. So naki-jumble na ako sa itaas. E, siksikan din. May malaking tao na naawa sa akin.

'Halika dito, iho, dito ka sa tabi ko. Dito ka,' inipit niya pa ako. No'ng tumatakbo na 'yong tren, patung-patong kami, nagkakandahulog 'yong iba. Masuwerte ka kung mahulog ka do'n sa may makapal ang damo, sa tubig. Pag do'n ka sa semento mahulog, delikado ka. Sa madaling-salita, nakatulog ako. No'ng matagal-tagal na, no'ng magising ako, wala na 'yong mamang katabi ko, at kokonti na lang kami. Ang kutob ko tuloy, nahulog din siya. Pero paano siya nahulog, e, ang laki-laki niya?

May dala siyang bayong na tiningnan ko'ng laman, mga karneng baboy—na durog na durog na, halos puro mantika na—at saka may konting kung anu-anong gulay na lanta na, lukot-

lukot na. Kinuha ko na, inuwi ko. Tuwang-tuwa ako, nakauwi ako. Galit na galit ang nanay ko, pinagmumura ako.

'Alalang-alala kami dito!' blablablablabla.

'O, may dala 'ko sa 'inyo, pasensiya na sa hitsura.'

Manila: Liberation

Before that, ang tanda ko, lahat ng mga civilians, ine-evacuate. Kami ng Mamang, Papang, at mga kapatid ko, dinala sa Majayjay. Pero bumalik kami. Nag-e-air raid na ang mga Amerikano. Talagang maraming mga patay na naghambalang sa daan. Hindi mo na lang papansinin.

At the height ng Japanese Occupation, although hindi naman gaya no'ng napapanood mo sa sine na makasalubong mo lang sila, babatukan ka na, mayro'n talagang mga pagkakataon na pag-iinitan ka, lalo pag mga lasing na Hapon ang makasalubong mo.

Gaya minsan, may isang nasabat ng sentry na Hapon: 'Pikit!' Pikit ang Pilipino. Sinampal ng sentry. 'Pikit!' Pikit uli ang Pilipino. Sinampal na naman ng sentry. Hanggang sa namaga na ang mukha no'ng pobreng Pilipino. 'Pala naman, ang hinihingi ng sentry—'ficate!'—certificate, na hindi niya mabigkas ng tama. Sedula!

Ayaw na ayaw din nilang mahuhuli kang nagnanakaw. Bugbog-sarado ka. Sa pilahan ng langis, may na-spot silang nagnanakaw ng langis, 'pinasampal sa amin. Isipin mo, Pilipino ang sumasampal sa kapwa Pilipino. At pagka mahina ang sampal mo, ikaw na ang sasampalin ng Hapon.

Pumapasok na ang Amerikano, hindi namin alam kung saan pupuwesto. Ang mother ko, buntis kay Jimmy. Do'n sila dumaan sa Ilaya going to Gagalangin.

Kami ng Papang, may mga kaunting gamit na nilagay namin sa dokar—bale pinaka-tricycle no'ng araw, kariton na may pagka-kalesa, na hinihila ng kabayo—pag-aari nga ng auntie kong nagpapa-kutsero sa akin. Dala-dala namin ng Papang 'yon. Lumiligid kami sa simbahan, naghahanap nang way kung saan dadaan, pumipirmi sa bangketa para iwasan ang mga landmine. Nagliliparan din ang mga nasusunog na yero galing sa mga lumiyab na nabagsakan ng bomba. Pati 'yon, kailangan ding iwasan.

May nakakasalubong kaming mga Hapon, tumutungo kami. Nalalaglag pa minsan 'yong mga granada nila. Hindi na halos kami tingnan man lang. Palagay ko, alam nilang patapos na ang eksena nila, so naka-focus sila sa pagtatanim ng mga landmine sa kalsada.

Pagdating namin sa may Magat Salamat, malapit sa may eskwelahang dati kong pinasukan, may nagsalita na. May sumigaw na 'Who's there?'

Ingles na!

'Filipinos! Filipinos!' sigaw kaming mag-ama.

'Come forward straight to the light!' sabi no'ng 'Kano.

Kinausap kami ng gerilya, tinanong ang Papang, 'Hapon ka ba?'

'Hindi ho,' sagot ng tatay ko. 'Hindi!'

From there, tumuloy na kami sa Gagalangin, sa lugar ng mga tiya ko. Nabuo na kaming mag-anak.

Umupa kami sa bahay ni Atilano, 'yong hinete, malapit sa karerahan. Isang kuwarto lang 'yon. Nakitira pa sa amin si Teroy de Guzman. Nagkasya kami, although sa ibaba ako natutulog, kung minsan.

'Yung, tulugan namin, hile-hilera kami.

4 Eto Na!

Ang nauna ngang maging professional, si Sony. Alalay niya ang father namin, lalo na after the war, kasi hindi na nakabalik ang Papang sa Atlantic Gulf na nagsara na.

Pero bago pa dumating ang mga 'Kano, 'sinama ako minsan ng Papang sa pagdadala ng fiambrera ni Sony sa Avenue. Talagang kami ang nagra-rasyon do'n. Nakita ni Papang si Benny Mack, na in-charge sa mga musical number, at ipinakiusap ako. 'Itong anak ko, magaling sumayaw.'

Ako naman, ipinakita ko na 'yong pilantik ng mga paa ko. Sabi ni Benny, 'Aba, OK ka nga, a! Sige, kasama ka na sa susunod na show.'

Mura pa'ng bayad sa akin, chorus dancer pa lang ako. I was 16 turning 17. One month ako sa Avenue, tapos, 'nilipat ako sa Lyric Theater. Kapareha ko diyan, si ano, si Conchita. Tapos, balik uli ako sa Avenue.

Nag-e-air raid. Pag-ugong ng sirena, takbuhan kaming lahat na performers sa air raid shelter namin sa orchestra pit. Ang audience, doon sa shelter nila. Hintay kami kung may bumagsak na bomba. Wala! O, takbo uli sa itaas, balik sa show, itutuloy ulit. Sa una ka lang kakabahan, then magiging routine. Gano'n ang buhay that time. Mas dumadalas ang air raid, mas mo nalalaman na palapit nang matapos ang giyera, na darating na ang mga 'Kano, at matatapos na ang hirap ng lahat sa Hapon.

Ang talagang may hawak na no'n ng palabas, si Nanding, si Fernando Poe Sr. Sa kanya ang pinaka-anniversary production. Nagpo-produce na siya ng sine, pero natigil nga ang movie-making ng giyera. Meantime, nag-entablado siya, nag-impresario, at hinawakan niya ang shows ng Lyric at Avenue, na dati namang hawak ni Bert Avellana.

Marami kami roon, grupo. Talagang sayaw kami ng sayaw. Kami-kami ang nagtuturuan. Tango, rhumba, conga, fox-trot, boogie-woogie. Kung ano ang sikat. Enjoy na enjoy ako.

Ambisyon ko at that time, magkaroon ng mga solo number na gaya ng kay Fred Astaire, pero as Golay ako unang nakatanggap ng malakas na palakpakan.

Una akong nakatikim ng malutong na tawanan, lutang ako sa alapaap. Sabi ko sa sarili, itutuloy ko na ito. Ayaw kong iwanan ang pagsasayaw at do'n ako talagang nag-e-enjoy. Pero iba rin 'yong pinapalakpakan ka sa galing mong sumayaw at iba ang pinapalakpakan ka dahil natatawa sa iyo, natutuwa. So 'pinaghalo ko. Nilalagyan ko ng comedy pati sayaw ko, na pwede naman palang gawin.

After the war, Liberation. Nagbukas ulit si Nanding ng stage group sa Alegria Theater na kahanay ng Espirito Santo na ang sa kabila naman 'yong Apollo kung saan naroon sina Lou Salvador. At sa Lotus ang kina Bayani. Do'n ako talaga araw-araw bumababad, pinapanood ko sila.

Naglipatan. Regular naman iyon, parang rigodon tuwing may mga bagong production, at sabi ni Bayani, 'Kukunin kita paglipat ko sa Orient, sasama ka sa akin.'

'Oo!' sagot ko. 'Thank you, pero turuan mo ako ng tap dance. Magtitiyaga ka lang.'

'Oo, pagtiya-tiyagaan kita,' buwelta ni Bayani, na makikilala rin sa malambing na tawag na Edad, baliktad ng Daddy. Kinuha niya ako. Kumuha pa siya ng ibang mga artista hanggang nagsimula na nga kami sa Orient. Tinuruan niya kami, lahat kami, ng tap.

Ang first love ko

Aida. Aida Javier.

She could play the piano well because she was from a family of musicians, but she was really a dancer. Unang-una kong nakasama na mistulang live-in. Maganda ang mukha at ang katawan. Morena. I was mga 18, mas matanda siya ng kaunti, she was about 20. We lived together sa mismong Orient. Parang kami ang bantay no'ng theater, mayro'n na kaming kuwarto do'n, dressing room iyon, actually. Doon kami kumakain, lahat na.

Masayang-masaya ako. I was thinking, sana, ito na, sana, kami na. Pero dreamer siya. May ambisyong maging somebody at makaangat sa gano'ng buhay. Which I don't blame her. Gano'n din naman ang pangarap ko for me, for her, para sa aming dalawa. Wala pa nga lang akong paraan para magawa iyon.

Nagkahiwalay kami. Basta ayaw na niya. Umiyak ako. Oo. I was crying talaga for a while. Talagang mayro'ng nights na iniyak ko talaga.

Walang biro ito, pumunta ako sa kanya sa Opera House, no'ng do'n na siya lumalabas. Ayaw magpapasok ng guard. Ang 'sinama ko si Asiong Salonga— pinupuntahan ako no'n dati, dahil gustung-gusto niya akong nakikitang sumayaw. Sinabi ko kay Asiong ang sitwasyon.

Kinausap ni Asiong ang guard, tinakot, 'Ilan ba'ng anak mo? May pamilya ka?'

Lumabas na kami, ako na'ng nagyaya. Ayaw kong magkagulo. Nagkahiwalay na lang kami ni Aida.

Ponga ang tawag niya sa akin dati. No'ng nagkita kami ulit, nagkumustahan naman.

'Sikat ka na ngayon, Ponga,' sabi niya. 'Kamusta?'

'OK ako. Ikaw?'

'OK rin.'

Gano'n lang.

E, no'ng araw, pag sa dancefloor, pag nagsasayaw kayo, nagkakatuluyan na kayo. Kung ano man 'yong mga live music na mabibilis, siyempre may slow. Sa slow dance, iyon na—may mga bulungan, magkadikit ang mga katawan—gano'n no'ng araw ang simula ng mga ligawan, e.

Willy Mariño

Sa Orient ko siya nakilala. 'Yong asawa ng kapatid niyang Intsik ang may-ari no'ng tindahan sa loob ng sinehan. Nakakabili ka ng softdrinks, popcorn, singkamas, lahat na, during a live performance. Do'n din siya natutulog, pareho ko, sa dressing room, para hindi na ako pauwi-uwi pa sa gabi. 'Yong sinasabi kong kuwartong naging bahay-bahayan namin ni Aida, si Willy ang una kong nakatabi ro'n.

He was my best friend. Partner in crime. Nagkaro'n ako ng kotse, naging driver-body guard ko. Nagkaro'n ako ng problema sa costume ko sa isang movie, naging taga-labas ng ano ko, puwera biro, para ako makaihi. May romantic involvement ako na muntik mauwi sa disgrasya no'ng nagtangkang magpakamatay ang babae; siya ang nag-volunteer na magdala sa ospital, para hindi ako maka-eskandalo.

'Tinayo ko ang RVQ Productions, siya ang ginawa kong manager.

Ang problema, nalulong sa bote. Naging alcoholic. Ang upisina, hindi na niya napapatakbong maganda. Pinagsabihan ko, 'Hayaan na muna nating iba muna ang mag-asikaso niyan, kung hindi ka mapigil sa alak mo.'

Nagdamdam. Sa madaling salita, nawala, nagtago. After sometime, nabalitaan ko, may sakit daw, nasa ospital sa Dumaguete. May diabetes na, may TB pa. Sa laki nang pinagsamahan namin, natural, mahal na siya sa akin. Tito Willy na ang tawag sa kanya ng mga anak ko. 'Pinasundo ko. Sabi ko pa, walang kuwenta'ng facilities sa probinsiya, madadali lang siya ro'n. 'Pinagamot sa ospital dito sa Manila, sa duktor ko sa de los Santos, si Doctor Luat. Gumaling.

Nasa akin na uli. Binigyan ko ng bahay sa Novaliches. Ayaw nang magpakita sa akin, so 'sinasama ko na lang sa payroll, while waiting for his full recovery. And then, nabalitaan ko na lang. Bumalik ang dating bisyo. Nag-iiinom uli, behind my back. 'Ay, hindi puwede 'yan,' 'kako. 'Tinutulungan kita, tulungan mo rin ang sarili mo.'

At gano'n na lang 'yon, hanggang muling naratay at 'yong kidney naman ang nadale. Napasok na sa Kidney Center at natuluyan sometime in 1987. Sinagot ko ang kanyang libing. I loved him and I cared for him, kasi 'yon talaga ang tungkulin ng old friends sa isa't isa, but there was a limit sa puwede kong gawin.

Golay

Parang may crime na nangyari, at kailangan nila ng isang Intsik na te-testify. E, komo nag-i-Intsik-Intsik ako sa labas kapag nagkwe-kwentuhan kami, kinuha ako. Pero, siyempre nine-nerbyos ako dahil first time, e. Napa-inom muna ako, napa-one shot.

'Ayan na, ginawa akong testigo sa courtroom. No'ng tinawag 'yong pangalan ko, tumayo ako, tinanong. 'Maaari mo bang sabihin sa hukumang ito ang buong pangalan mo?'

'Ikaw. Alam mo na aking pangalan. Tapos, tanong mo pa.' Tawanan na.

'Taas kamay,' sabi no'ng kunwari, sa korte.

'Huwag mo ako hold-up. Wala ako pera.'

'Hindi! Itaas mo 'yong kanang kamay mo, susumpa ka!' Tapos, 'pinaupo ako, 'tinanong. 'Nakadinig ka ba ng putok?'

'Oo, pero mabaho, putok, e.'

'Yong mga gano'n, kumuwela na 'yon, hanggang ginawa na akong bida. Hindi nila malaman ang ipapangalan sa akin. Pero may pabrika sa kanto at do'n nakuha, sa Golay Lumber.

Ang Dolphy, that's my real name. Palayaw talaga ng Mamang sa akin.

After Golay, naisip ko, baka mahirap umalis dito sa palaging "Intsik" ang labas ko. Una sa lahat, hindi ako puwedeng magkaroon ng radio show, dahil ang sponsor puro Chinese. So sabi ko, I have to get away from this Chinese-Chinese. Kinakailangang managalog na ako. Unti-unti kong sinanay ang tao na Tagalog na ako, basta ba OK 'yong joke ko, e.

Dopey ang ipinangalan sa akin nina Bayani at Mr. Derrick sa Opera House, after isa do'n sa Seven Dwarfs ni Snow White. Dolphy Quizon naman ako, sa kauna-unahan kong movie billing, sa *Tomadachi Zona* na produced ni Nanding Poe at pinagbidahan nina Pugo at Tugo. Pero pagdating ko sa Sampaguita, sabi ni Dr. Perez, 'Why not use your name? Maganda naman 'yong Dolphy, very unique. 'Yan na lang ang gamitin natin. One single name,' sabi niya. 'Dolphy lang.'

Medyo nababati na ang style ko no'n, natural daw. Pero may pinanggalingan din iyong iba, bukod sa kay Papang. No'n pa man kasi kung ano ang nakikita kong magandang pulutin, pupulutin ko, pag-aaralan.

Naging ganyan na ang attitude ko mula pa sa una kong roadshow. Nakasama ko pa 'yong tatay ng tatay ni Zsa-Zsa no'n—bale lolo ni Zsa-Zsa—si Carlos Padilla Sr. Sumasama pa kami sa labas niya.

Pugo at Tugo

Pugo at Tugo: mga idolo ko

Isinama nila kami ni Teroy sa mga labas nila, no'ng patapos na ang Japanese time hanggang Liberation.

Sila ang nagturo sa akin ng timing.

Pareho silang maganda magtrabaho, tumrato ng tao, very supportive sa mga baguhan. Minsan, wala si Naning, may sakit. Ako'ng ipinapalit ni Tugo sa Alegria.

'Halika, kuwan, eto,' aniya.

'Hindi ko kaya 'yan. Ang tindi naman ng papalitan ko.'

'Kaya mo 'to. Ito lang parte na 'to. Nangungumpisal ka.'

Kwela naman o, 'tinuro niya sa akin: nangumpisal ako, nagnakaw, nahuli.

'Ano ba'ng ninakaw mo?' tanong ng imbestigador.

'Piano,' sagot ko.

Piano 'yong ninakaw ko, tapos, nagtaka pa ako no'ng nahuli ako.

Sa mga hindi nakakakilala, parang mas approachable si Tugo, na Andres Solomon, sa tunay na buhay. Ang espesyalidad no'n, porma. 'Yon ang ginagaya ni Chiquito.

Si Pugo, Naning kung tawagin, Mariano Contreras, may pagka-reserved. Disente. Disenteng cowboy. Disenteng bulol. Ang galing sa bokilya, 'yon bang mag-explain ng set-up? Klarong-klaro kung maglatag.

Hindi ko gaanong nakasama si Tugo dahil maagang namatay.

Pero si Pugo, oo. Ang tukso sa kanya, ang malambing na tukso sa kanya, sabay pang-asar na rin, "Patatas." Korteng-patatas kasi ang ulo.

Paglipas ng panahon, at medyo umaangat-angat na ang estado ko, parang nagiging ka-level na ng mga 'tinuturing kong mentor, 'sinasama na nila ako sa mga personal na lakad. Kapagka good time, kami-kami lang. Walang mga asawa, maliban na lang kung asawa ng isa sa amin ang may birthday, so sa mismong bahay na ang party.

Si Naning, mahilig tumaya sa jai-alai. Ako hindi. Nagpupunta ako para makinood at makikain, pataya-tayang konti, pero hindi talaga steady customer kamukha ni Naning at ni Bayani, na puwede ro'ng halos gabi-gabi, sa may balkonahe, sa booth.

Inabot pa niya ang pagpo-produce ko sa RVQ Productions, so na-casting ko siya sa ilan ding pelikula. I loved him. I respected him. No'ng mamatay siya in 1978, hindi ako pumayag do'n sa ataul niya. 'Pinapalitan ko.

Nagkaro'n ng konting isyu no'ng burol between mga anak sa una at sa iba. Nakialam ako ng kaunti, sabi ko sa nagagalit, 'Kapatid mo rin ang mga 'yon. Sa ayaw at sa gusto mo, mga kapatid mo pa rin sila. Gusto lang masilip ang tatay ninyo. Kung ikaw ang nasa lugar nila, hindi ba masasaktan ka rin pag sa iyo nangyari ito?'

Awa ng Diyos, kumalma naman ang kausap ko.

Aroma Café

Dinaanan ko ang lahat nang 'yan. Mahirap, pero chicken na kumpara sa mga naranasan ko no'ng panahon ng Hapon, so, why not?

Ang Aroma Café, lalo noong araw na hindi pa uso ang nadi-discover ka sa TV, tambayan ng mga aspiring comedian, trying hard comedian. May magaling, may hindi; mayro'ng may pag-asa, mayro'ng wala. Basta lahat nang klaseng gustong magkapangalan sa comedy na willing magsimula sa entablado, diyan mo makikita. Naghihintay ng assignment, biglaang role, biglaang show, dahil alam mo naman, 'di ba? Minsan, ang success, galing din sa "if you are at the right place at the right time."

At hindi lang lalaking komedyante ang naro'n. May mga babae rin. Si Poleng na ka-partner ni Popoy. Si Metring David. Si Menggay.

Isang kapihan lang 'yon, ordinaryong cafeteria serving food, merienda, gano'n. Located sa Avenida Rizal, so ang pick-up para sa mga show, doon sa may malapit na sakayan sa likod ng Opera House, sa likod ng Metro, sa terminal ng bus.

Ang mga lakad sa probinsiya, mayro'ng mga Comite de Festejos. 'Yong pinaka-spokesman no'n, 'yon ang lalapit sa iyo o sa leader ng tropa ninyo, sa Aroma. Aalamin kung magkano ang budget ng grupo. Gano'n, ganito, ganyan. Sila na'ng mag-uusap. 'Yon namang pinaka-leader, iisa-isahin na kayong kontakin, 'O, may lakad tayo.'

Bibigyan ka ng down payment. 'Magkita-kita tayo sa Aroma; 6 o'clock daw ang pick-up.'

Mura lang no'n ang bayad. Malaki na 'yong diyes pesos—singko pesos kada show. Nag-uumpisa ako sa Orient, e, P35 lang ako a week.

Tapos ng isang show, sa bawat bayan, kung minsan do'n kami natutulog, magpapalipas kami ng gabi. And then sa umaga, next morning, magbibiyahe pauwi. Mayro'n pa ngang lagari, mga fiesta sa magkaratig-pook. Marami 'yon.

From time to time, nakakasama namin si Aruray. Magaling ding sumayaw 'yon. 'Pinagbabatuhan namin sa mga lifting-lifting sa Avenue, saka sa Alegria, at sa Zest Theater sa Hidalgo, bandang Quiapo rin. Saka si Chichay, si Tolindoy. Pero 'yong dancing act ni Chichay at ng kapatid, ang

Pugo and Togo/Pugo and Tugo

Long before the bald pate became in vogue, Pugo and Togo were already sporting it onstage and onscreen. They started on bodabil in the '30s and in the '40s appeared in movies as a tandem, akin to Hollywood's fat and thin duo, Oliver Hardy and Stan Laurel.

Pugo's original partner onstage was Benny Mack who was replaced by Togo when Benny got sick. Director Enrique Davila cooked up the names Pugo and Togo, whose comic antics reduced audiences to stitches. They preferred to ad-lib than rely on a script, with Pugo as the no-nonsense man and Togo as the happy-go-lucky guy. Which they were in person.

Pugo was a good singer and aspired to be a crooner, winning first prize in an amateur contest. But onstage Cine Star, Life, Lyric, and Avenue, Pugo was typecast as *disintonado,* singing off-key: "May isang puno ng gra-na-da/ na hitik, na hitik, sa buhu-nga."

The comics also appeared in several pre-war films like *Ang Lihim ng Lumang Simbahan, Utos ng Hari, Hindi Mababali* and *Binibiro Lamang Kita.*

Pugo and Togo were renamed Puging and Tuging and then Pugo and Tugo during the Japanese Occupation. The Kempetai did not look kindly to having their hero's name, Admiral Togo, as the name of a comedian the Filipinos laughed at. After World War II, some movie billings reverted to spelling Tugo's name to Togo.

Pugo and Tugo's fame continued to rise after the war and the pair starred in movies produced by Fernando Poe Sr. under the banner of Palaris Films: *Ikaw Na!, Hanggang Pier, Multo ni Yamashita, Awit ni Palaris, Sorry Na Lang, Tomadachi Zona.* They also appeared in pictures produced by other productions, mainly LVN Pictures, which included *Sekretang Hong Kong, Ang Estudyante, Tambol Mayor, Magkumpareng Putik, Kambal Tuko, Edong Mapangarap,* and *Dalawang Sundalong Kanin.*

Tugo died in 1952. His sparring partner, Pugo, went on as a solo performer on radio, television and the movies, mostly with Bentot as his sidekick. Pugo appeared regularly in radio sitcoms like *Edong Mapangarap* and *Sebya, Mahal Kita* which were also made into movies, and spun off further into—*Puro Utos, Puro Utos* (1959); *Nukso ng Nuk*so (1959); *Yantok Mindoro* (1960) and *Oh, Sendang* (1961)—where he played his dead wife Sendang as well, antedating Eddie Murphy's multi-character gimmick by decades.

Tang-Tarang-Tang is perhaps the most famous TV sitcom of the Pugo-Bentot team which enjoyed a steady stream of weekly viewers. When martial law was declared and along with it a ban on almost all TV sitcoms, *Tang-Tarang-Tang* went off the air. But not for long. It was revived with a new name—*Si Tatang Kasi.* Pugo retained his character in *Tang-Tarang-Tang*—Don Mariano Batikabesa, aka Mang Nano.

In 1967 and 1971, the Citizens' Award for Television (CAT) honored Pugo with the best actor award. In 1990, the Film Academy of the Philippines (FAP) conferred on Pugo and Tugo, a posthumous Special Recognition Award.

Through these much deserved though long delayed awards, generations of Pinoys—actors and audiences—were finally able to express their gratitude to two of the country's most delightful and original comedy legends, Pugo and Tugo.

Mabuhay!

Ronald K. Constantino
Entertainment columnist, *Tempo* and *S Magazine*

Ticket ng Orient Theater nung Golay pa ako

Custodio Sisters, panahon pa 'yon ng bodabil. Hindi ako sure kung nag-Aroma sila. Parang hindi formally, parang sama-sama lang.

I did not stay that long in Aroma. No'ng nasa Sampaguita na ako, I had to leave, kasi under contract na ako. So iniingatan kong malagay ako sa alangan, na lumalabas pa ako sa iba.

Still, I saw to it na na-maintain ko ang maganda kong relasyon with the Aroma boys. Very sensitive ang mga performers. Pagka ikaw na dati nilang kasama sa wala, e, biglang sumikat, lumaki na ang ulo at biglang hindi na namansin, matindi silang magdamdam.

E, mayro'n do'ng mga lumalabas na, nagta-talent coordinator pa. Nagkaka-pangalan na ako, nare-request sa fiesta, so kukunin nila ako. Makikiusap na isingit ko naman sila sa schedule. Pag kaya, ginagawa ko. Pinagbibigyan ko, pro bono. Mahirap 'yong hindi ka marunong lumingon sa pinanggalingan.

Teroy de Guzman

Marami akong naging kabarkada, kadikit, noong struggling days ko. Ang isa sa mga masasabi kong parang kapatid ko na, si Teroy.

He lived with us no'ng Liberation. Binata pa siya. Kababata kong maituturing, although malaki-laki rin ang tanda niya sa akin.

Isa rin siya sa mga pumapel na Hapon, do'n sa *They Died to Live.* Nakasuot kami ng maong na jacket na parang gaya ng suot ng mga war prisoner. E, kalbo kami, ilan kaming kalbo, apat. Isinama kami n'ong in-charge sa mga ekstra do'n sa Tiaong, sa restaurant. Ang daming tao sa labas. 'Yon pala may mga itak na. Kami pala ang gugulpihin. Sabi ni kuwan, nakalimutan ko na'ng pangalan, 'Hindi mga Hapon ang mga 'yan! Mga Pilipino. Nagsu-shooting diyan. Papel nila Hapon!'

'Hindi po kami Hapon!' gano'nan na kami. Sabi sa iyo, lahat ng mga klase ng pamalo't itak, 'winawasiwas na sa amin. Katatapos lang niyan ng giyera, so matindi pa'ng feelings ng lahat.

Si Teroy, palibhasa amateur boxer, puro away. Magaan ang kamay.

Huwag kang magkakamaling siraan ako, o murahin. Pag narinig ka no'n, basta ka na lang titihaya. Kaya hindi na ako kumikibo, hindi na ako minsan nagkukuwento sa kanya, pag may nakabangga ako. Mas nauuna siyang sumugod. Pag pinigilan mo, kasi lasing ang sasapakin, sasagot pa, 'Siya, lasing. Ako, hindi!'

May pinanggalingan ang proteksyon niya sa akin.

Bata pa kami, mga chorus dancers, no'ng harangin ng mga itim na sundalong 'Kano sa tapat ng Opera House. Walo sila. May nire-resbakan. Pinitserahan ako ng isa, inangat ako sa lupa, 'Is he the one?'

Si Bentot, ako at si Teroy

'No, not that one,' singit naman no'ng kasama niya.

E, 'yong isa sa amin, si Cesar, tumakbo. Akala ngayon ng mga itim, guilty, kaya natakot. Hindi ako ginalaw—payat ako, at kalbo, mukhang Holocaust victim. Si Teroy ang napagbalingan nila ng gulpe. Susog sa akin, 'Beat it, beat it! Get out of here!'

'No, he's my friend,' giit ko, na 'pinaglalaban pa rin si Teroy. 'He's not the one you're looking for!'

Pinag-uuntog na'ng ulo niya sa semento. Maski magaling siya sa boxing, wala siyang nagawa sa walo. Hindi ko magawang iwan. Sa loob-loob ko, mapatay man ito, basta ako na'ng magdadala sa pantiyon. Nag-survive siya. Mula no'n, ang tindi na ng pagmamahal at respeto sa akin.

Nagkaro'n kami ng gap years later pero nadamay lang ako sa pinagtampuhan niya, and OK kami hanggang namatay siya, late '90s.

Dati kaming magkasama sa tropa as dancers: si Bayani at ang asawa niyang si Nieves Manuel, si Rene Pangan, si Teroy, ako, saka may iba pang mga babae. But no'ng sumama si Nieves kay Rene, naiba ang set-up. Namili si Bayani between me and Teroy. Ako ang nakuha.

Tabi-tabi sa kaluluwa, at ito naman, walang kinalaman sa pagmamahal ko kay Teroy. 'Yon kasing lokong 'yon, mahina ang rhythm. Walang oido sa music. Mahirap turuan ng sayaw, at kahit nakakasunod, umaalagwa.

But he was also a good comedian. Mayro'n din siyang routine na parang Bentot, nagbabata-bataan. Madalas ko siyang i-guest sa mga TV shows ko. Pati rin sa mga pelikula.

Malapit sa akin ang kanyang mga anak. Tatlo sa kanila, inaanak ko sa kasal, si Rosanna, si Victor, at si Vida. Si Victor, matagal nag-assistant director sa akin, and then naging director ko, sa *Home Along Da Riles.* Hindi nawawala ang mga iyan, kahit isa man lang na representative, pag mayro'n akong okasyon.

Tommy Angeles

Si Tomas, kasama ko na rin from Orient pa, sa musical portion—kumakanta, naggi-gitara, pero hindi dancer. Ang swing niya sa drama. Nakasama ko rin siya sa tropa ni Paquito Bolero. Buti na lang at wala sa barko no'ng lumubog.

And then no'ng nasama sa *Tawag ng Tanghalan,* napunta na sa radyo as gitarista rin, then nagdu-duet din kami-kami. Kung minsan, nagko-comedy, hawig sa gagawin namin years, years later, sa *Home Along Da Riles*. Pag wala si Panchito, siya ang madalas kong 'sinasama sa show. Siya ang 'pinagagawa ko ng part ni Panchito, kasi, alam niya na ang routine.

Mabait siya. Napakabait niyan. Biyudo, naunang mamatay ang asawa. Ewan ko lang kung 'yon ang talagang asawa dahil marami siyang naging asawa. Marami ring anak.

Mga 2001, no'ng namatay. Kagagaling lang namin nina Zsa-Zsa at Vandolf sa Europe, New Millennium 2000. May sakit na siya no'n. 'Pinagbilin ko sa lahat na huwag na muna siyang isama-sama sa show habang may sakit. Sa next taping na lang. 'Yon pala, sa next taping, patay na siya.

Nagustuhan ko siya kasi tahimik. Walang kibo, professional sa trabaho, at hindi reklamador. Except 'yong time na nag-complain siya sa partehan nila ni Bentot dahil na-agrabyado siya. Inayos ko na lang.

Marami akong nakasama sa beginning years ko, na no'ng I was making it really well na, every time puwede kong isama, isali, sa kahit anong project, ginagawa ko. And Tommy was one of those guys. Ang katuwiran ko diyan, basta ba talagang kailangan mong maglagay ng tao sa puwesto, bakit ka pa kukuha nang hindi mo alam ang likaw ng bituka? E, do'n ka na sa dating kakilala. Nakakatulong ka pa sa hindi na iba sa iyo.

'O, bahala na kayong mag-isip ng comedy n'yo!'

No'ng araw, walang sumusulat ng mga script namin. Gano'n kami sa Orient: 'Eto ang parte n'yo. Kayo, katulong dito. 'Eto, blablablabla, 'eto na ang buong istorya ng palabas.

Pero hindi kasama 'yong comedy.

Na kailangan, huwag makasisira do'n sa play. Na kung anuman ang ilalagay mo, dapat, may kinalaman sa plot.

Kung minsan nga, kami nina Balot, nina Pablo Virtusio sa Orient, wala kaming maisip. E, linggu-linggo mag-iiba ka ng gagawin mo. Nanood kami ng palabas—may pelikula muna bago 'yong

Pablo Virtusio was an excellent guitarist who usually opened his comic gigs with a musical piece. Perhaps the first of the "fractured English" comedians, from stage comedy, he became one of Fernando Poe Jr.'s regular sidekicks along with Dencio Padilla. He was cross-eyed, and this got him great laughs way, way before political correctness set in.

Balot is one of the many single-named Filipino comedians that included, among others, Surot, Batotoy, Tolindoy, Casmot, Pabo, Tintoy, Palito, Cachupoy, Pepot and Tange.

Jaime Llave in real life, he was married to Matimtiman Cruz, the quintessential mali-mali Aling Epang. The crew cut patent-holder specialized in granite-face comedy; he always ended up gypped and crying at the end of the game.

Tugak & Pugak

Perfecto Piñon started his comedic career as Abe Tugak, which translated from Pampango to Tagalog means "Pareng Palaka." With Pugak, the duo became a hit as a slapstick version of Pugo and Tugo, and also came out in films. Both Kapampangans, the tandem was an on-and-off partnership that threatened to split up as early as 1953.

Tugak went back to painting, signing his works with his nickname Peck Piñon. Before he was sidetracked by the entertainment industry, he was already painting billboards.

Pugak, born Conrado Piring, went solo as a comedian and tickled his audience as the scrunched-up vinegary face model of Datu Puti Suka.

Pugak and Tugak

stage show, may eskrimahan. Ginaya namin 'yong eskrima do'n, na-comedy 'yong eskrima. Sabi ni Horacio Morelos, 'Wala kayong maisip, ano? Kaya mismong dito sa bahay ko, nag-eeskrima kayo!'

Kasi mahirap talaga, e. Talagang kahit nagamit mo na ang idea, ang presentation mo, parang kunwari first time mo pa lang ginagawa 'yon, fresh na fresh ang dating.

May director, may writer. Sasabihin lang sa inyo 'yong plot ng comedy, magbibigay nang isang punchline, tapos bahala ka na. Improvise ka na.

Bawat show, sine muna, tapos musical number, and then may skits na kayo. May outside curtains na performance habang inaayos ang set sa loob. May kumakanta, o nagpapatawa. May drama. Iyon na 'yong last part.

Pero sa drama portion, do'n lang ako sa comedy relief. Hindi katulad ni Panchito na puwede sa kabuuan dahil pag lumalabas na ako, talagang tumatawa na ang tao.

Maganda 'yong part ko. Nananakawan ko sila ng eksena, pati sina Tugak at Pugak, na mga comedy mainstays. May tindahan ako. Pag dumadating na si Tugak at Pugak, pinagsasarhan ko: 'Sarado na!' dahil mangungutang na naman.

Kaya 'pinirmi na ako. E, nawala pa 'yong Tugak, Pugak—nagkagalit at umalis—nakita na lang namin, nagbababag; sapakan talaga sa Orient. Malaki si Tugak, pero maliksi si Pugak, maski maliit. Nagkandahulog sila sa hagdanan. Biyak iyong ulo ni Pugak, putok!

Ang naiwan sa comedy: Si Golay, si Balot, at saka si Pablo Virtusio. Kaming tatlo na, kapalit no'ng mga may talagang pangalan. Kami na'ng nag-take over. Maganda 'yong team naming tatlo—dalawang tsato ang buhok at akong kulot na kulot.

Nakilala ko si Grace

Engracita Dominguez. Gracia. Maganda.

Sa skit namin, kunwari, portrait, nakatayo, hindi gumagalaw, kinakantahan ng "Mona Lisa, Mona Lisa . . ."

Kasama rin siya sa sayawan. Pati sa mga drama. Kaso lang pag nagsalita, nagtatawanan ang audience dahil minsan, malakas ang puntong Kapampangan.

Na-attract agad ako no'ng una kong makita. Pero pareho kaming tahimik. Hindi ko agad naisip na magkakagusto rin sa akin. Ligawin. Maraming nagkakagusto sa kanya.

Si Paquito Bolero, hindi lang movie director. Siya rin ang impresario ng traveling group of entertainers na umaabot sa Tuguegarao and then later on Visayas, Mindanao, pati 'yang Jolo, Sulu, Basilan; narating namin.

Wala pang mga armalite no'n ang mga sundalo. Ang mga Muslim karamihan pa no'n naka-patadyong, naka-malong. Ang sukbit nila, mga kris, kampilan, parang itak lang. At saka nagkakasundo pa no'n ang mga Muslim at Kristiyano. Very peaceful. Bago pa ito no'ng 'yong Koronadal naging Gensan at ang lahat ay pinalitan ng pangalan.

No'ng lalabas kami sa Tagum, 'kako kay Victor Sevilla, 'Vic, dito ba tayo lalabas? Puro kalabaw ang nakikita ko at kambing.'

Sabi niya, 'Dolphs, mamayang gabi makikita mo ang tao diyan.'

No'ng gabi, nagulat ako. Punong-puno nga talaga. Nakasabit sa sanga-sanga ng mga puno. Kuwela naman ang palabas.

Si Golay pa rin ako. Half-Chinese pa rin pero hindi na ako gaanong nagtsa-Chinese. Nagta-transition na to Tagalog. Sa opening musical kasama ako, sumasayaw. Tapos, mag-i-skit kami nina Bentot.

Nabuntis si Grace.

Nangailangan ako ng pera. Kinuha ulit ako ni Bayani sa Opera House. Mas maganda ang offer. Kasi before this, Café De Rica 'yong nilalabasan namin; kung saan-saan lang. 'Sige!'

Nagpunta ako kay Paquito. Ayaw buksan ang pinto. 'Wag papasukin 'yan!'

Sabi ko do'n sa asawa, 'Naku, Zeny, ba't nagagalit?'

'Tumanggap ka raw muna sa iba, bago ka nagpaalam.'

'Zeny, buntis 'yong girlfriend ko. I need money.'

'Ba't 'di mo kasi sabihin?'

'E, nahihiya ako. Gusto ko pagta-trabahuhan ko.'

Sa madaling salita hindi ako pinapasok.

Nanganak si Grace. Lalaki.

Bentot was a screen name for Ben Cosaca, an amateur boxer before becoming a hoofer and comic on stage with the Paquito Bolero troupe.

He was loved as "Bitoy," the man-child son of Pugo, in the *Tang-Tarang-Tang* series, authored by Beer Flores, that saw various incarnations on radio, TV and film.

One of his more famous gags as Bitoy had him hopping and skipping to the sari-sari store, with five centavos in his right hand to buy *suka*, and another five centavos in his left hand, for toyo. He stumbled, and couldn't tell which five centavos was for what.

Wala akong pambayad sa San Lucas. Nangutang ako kay Bayani, 'kako, i-charge na lang niya against sa mga paglalabasan ko. Pinahiram naman ako.

Sa Opera House, P30 ako a day. Kay Paquito, P50 pesos per week—buong Pilipinas ang nililibot, three shows a day. Talagang pagkatapos ng show, lupaypay ako.

Bumiyahe sila. Lumubog 'yong bapor. Namatay lahat. Tatlo lang ang nakaligtas. Pati si Paquito, patay. Sabi sa akin no'ng si Zeny no'ng nagkita kami ulit, 'Mabuti pinagsarahan kita ng pinto. Kung hindi, kasama ka do'n.'

'Oo nga,' sagot ko. 'Dalawang kagat lang ako ng pating sa liit kong ito.'

Bayani Casimiro

No'ng ka-team ko na si Bayani, siya ang pinaka-head, siya ang kausap pagdating sa tropa. He was our leader.

Si Mr. Toribio Teodoro ang may-ari ng Opera House, at bago nag-take over do'n sina Lou Salvador, si Bayani muna ang inilagay. Talagang class ang presentation do'n. Inaabot ng two to three months ang isang set ng revue, Broadway ang dating.

Si Bayani ang nagdi-direct ng mga musical number pero pagdating sa drama iba na, sina Domingo Prinsipe; marami, marami sila.

Kung kailan akala ko sitting pretty na kami, nagkahiwalay ang mag-asawang Nieves at Bayani. Napunta si Nieves kay Rene—'yon ngang kapatid ni Chiquito na ka-grupo namin—so nasira na ang samahang 'yon.

Pinupuntahan ako ni Bayani, paminsan lasing, naghahanap ng shoulder to cry on. Sa akin dumadaing. Lalabas kami, magpa-park sa may bandang Luneta sa may Grandstand, iinom. Nakatingin siya sa malayo dahil nag-abroad no'n sina Nieves. Siyempre, pinayuhan ko siya.

Sabi ko, 'Talaga ng Diyos 'yan, at anuman ang kagustuhan Niya, nangyayari. Ang importante gumawa ka ng paraan na makalimutan mo 'yong babae. Kung talagang mahal mo, ligawan mo ulit, kunin mo ulit. Pero kung hindi mo kaya 'yon, kalimutan mo na. 'Pagdasal mo na lang.'

Marami akong kaibigan na nagka-gano'n. 'Yong iba, sa akin pa umiiyak. Siyempre, maiiyak ka kapag 'kinikuwento na 'yong sakit ng buhay niya. Naiiyak siya, e. Pati na rin ikaw, dahil maaawa ka.

No'ng dumating ang panahong parang ramdam kong bubulusok na ako at posible ko siyang malampasan, hindi ko siya tinake for granted. Kinukuha ako sa Sampaguita, sabi ko kina Doc Perez, 'Kunin n'yo rin si Bayani, magaling 'yon.' Kinuha nga siya. For a while, in the running siya sa *Jack and Jill*. Sa akin lang napunta ang role.

Ako at si Bayani performing sa isa sa mga American bases dito

And then no'ng 'sinasama niya ako uli sa Japan for the third time, hindi na ako pumuwede. Yinakap-yakap ko siya. 'Tatapatin kita,' 'kako. 'Ayoko na munang magbiya-biyahe. Dito na lang muna ako. Sa abroad kasi, hindi ako mapakali. Nambababae na lang ako nang nambababae.'

Pumayag siya. Si Romy Brion ang 'pinalit niya sa akin. Nag-adjust sila ng routine. 'Binagay kay Romy na magaling mag-harmonica.

Hindi kami natapos do'n. No'ng nag-produce na ako ng pelikula, kinukuha ko siyang artista kung hindi choreographer. Pati sa TV shows ko, 'pinage-guest ko. He was a really good tap dancer. Mahirap ding pantayan sa soft shoe.

No'ng namatay siya, early in 1989, nag-flash back na naman lahat nang pinagdaanan namin.

He was 10 years older than me. Marami siyang 'tinuro sa akin. We were a team. Maski sa American bases, patok talaga, highest paid. Song and dance ang routine, may tap dance pa, may part pang nagsusuot-babae si Bayani, 'sinasayaw ko. Nag-mi-Minstrels din kami, nagba-blackface. Hinahanap 'yon ng mga puti. Kuwela. Talagang gustung-gusto kami ng mga audience.

Anyway. Nakatanggap si Bayani ng alok kay Ted Lewin.

Sino si Ted Lewin? May mga casino iyon sa Hong Kong at Japan, may mga supper club. Impresario. Promoter.

Bumale kami. May bibilhin akong lupa, 'kako, sa Ubay, sa may Banawe. Gusto ko sanang maka-advance. Madaling kausap si Ted. Nakita naming nag-go-golf diyan sa Mini-Golf sa may Intramuros.

'Yes, boys?' sabi niyang gano'n, 'anything I can do for you?'

'We need some money before we leave.'

'Of course, of course,' sabi niya.

Tapos, dumukot lang na gano'n sa bulsa. May tag-isang libo na no'n. Makapal ang pera natin dati, hindi napupunit. Binigyan ako ng isa. Ewan ko 'yong kay Bayani kung ilan ang ibinigay.

Isinama ako ni Bayani, at iyon ang una kong labas ng bansa. Sa Hong Kong.

5 Hong Kong: Mga Unang OFWs

Mga 1950 'yon o 1951. Entertainers ang isa sa mga unang pangkat ng overseas foreign workers. Kami na siguro ang sumunod sa mga nagtanim ng pinya sa Hawaii.

Isang milyon pa lang yata ang tao sa Hong Kong.

One year ang contract pero pinapayagan kaming umuwi in between, pa-ten days, ten days, during which time kumukuha si Bayani ng pinch-hitter mo.

Ang bayad sa amin, P1,050 a week. Ang 'binibigay ni Bayani sa akin, P200. Sa kanya 'yong P850. Sa loob-loob ko, hindi pa isinama 'yong fifty naman, o. Kinuha pa rin 'yong butal. Parang lion's share siya pero 'di na bale, 'kako. Mahal ko naman ito, may utang na loob ako rito.

Bayani, ako at mga friends sa Hong Kong

Hong Kong: 1950-1960

Magulo ang Hong Kong noong simula ng dekada 1950. Nagwagi sa giyera sibil sa Tsina ang puwersa ni Mao Ze Dong at ng Partido Komunista ng Tsina noong 1949. Halos walang tigil na dumagsa rito ang mga *refugees* laluna mula sa Shanghai. Kabilang dito ang mga musikero, mananayaw at artistang Pilipino na nagtanghal sa mga teatro, otel at klab ng Shanghai na tagpuan ng mga dayuhang negosyante at turista.

Bagu-bago pa lamang bumabawi ang Hong Kong mula sa pananakop ng Hapon, banta naman ng komunismo ang bumalisa rito. Lalo pang sumidhi ang tensyon nang sumiklab ang Digmaang Koreano noong 1950.

Sa kabila ng tensyon, nagpatuloy ang Hong Kong sa modernisasyon. Inayos ang Kai Tak Airport para sa mga bagong eroplanong jet; nagpatayo ng mga *tenement building* para sa mga iskwater at biktima ng sunog ng 1953; sinimulan ang pagbubukas ng mga bagong teritoryo at ang pagkuha ng lupa mula sa dagat.

Nagpatayo ng maraming gusali bilang opisina. Inakit ang malalaking kumpanyang internasyonal na magtayo ng punong tanggapan sa Hong Kong. Maraming otel ang binuksan—Ambassador, Park, Imperial, President, Empress, Hong Kong Hilton, Mandarin bukod sa dati nang Peninsula. Pinaunlad ang turismo at iba't ibang pook-libangan.

Ingles ang wikang nag-ugnay sa mga dayuhang nanirahan at nagtrabaho sa Hong Kong at sa mga Tsino at iba pang katutubo ng kolonya. Bukod sa Cantonese at Mandarin, mga awitin at tugtuging Latino at Ingles na kabisado ng mga Pilipino gaya ng mambo, cha-cha, rhumba, jazz at rock and roll ang lumibang sa kanila, laluna sa mga dayuhang negosyante, sundalo at turista.

Naging popular ang jazz at mga orkestrang mga tugtuging 1930 pa ang tinutugtog. May umaawit sa chorus, may mga mananayaw na sabay-sabay sumasayaw, at may mga komedyante. Dito nakilala ang mga musikero, mananayaw at artistang Pilipino na lumikas mula sa Shanghai at nasa Hong Kong na noon pang 1945. Kinontrata ang iba pa mula sa Pilipinas.

Kahit na nauso ang mga kombo noong dekada 1960, nanatiling popular ang mga bandang Pilipino. Sumikat noong dekada 1960 ang ilang kombong binuo ng mga anak ng mga unang musikerong Pilipino sa Hong Kong gaya ng D'Topnotes. Nanatiling malakas ang industriya bunga ng pagdagsa sa kolonya ng mga sundalong Amerikano na nag-R&R mula sa Digmaang Vietnam at sa mga baseng Amerikano sa Pilipinas, South Korea at Hapon.

Kung tutuusin, mga musikero, mananayaw at artistang Pinoy nga noong dekada 1950 ang mga unang OFW sa Hong Kong, gayundin sa Japan. Noong 2005, ginunita sa Hong Kong ang ika-60 anibersaryo ng unang pagtatanghal ng mga musikero, mananayaw at artistang Pilipino.

Dante L. Ambrosio

Saka ang suma total, P800 a month. Good na rin. Sa exchange rate na P1 to HK$2.80, kumportable ang lamang ng pera natin. Pag nagpapalit ako ng P100, ang dami ko nang nabibili. Ang isang ready-made suit nga, P15.00, English wool na iyon. Ang mura ng mga damit. E, sa Hong Kong, European goods ang n'ando'n, puro de-kalibre.

After Hong Kong, Japan naman. Palaging six months ang contract sa Japan. At kung ano ang work experience namin sa Hong Kong, mga adjustments, halos gano'n na rin sa Japan.

Mabait ang mga Hapon, maganda ang ugali. Pero initially, dala-dala ko pa ang mga sama ng loob na galing sa giyera since wala pang sampung taon mula Liberation. May Hapon na na-assign mag-assist sa amin, si Joaquin. Excuse the language, minura ko siya nang minura.

'Putang-ina n'yo! No'ng panahon n'yo sa amin, pinahirapan n'yo ako. Pinagsasampal. Hindi lang ako, kundi buong bayan. Putang-ina n'yo!'

Sumige ako nang sumige—ganito, ganyan. Akalain mong sumagot 'yong Hapon? 'Huwag mo naman akong murahin!'

Fluent na fluent ang Tagalog, marunong pang mag-Bisaya, at 30 years palang natira sa Pilipinas!

'Giyera noon. Akala namin, 'yon ang tama,' depensa niya. 'Pero hindi kami talagang gano'n.'

Napahiya ako.

Sa Japan din ako unang nag-winter at nakakita ng snow. First week of December kami dumating, e. Para akong gago, 'Wheeeee, snow!' Tatlong buwan kang mapaligiran ng yelo, asar ka na. Lumabas akong walang guwantes, nanigas ang kamay ko, naghanap pa kami ng restaurant na may fireplace. Masarap lang ang winter sa una, and then nakakawalang gana na.

Si Bayani at ako doing the Mambo with an all female troupe sa isang Hong Kong nightclub

Ang nakasabay namin, si Bimbo Danao. Sikat na sikat 'yon do'n, a. Artista rin siya dati sa LVN. Nagkaro'n ng second wind ang career as a singer. Nag-asawa ng Haponesa. Siya ang tatay ni Laura Danao, na sumikat na dancer sa TV noong 'late '60s, sa The Nineteeners.

Si Joe Contreras din, 'ando'n.

Sa pangalawang Japan trip, pumalag na ako sa bayaran. Papalaki na ang pamilya namin ni Grace. Nakagawa na rin ako ng pelikula, kinukontrata na ng isang major film company. In other words, mayro'n na akong leverage. In fairness kay Bayani, agad niyang 'binigay ang hinihingi ko.

So ang rate ko, pagbalik namin sa Japan, $300 na. US dollars! Sa kanya, $400. Medyo kuwan na, tama na, halos pantay.

Sa Hong Kong, dalawa kami ni Bayani, apat na babaeng chorus dancers, at saka mga musicians na puro Filipino rin.

Two one-hour shows a night. Isang 9 at saka isa pa ulit at 11. Natatapos kami nang 12 midnight; natutulog, mga bandang 2 a.m. Kadalasan, kung saan ang show, do'n din kami naka-billet. May kuwarto kami, sariling kama. At one point, though, natira kami sa King's Road.

Libre ang pagkain sa gabi. Kanya-kanya ang breakfast at lunch, na kadalasan naman, hindi ka na magbe-breakfast dahil mas gusto mo pang bumawi nang tulog. Kami na'ng nagluluto ng lunch or kung minsan, bumibili na lang ng pagkain. Mura lang at marami pang mabibilhan sa tabi-tabi—siopao saka iba pang dimsum, puwede na.

Ako at si Bayani performing sa isang US base sa Japan, mga late 1940's

Bumabawi kami sa libre. Sinusuyod ko ang menu, iniisa-isa, para matikman ko lahat. Kadalasan naman, jackpot. Pero may times na, naku, talagang hindi para sa panlasa nating mga Pinoy ang putahe. Hindi ko maubos.

Sa damit, well, ang mga amerikana, ang mga suit, pinapa-dry clean 'yon kasi show clothes 'yon, e. Pero ang regular na damit, underwear, kamiseta, medyas—ako na'ng naglalaba.

Wala kaming day-off. May daily rehearsals lalo na pag nagpapalit ng revue, which is every two weeks. Si Bayani ang choreographer, pero sa boogie, kami-kami na lang. Parang same group kasi ang audience namin, kaya kailangan, palit nang palit ng number. Karamihan Chinese. Mahirap patawanin. Hindi kasing open ng Filipino at ng mga Amerikano.

Kung minsan, napapagkamalan akong Intsik din. Pag pumupunta ako sa barberya, inaabutan ako ng dyaryong Intsik. Kunwari, binabasa ko. Nakakaintindi ka naman ng kaunti, nang basic—pag kakain, kung ano ang o-orderin; kung paano magpapasalamat.

Pero bihira pa rin kaming manood ng sine, kasi karamihan, Chinese pictures. At hindi pa uso ang English subtitles.

Walang problema sa sex life doon. Kung sex lang, ha? Ikaw pa ang susuko. Nagkakaintindihan kayo, kahit pahapyaw-hapyaw na English ang means of communication.

Sa Hong Kong, siyempre kasi na'ndo'ng nalulungkot ka, naghahanap ng mag-aasikaso, may mga nakikilala ako. Ang isa, pumarito pa sa Manila at umupa ng apartment, mapalapit lang sa akin.

Pero fling lang talaga. E, paanong hindi magiging fling, iba-iba nga.

At ang dami. Sa dami ng babaeng naka-fling ko sa Japan, naisip ko pang baka naubos na kasi ng giyera ang lalaki. Japanese women, meron ding mga puti, may mga US bases din kasi do'n, kaya marami ring mga 'Kano. Dumating ako sa puntong nag-i-i-schedule na ako ng ilang dates in one day. Pero huwag na nating pag-usapan iyon. Kainitan ko iyon, so puwedeng maya't-maya. Iniisip ko tuloy, pag umuuwi na ako, 'Maniac ba ako?'

Mostly, mga fling ko, sa sayaw nagsimula—especially 'yong sa Hong Kong, sa Japan—kasi the women there love to dance. Kapagka sumasayaw ka, kapareho din ng mga singers. Hindi ba, ang gaganda ng mga asawa nila? Malakas ang arrive mo kapagka may talent ka.

Pero hindi ako nagseryoso dahil may pamilya na nga ako. Mayro'ng kasama sa tropa, 'yong iba mga nakilala na lang do'n. 'Yong mga mahihilig sumayaw, siyempre nagpapaturo, napupunta na sa kung anu-ano.

Napapaaway ka rin, kahit ayaw mo. May nasapak akong Intsik. Sastre. Siningil ako sa harap ng mga bisita. 'I will pay,' 'kako. Sigaw pa rin nang sigaw, dinuduro ako. 'Tomorrow,' sabi ko. Umarya pa rin, galit na galit, kesyo uuwi raw ako sa Pilipinas nang hindi magbabayad. Ini-straight ko. Nahulog sa hagdan. Na-realize kong nabigla ako. Gusto ko sanang habulin pa nang salo, pero wala, bagsak na siya. Kinabukasan, pinuntahan ko, binayaran. Ayaw ko namang kumugin nila ako.

Si Bayani katabi si Leo Velez (boxer), ako sa likod nila, at si Bimbo Danao (may bigote); kasama ang mga 'Kanong guests sa isang show sa Japan

Si Bayani naman, lasing, isang beses nanood kami ng sine. Ang ingay. E, tumutugtog na ang British National Anthem. Nasigawan ng British. Tumahimik. Alam niyang siya'ng mali.

Gano'n talaga dati. Alam mo, pag tama ka. Alam mo rin, pag mali ka. Ewan ko kung pa'nong naging notorious tayo at biglang nagkaro'n ng masamang bahid sa mapa. Palagay ko, sumama ang pangalan natin no'ng mayro'ng mga Filipinong gumawa ng kalokohan, at nagkadamayan na.

Ang huwag sanang kalimutan, ang sakit ng kalingkingan, sakit ng buong katawan. Sama-sama nating dapat pag-ingatan ang reputasyon ng bansa. Iyon lang.

I remember, una kong tapak sa Hong Kong, ang karamihan ng Pinoy do'n, musician. Ang mga domestic helper nila, puro amah. Ngayon, sila na ang amo. Pinoy na ang domestic helper.

Hindi ko minamaliit ang Filipinong overseas DH. Nagpunta sila sa ibang bansa dahil walang makuhang maiging trabaho rito. Kung hindi pa dahil sa kanila, sa mga padala nilang dollars, paano na ang economy natin?

Ang pinupuna ko, ang ating mga naging leader. Ano'ng ginawa nila at bumaba nang ganito ang standing natin sa mundo?

May isa akong napuntahang Filipino gathering, sa West Coast. 'Pinagsalita ako. 'Kako, 'Ang mga Chinese sa Chinatown, ang mga Hapon sa Japanese village at ang mga Koreano sa Korean town, nagtutulungan. Sila-sila'ng nagpo-protektahan. Hindi ba natin kayang gawin 'yon?

'Oo na nga't mayro'n tayong mga kababayang ilegal at walang papel, pero imbes turuan natin kung pa'no ayusin ang status, balita ko, Pinoy pa ang nagtuturo sa kapwa Pinoy na TNT. Huwag naman gano'n, matuto tayong magbuklud-buklod.'

Palakpakan sila. Ako lang daw nagsalita ng gano'n doon.

6 Mabalik Tayo kay Grace

Dahil nga malapit ang Manila, napapayagan kaming umuwi, every now and then. Still, isipin mo, anim na buwan kang mawawala, tapos, kahit nakabalik ka na, kailangan mo pa uling kumayod. 'Andito ka nga sa Manila, panay-panay pa rin ang labas mo ng bahay. Maski pa Christmas saka New Year. Lalo pa, kapag Christmas, at New Year, dahil ang bayad, triple!

Nanlamig siya. Nanlamig na rin ako no'ng huli. Mararamdaman mo kapag wala na 'yong ang-hang.

Kung mayro'n mang third party, hindi ko na sasabihin. Ako, dahil nasa abroad ako, at nalulung-kot, may mga fling, as I've admitted. Pero hindi naman ako nagpa-iwan do'n, o nagbahay ng iba. Wala akong tinuluyan. Kung baga sa ano, sa kabila ng mga distractions, iniisip mo pa rin 'yong mga anak mong iniwan. 'Yon ang priority sa akin.

Sa simula, ayaw ng nanay ni Grace sa akin. Nag-alok ako ng kasal, hindi pa ako sikat. Inaway ako ng tatay niya at kapatid—isang may hawak na itak, at isang may hawak na kutsilyo. Ang

Nene Vera-Perez, 90, wife of Dr. Jose Perez, speaking about her mother, Doña Dolores H. Vera, and Dolphy

We all knew that mabait si Dolphy. He was always quiet. He did not get into scrapes.

And he was a professional. When he'd get an asthma attack, he would send word kaagad, so that the shooting could be re-scheduled and the production not affected.

It was not hard to discipline him. He was always on time. He was a natural. His comedy was not offensive, and very courteous, too.

But my mother, who was a very religious woman, tried her best to convince him to get married; to marry the mother of his children. She did not succeed.

pan'sangga ko lang, bangko. Sa loob-loob ko, wala akong magagawa rito kung hindi ipagtatanggol ang sarili ko. Alangan namang 'papatay ako sa kanila. Siyempre iyakan nang iyakan.

Buntis siya. Ayaw namang pakasal hanggang after six children, hindi na kami nakasal. Akala ng iba, ako ang ayaw magpatali. Hindi nila alam na si Grace.

For a while, kami ni Grace, we both tried to save the relationship. At the end of the day, mare-realize n'yo hindi na rin pala puwede. Kasi, halimbawa, as I'm trying to save it, 'ayan na naman, aalis na naman ako, bibiyahe ulit. Wala na. And then, basta na lang, walang kibuan. Wala talaga; ni ha, ni ho. Nagkaroon na kami ng cold war. Hindi na lang basta nag-usap.

No'ng maghihiwalay na kami, kumuha siya ng abugado, si Perlas. Pinag-usap kami na kung gusto ko raw, tatlong anak sa kanya, tatlong anak sa akin. 'Huwag naman,' 'kako, 'para naman silang mga aso.'

'Ganito na lang,' suggestion ko pa, 'kunin niya ang mga bata, Lunes hanggang Biyernes. Sabado at Linggo, ibigay niya sa akin. Kung gusto niya naman, sa akin ng Monday to Friday, tutal ako'ng magpa-paaral, at kunin niya ng Sabado't Linggo.'

'Kako, 'Hindi na ako kukuha ng abogado, sa iyo na lang, kung ano'ng mapagkasunduan natin.' Bumilib sa akin si Perlas, naging kaibigan ko tuloy. Dagdag ko pa, 'Paghatian namin whatever property mayro'n kami. I'll pay her na lang.'

Pumayag siyang sa akin na lang 'yong mga bata, kukunin niya pag weekends. E, hindi rin naman niya kinukuha ng madalas. Buti na lang, my father and my mother were there to help take care of my kids.

Sa mga bata kasi, hindi siya masyadong maasikaso, e. Malinis siya sa bahay, pero 'yong mga anak namin, mas malapit sa akin, lalo't sa akin na rin lumaki no'ng huli na. Pero maski maliliit pa lang, talagang naging closer na ako sa mga anak ko. Dahil anim na buwan akong wala, pinupunan ko pag na'ndito ako, para mabayaran ko ang pagkukulang ko.

Grace and I separated in 1963. Nakakaiyak din, kapag hinahanap ng mga bata ang nanay nila, pag nagtatanong kung hindi na raw ba kami magkakaayos. I would say, 'Huwag lang ako'ng tanungin ninyo; ang Mommy ninyo.'

Dagdag ko sa kanila, 'kami ng Mommy n'yo, nagkahiwalay. Pasensiya na kayo, gano'n talaga ang mag-asawa kung hindi magkasundo. Hindi naman sa amin lang nangyari ito, marami ring nagkaganito, at nasama kami. Basta sa tuwing gusto ninyong puntahan ang nanay ninyo, dadalhin ko kayo sa kanya.'

No'ng hiwalay na kami, nagbatian kami ulit. At saka kung minsan rume-request siya sa akin kapag may gusto. 'Binibigay ko naman. 'Yong mga bata ang inuutusan. Hanggang nagkasakit at namatay, na ako rin ang nagpalibing, last year lang, 2007.

Before she died, I visited her sa hospital. I asked the doctor, 'Ano ba talaga ang score? Tapatin n'yo ako.'

Wala na raw, sabi ng duktor. Ito namang mga anak namin, pinatutuloy nang pinatutuloy ang treatment. Hindi ko masabing huwag. Ayokong isipin nilang gusto ko nang mamatay ang nanay nila. Nagpakuha pa ng dugo, 'Sige pumunta ka kay Rosa (Rosal),' sabi ko, 'gamitin mo ang pangalan ko.' Nagbabayad sa dugo no'n, at wala silang pera sa Red Cross no'ng time na 'yon; kakaunti ang nagdo-donate.

Nalungkot din ako, of course. Mamatayan ka nga ng kaibigan mo, maski alagang aso, nalulungkot ka; iyon pa kayang naging asawa mo? Tapos may mga anak pa kayo, at mga apo?

Unconscious na siya no'n. Kinakausap ko, hindi na nagre-respond. Hinawakan ko sa kamay, at siyempre nagfla-flash back 'yong time when she was so beautiful and all that. How we met. Pati kung paanong naging gano'n ang buhay naming pareho. I felt so guilty na nagkahiwalay kami, na nagkaro'n ako ng mga kasalanan sa kanya. Kung anuman ang sa tingin kong naging kasalanan niya rin sa akin, pinakawalan ko na. I let go. I forgave her also.

Ang mga anak namin ni Grace

Si Manuel. Manny Boy ang tawag ng iba sa kanya. Sa amin, siya si Boy.

Na no'ng ipanganak, nakipag-away pa ako sa ospital kasi dinala si Grace sa charity, sa walang bayad. Nakita ko 'yong kalagayan; naawa ako. Kaya 'pinadala kong pilit, 'pinabuhat kong pilit, sa San Lucas. Kay Bayani ako naka-dilihensiya ng pambayad.

Manuel Domínguez Quizon, December 3, 1951

Children with Amor Villegas: Michael, Claire and Manuel Jr. (Boy2)

Children with Rowena Banaag: Justin and Kevin

I was 13, no'ng naghiwalay ang parents ko.

Hindi ko alam kung nagalit ako sa Daddy noon. Pero sa tutoo lang, no'ng nalaman kong may mga iba akong kapatid, hindi ako nagalit. Parang, 'andiyan na 'yan. Dumaan man ako sa period na parang sinisisi ko siya, na parang nagtampo ako—noong una lang iyon. Nakita ko rin naman na gumagawa siya ng paraan para makasama kaming lahat.

Halimbawa, pag Pasko, naka-schedule. Ang una, sa kung saan man siya nakatira. Then, sa Makati; then kina Eric; tapos, sa amin na sa Ubay, especially no'ng buhay pa ang Papang at Mamang.

Lahat ng kapatid ko, kahit sino pa'ng nanay, mahal ko.

Kung puwede nga lang na pagsamahin ang nanay nina Eric, ang nanay ko, at mga nanay ng lahat sa iisang katauhan, para isa lang ang asawa—tapos, labing-walo kaming magkapatid!

Masakit para sa amin ang pagkakakulong ni Junior. Akala ko dati, pinakamatindi na 'yong pinanood kong inooperahan siya, nilalagyan ng bakal sa panga, saka sa hita. Hindi pala. Dinadalaw ko siya sa Munti, nagba-basketball kami, pero I admit, hindi madalas 'yon. Ang mahirap sa dumadalaw ka, 'yong umaalis ka ulit, iiwan mo pa rin ang kapatid mo.

And of course, namatay si Freddie. Nabalitaan ko na, ayaw kong maniwala, hanggang ang Daddy na ang nagsabi. Iyak ako nang iyak. Gusto kong umuwi, pero 'di pa ayos ang papers ko at that time. Huli kong kita sa kanya, pinuna ko'ng kabaitan niya. Nagwawalis siya no'n, sa Ubay. Saka, ano pa 'yon, siya mismo'ng nagpapaligo sa mga anak. Tapos, kumiss sa akin. 'Yon ang huli kong natatandaan. Inakap niya ako, tapos, hinalikan, at pinagsabihan, 'Kuya Boy, parati mong alagaan sarili mo, ha?'

Sa lahat nang minahal ng Daddy, pinakamalapit ako sa Tita Baby, sa Mommy nina Eric. At pati na kina Eric. Talagang malapit; as in . . . basta.

Ang Daddy, hindi makatanggi sa maganda. Madaling magmahal. Galante. Pero maprinsipyo. Kahit tinulungan ka niya in the past, and then ikaw naman ang kailangan niya ngayon; hindi niya masasabi sa iyo agad that he needs your help.

Mahirap maging anak ng isang Dolphy, but I'm very proud na siya ang tatay ko. Kung na-disappoint ko man siya noon; I'm sorry. I love him so much. Gusto kong sabihin sa Diyos na kung mabubuhay pa ako ng 30 years, sana, ibigay na lang Niya ang kalahati no'n sa Daddy. Maski mauna na akong mamatay; huwag lang muna siya.

No'ng nasa apartment pa kami, sa Apo St., Quezon City, naipit ang kamay ni Boy sa pintong nagsara sa hangin. Talagang nagsisisigaw. E, ang bahay, nasa second floor. Ang ginawa ko, umakyat pa ako do'n sa bintana sa baba, paitaas na gano'n, gumapang, gumabay sa dingding para makarating sa kabilang bintana. Nabuksan ko 'yong pinto. Piping-pipi ang kamay ng anak ko, tanggal 'yong ibang kuko. Dinala ko sa ospital nang umiiyak ako talaga. 'Yong kamay, parang minaso; naramdaman ko ang sakit.

Na'ndo'n din si Grace sa bahay, nagpa-panic, do'n sa may pinto.

Naisama ko si Boy sa Hong Kong, sila ng Mommy niya. No'ng gabi na, nagla-love-making kaming mag-asawa, bigla siyang sumampa sa kama, biglang naging tatlong ulo kaming mag-kadikit do'n. Natatakot daw siya; kung puwede raw na tumabi sa amin. Na-interrupted melody kami.

Lumaki siyang tahimik. He took up Commerce pero hindi nakatapos. He tried to get to the top; hindi nga lang suwertihin. Maski nag-artista hindi rin nagkayari. 'Nilagay ko sa RVQ as office manager; hindi rin maka-cope. After so many years, nauwi sa wala ang first marriage niya kay Amor, na apo ni Dely Atay-atayan. But his kids are beautiful! Anak niya si Boy2, na ka-birthday ko, na I'm proud to say gumawa ng pangalan niya on his own, kahit sabihing sa akin nagsimula, sa *Home Along Da Riles.*

Nag-decide si Boy na mag-migrate sa US, and maganda na ang kalagayan niya do'n. Madalas tumawag dito, parang bagong tao. Na-promote pa sa trabaho. Talagang it's never too late to succeed basta nasa puso mo, at naka-focus ka sa gusto mo.

Kasunod ni Boy, si Salud, na ang ganda-ganda no'ng baby. Talagang cute. Siya lang ang babae sa kanila. Siyempre ang babae, mas karinyosa.

Ang siste, tag-isang babae lang sa bawa't "set-up." Nagseselos ang mga lalaki kasi raw mas mabait ako sa mga girls. Pero ang tutoo, sa mga babae lang din ako nakakakuha nang mas matinding karinyo, 'yon bang yayakapin ka at lalambingin. Masarap 'yon, e. Pang-alis pagod.

Palibhasa, unang anak na babae, sa lola 'sinunod ang pangalan niya, kay Mamang. She was born in 1954, at mas may direksyon na ang career ko at that time. Nasa Sampaguita na ako, napalabas na ang *Isang Sulyap Mo, Tita; Jack and Jill;* at ang *Vod-a-vil.* I was doing *Dalagang Ilocana.*

Malambing na bata si Sahlee at hanggang ngayon naman.

Nagselos siya, I think, no'ng nalaman niyang may iba pa siyang kapatid na babae, si Kit. 'Buti na lang at nagkalapit din sila. Pag nagpupunta siya ngayon sa US, hahanapin niya agad si Kit. Close din siya kay Donna, na kapatid nina Eric.

I gave her the opportunity to be wealthy. Sayang at napabayaan niya. There was a time kasi, sa US, hindi naman sa pagbubuhat ng bangko, sobra ang lakas ng kita ng mga pelíkula ko. Sa kanya ko ibinigay ang pagma-manage no'n. E, nagkaro'n ng kaso, may napatay pa.

Boy2 Quizon

We have the same birthday, July 25.

I went to visit my Lolo, with my Dad, sa Home Along Da Riles. *I was eight years old. Hindi pa ako artista; naglalaru-laro lang. Then Johnny Manahan, si Mr. M, the director, saw me; asked kung gusto kong mag-artista. Tumingin ako kay Lolo and siya ang nagbigay ng go-signal. 'Yes!'*

After three months of Ang TV, *nilagay ako sa* Home Along *as Estong Tutong, kabatuhan ni Vandolf. I worked with Lolo there until I was 18.*

Unang-una kong natutuhan sa kanya ang professionalism. And then, 'yong ginagawa niya sa dialogue na hindi niya minemorize lang, kundi ina-aply niya sa isang tunay na incident sa buhay niya; kaya ang labas, natural sa mata ng tao. Saka ang timing niya, of course, ang bato.

He supported me no'ng nag-decide akong lumipat, at maging kapuso. E, 'di ba, endorser ako ng Globe? Tumawag siya sa akin, sabi, 'Tatanggapin ko 'yong Smart, ha?' Natawa ako. I said, 'Lolo, ba't mo pa kailangang itawag sa akin 'yan?'

But that made me feel good.

Then, I said, no'ng pumutok ang betamax, 'Salud, eto na'ng pag-aralan nating i-distribute, imbes na mismong pelíkula. Hindi ko na magagawang asikasuhin iyan, dahil busy ako sa Manila. Ikaw na ang makialam.'

Napabayaan niya rin. Hindi siya masyadong na-focus do'n hanggang sa na-pirate na lang ang mga pelíkula namin. Naunahan kami ng mga Vic del Rosario, mga Mother Lily, pati na Trigon.

Pero OK kami. Wala ang Kuya Boy niya rito, so siya ang panganay sa mga naiwan. Siya ang tagasabi sa mga kapatid niya, tagapangaral. Matanda siya sa mga pinagsasabihan niya, e, ang iba naman do'n puro pasaway.

Kaawaan ka ng langit, pag iyan ang nauna sa iyong gumamit ng banyo. Kung anung-ano ka na, maigi ka pang maghanap ng toilet sa labas—isang oras mahigit iyan sa loob. Ganyan din si Donna at si Junior. Ewan ko kung nakikipag-usap sa bubbles, basta't hindi sila marunong mahabag sa kung sinong naghihintay gumamit pagkatapos nila.

Rodolfo Junior.

Bata pa lang si Junior, nag-artista na. Child actor, sa *Like Father, Like Son*. Si Helen Gamboa ang leading lady ko.

Lahat ng mga anak ko, may natural na hilig sa pag-aartista. But, sinabi ko sa kanilang huwag asahan na ang nangyari sa akin, mangyayari rin sa kanila, although kung ako'ng masusunod, gusto ko, malampasan pa nila ako.

Salud Domínguez Quizon, April 2, 1954

Son, Alvin

Unforgettable ang First Communion ko. Seven a.m. iyon. Pinilit siya ng Mommy na magpunta. E, puyat. So naglalakad kami papuntang altar, tahimik na tahimik sa chapel. Biglang narinig ang lakas ng hilik. Siya na pala iyon; nakaupo, tulog na tulog. Pinapalo ng Mommy ko para magising. Tawa nang tawa ang mga classmates ko.

I never asked kung bakit marami siyang mahal. Automatic na sa akin na kung sino ang mahal niya, mahal ko rin.

Pero selos talaga ako dati kay Kit. Paano kasi, dinala sa bahay, kinarga-karga ko; ang cute, e! 'Tinanong ko, kung sino. Sagot ng alalay ng Daddy—'Kapatid mo.'

Ngayon, hindi na.

Pinaka-close ako kina Eric. Mabait kasi ang Tita Baby. She really made us feel na parang anak niya rin kami.

Hindi ako naging close agad sa mga anak sa pangalawa, kasi siyempre, ang feeling ko, galing sa amin, sa kanila na nagpunta. Pero no'ng maghiwalay ang Daddy at ang Tita Baby, pakiramdam ko, parang kami uli ang iniwan.

Ewan ko kung masasabi ito ng iba kong kapatid, pero ang feeling ko, parang wala na 'yong iba-iba ang mga nanay. Kasi ramdam ang closeness—pag nagki-kiss, we say 'I love you,' na sincere; na nakuha namin sa Daddy. Pagkausap mo iyon sa phone, iyon ang sinasabi niya, bago magbaba: 'I love you.'

Ang nakakabilib sa Daddy, marunong siyang mag-sorry pag siya ang may atraso. So pag naman ako, nagso-sorry din ako at humaharap sa kanya.

Pinakamasaya siya pag magkakasama kaming lahat. Iba ang aura niya pag kumpleto ang pamilya.

Pinakamalungkot siya no'ng kay Freddie. Masakit daw ang mawalan ng magulang, pero mas pa ng anak.

Ang wish ko for him, sana, ikasal na sila ni Zsa-Zsa. Kung iyon ang ikaliligaya niya, that's what I want for him.

Mahal na mahal ko siya. Hindi ko ma-express kung paano, kung gaano. Kung puwede ko lang balikan at i-lessen ang mga pagkukulang naming magkakapatid sa kanya, ginawa ko na.

Nakikinig lang si Junior pag nagsasalita ako nang gano'n.

Ang first big solo movie niya, kay Chiquito pirmero inalok. *Anting-Anting ni Goryo*. Ang producer, si Charlie Ordoñez, dating taga-Sampaguita. Hindi sila nagkasundo ni Tito sa presyo, sa akin lumapit, baka raw puwedeng gawin na lang na *Anting-Anting ni Ompong*. Hindi ko maisingit sa schedule ko, so ang suggestion ko, kay Junior na lang ibigay. Rodolfo rin naman siya, Ompong din.

Nangyari nga. Ang leading lady si Tina Revilla. Nagsunud-sunod na. Nagkaro'n na ng sariling pera. Maraming pera. Dumami ang mga kaibigan, mga nakikiangkas na. Para makaangkas, drugs ang ginamit. Binuyo si Junior, na nagpabuyo naman.

Nabalitaan ko 'yon. Siyempre, may nagpapasabi sa akin, may nagpaparating. Kinausap ko'ng anak ko. Na tumanggi. Puwede bang umamin ang gano'n? Pero 'di na kailangang umamin, nakikita sa hitsura, sa pananalita. Dating matatas, biglang naging bulol.

Hindi ko mapagalitan dahil may sakit, wala sa huwisyo, hindi normal. Pero 'pinapakita kong hindi ko gusto ang ginagawa nila. Apat sa mga anak ko sa una ang nalulong diyan. Si Junior, si Freddie, si Edgar, at no'ng huli na lang si Rolly. Si Freddie, mas sa alcohol, pero nag-drugs din.

Sometimes, iniisip ko, kasalanan ko ba ito? Ako ba ang may diprensiya, ang naging dahilan kaya sila naging addict?

Pero bakit si Boy, hindi nagkagano'n? Bakit ang mga anak ko sa iba, hindi rin, na at the worst siguro, tumikim, tapos 'yon na lang 'yon?

Addict na si Junior no'ng naaksidente, bago pa nasampahan ng kaso. Total wreck ang Land Cruiser niya. Inoperahan siya, naging bionic—may bakal sa panga, sa pigi, naka-crutches. Addict, e, di madaling pagdudahan, kapani-paniwalang pagbintangan.

Hindi ako nagpa-interview sa media noong kontrobersyal ang kaso. Useless, e. Sasabihin, kinakampihan ko, at anak ko. Pero ito ang alam ko.

No'ng gabi ng sunog, birthday rin ng una kong apo, si Claire, na anak ni Boy. Sa Ubay ginawa. Nanalo rin si Junior sa karera no'ng umaga; nagblow-out, kaliwa't-kanan. Sa madaling-sabi, no'ng gabi, bangag na bangag na, langong-lango. Nakahiga na sa sala. Sabi ko sa mga tauhan ko sa RVQ, ipanhik na siya sa kuwarto, at nakakahiya sa mga bisita. Mga 12 o'clock na no'n, hatinggabi.

Umalis ako. I was with Lotis Key no'ng panahon na 'yon. Sa kanila ako natulog. Saan ang bahay niya? Sa tabi mismo ng bahay nina Mina Aragon at Vic del Rosario.

Nakalaya na si Junior pero hindi pa rin makatkat sa isipan ko bakit hindi ito napansin ng imbestigasyon: Paanong nakababa ng bahay mag-isa ang bangag na may bakal sa katawan, naka-crutches, bumili ng alak, ng gasolina, at pagkatapos, sumampa sa pader para manunog? Bakit niya susunugin ang bahay na katabi lang nang kinaroroonan ng sarili niyang ama?

Sa unang round, sa Pasig Fiscal's office, napawalang-sala na siya. Pinagbabakasyon ko sa

Dolphy's son, 2 others face criminal raps

Three persons, including the son of comedian Dolphy, are facing criminal charges in connection with a fire that destroyed the residence of actress Mina Aragon last year in San Juan. The fire also resulted in the death of six persons.

Rizal Provincial Fiscal B. Jose Castillo said the suspects are to be cited for alleged violation of Presidential Decree 1613, or the Anti-Arson Law. Under said law, a violator gets the death penalty.

The cases against other suspects were

(Turn to page 5, col. 6)

DOLPHY'S SON

(Cont'd. from page 1)

dismissed for insufficiency of evidence.

Senior State Prosecutor Apolonio R. Chavez, Jr., in a resolution, said those to be charged in court next week are Rodolfo Quizon, Jr., son of Dolphy; Alfonso Perez, better known as Jerry Pons in the entertainment industry; and Mario Salvador, Miss Aragon's nephew.

Dropped from the information were Joselito de la Merced, 37, a businessman, and Reynaldo Bayona, Jr., both friends of Salvador.

Miss Aragon, whose real name is Fermina S. Reyes, filed the charges before the PC Metrocom which later elevated the cases before the Rizal provincial fiscal's office. She was assisted by private prosecutor, Dakila Castro.

Trapped dead in the house Aragon shared with her husband, Vicor recording executive Vic del Rosario at No. 2 Jade Garden compound, Santolan road, San Juan, were Corazon Salvador, Mina's mother; Fernando "Randy" Poe, III, Mina's son by actor Andy Poe; Vina Vanessa, Mina's daughter by Vic del Rosario; Ramonito Luis Salvador, Mina's nephew; Trinidad Briones and Noragales Ylescupides, Mina's midwife and trusted helper, respectively.

Salvador was being charged on the basis of his own admission that he set the house on fire on March 30, 1980 after Mina and Del Rosario drove him out of the house. Dolphy, Jr. and Jerry Pons were included in the charges on the basis of testimony of eyewitnesses Nelson Bustamante, a jogger, and Danilo Buenaventura, a passerby, who saw and recognized the two actors at the time of the incident.

Del Rosario estimated the damage, including three cars, at P550,000.

Archived news item from *Bulletin Today*, September 19, 1981, on the conviction of Dolphy's son in connection with the burning of the house of Vic Del Rosario and Mina Aragon.

Killed in the fire were Vic and Mina's daughter, Vina; Mina's son by Andy Poe, Fernando Poe III; Mina's mother, Corazon; Mina's nephew, son of Mina's brother, Ramon; Trinidad Briones, Mina's midwife; and yaya Nograles Ylescupides.

Amerika, ayaw umalis, another proof na hindi siya involved sa nangyari. 'Di ba, ang karaniwang sabi, "flight is a sign of guilt?" Saan na ba naro'n si Joc-Joc Bolante? So, 'ayun, binuhay ang kaso. Dinampot ulit. Isa pa si Ping Lacson sa mga humuli. No bail recommended, dahil arson with multiple homicide daw, at anim ang namatay.

Asang-asa si Junior na malulusutan niya. Sa araw ng sentencing, nakatanggap ako ng tip. Hindi ako nagpunta sa korte. Hindi dahil sa nahiya ako't makukulong ang anak ko, kundi dahil galit ako. Alam kong inosente siya. Circumstantial lang ang evidence laban sa kanya, at kung mayro'n man siyang kasalanan, 'yon lang, na durog siya.

Pero hindi ko na ki-kuwestiyunin ang Diyos. Nakulong ang anak na isinunod sa pangalan ko. Nagdusa mula 1991 to 1998. Nagtino. Marami siyang natutunan sa buhay. Naging madasalin at preacher na ngayon. Paminsan-minsan, nakukuha pang umarte sa TV. 'Yong panganay niyang si Ryan, na 'pinag-aral ko, engineer na ngayon. I used to tell that boy, na pag bumaba ang marka niya, hindi ko na siya pag-aaralin. Niregaluhan ako no'ng Pasko. Binigyan ako ng pera. It wasn't the money, but na-touch ako talaga.

God is good.

Rodolfo Quizon Jr., April 16, 1955

Children with Cecile Cruz: Ryan and Randolph

Children with Reggie Pryor: Rocky, Rodolfo III or Thirdy, Richmond and Ruffa Carla

Wala akong resentment sa Daddy ko. OK lang kami. Pero siguro nga, dahil hiwalay ang mga magulang ko, naghanap ako ng love and care sa barkada, at bumaling sa drugs. Na mali. Na alam ko na ngayong maling-mali. Pero siyempre, noon, dahil may pera ako, hinanap ko. Nagsimula sa mari-marijuana; naghanap na nang mas matindi.

Hindi ko maipaliwanag ang naramdaman ko no'ng masentensiyahan. Nagkita kami ng Daddy after one week. Pinuntahan niya ako sa Sampaguita Detention Center; nag-o-orientation bago ako dalhin sa Maximum Security. Iyakan kami.

Nag-apila kami. Matagal tumulak ang appeals.

Dinadalaw ako ng mga kapatid ko, ibang kamag-anak. Nasasaktan ako pag tumitingin sila sa relo, na parang nagmamadali. Hindi man magmadali, ayaw ko rin 'yong umaalis sila; iniiwan ako ulit. Nagpapadalaw ako sa Daddy; kahit paano, natatawagan ko siya mula sa Bureau Office, pero nahihirapan din ako pag nakikita ko siya, so hiniling ko na lang na huwag niyang pabayaan ang mga anak ko. Na ginawa naman niya; kinuha niya ang mga bata, itinira kasama nila ni Ness.

Inabot ako nang dalawang taon sa loob bago makatulog, bago makapag-adjust. Ang sabi, gano'n daw ang mga walang kasalanan, kumpara sa mga mahimbing ang tulog, dahil alam nila kung ano'ng ginawa nila. Ayaw ko ring ipakita na anak ako ni Dolphy, dating artista, astang big time. Natuto akong makisama. Kumain rin ng rancho, 'yong meals.

Pero tuloy ang bisyo. Kung ano ang mayro'n sa labas, available rin sa loob. Grabe kung gumamit ako do'n ng shabu—6 grams a day! Nagpa-tattoo rin ako, mga pangalan: sa Daddy, mga kaibigan niya, mga tiyahin ko, lahat na. Ano na 'yon, e. Buryong. Boredom. 'Yong gusto mong sinasaktan ang sarili, kasi pag nasasaktan ka, nakakaramdam ka pa pala. Masakit ang tattoo.

And then, 1994, nakilala ko ang Panginoon. Well, hindi naman overnight ang proseso. Basta may mga nagwi-witness sa akin, nagpe-pray over. Nagsimula akong magbasa ng Bible.

Doon ko naunawaan 'yong mga plano ng Lord sa buhay ko. Kasi, noong lumabas ako, karamihan ng barkada ko, namatay na dahil sa drugs. May mga nag-suicide, may mga na-overdose.

Salamat, Lord sa ginawa Mo sa buhay ko. Ako pala'y itinabi Mo lang.

Natutuhan ko ang magpatawad, kasi 'sinama ko na lang sa panalangin lahat 'yong mga pinagkikimkiman ko ng galit. Hindi lang galit ang nawala sa akin; pati mga bisyo at ang desire para sa mali.

September 28, 1998, ako lumabas. Hindi ako dumiretso sa Daddy. Siniguro ko munang wala na siya sa ospital, saka malakas. Pinuntahan ko siya, payat na payat pa. Nag-iyakan kami.

Nagpasalamat ako sa suporta niya. Ang sagot niya, 'Salamat sa Panginoon at nakalabas ka na.'

'Binigay rin sa akin ang happiness na marinig si Freddie, nag-testimony sa isang church sa Caluya Island, malapit sa Boracay. Three minutes lang dapat; inabot siya ng 15 minutes, nagpapasalamat sa Panginoon. Iyak ako nang iyak. May struggles pa siya. Nag-backslide pa uli, pero alam ko na nasa piling na siya ni Lord.

Hindi pa huli ang lahat. Ang mahalaga, inabot ng Daddy ang pagbabago ko. Nakahingi ako nang tawad sa lahat nang ginawa ko. Pine-pray ko na bigyan pa siya ng mahabang buhay.

Niluluhod ko palagi sa umaga, sa gabi, sa tuwing pumapasok sa isip ko ang mga mahal ko sa buhay—ang Daddy, ang mga kapatid ko—na makilala rin nila at tanggapin ang Diyos na nakilala ko't tinanggap. Nangangarap akong sana, dumating ang araw na kasama ko na silang lahat sa isang church nananalangin, nagwo-worship, nagpe-praise sa Panginoon.

Wilfredo ang tunay na pangalan ni Freddie.

Tahimik siya no'ng bata. Pero pag dumaldal, tuluy-tuloy na. Honor student sana pero hindi nagtapos.

Hindi ako nag-pressure ng anak, nakialam sa pangarap nilang maging. Ayaw kong pilitin sila, na, 'Hoy, ikaw, maging gano'n ka, o ganito.' Naniniwala kasi akong ang ambisyon mo, dapat manggaling sa iyo. Kamukha ko, hindi ako nagkapanahong isiping maigi kung ano'ng gusto kong gawin sa buhay dahil second year nga lang ako sa high school. Pero maski na gano'n, buo na sa loob kong may mangyari sa buhay ko—ang kumita kahit paano, huwag lang sa masamang paraan.

Tinanong ko si Freddie kung ano'ng kukunin niya. 'Bahala na ho,' aniya.

'Aba, isipin mo na,' 'kako, 'nasa college ka na.'

Pinag-aral ko siya. Obligasyon ko 'yon, as a father, ang pag-aralin ang mga anak ko, para mag karoon sila nang magandang katayuan, mabuting kinabukasan. But I failed there, sa mga unang anak ko. Lahat sila sa una, walang natapos ang mga lalaki kundi alak, drugs.

Pero sabihin pang may paborito ako sa mga anak ko, sabihin pang mas ipinagmamalaki ko ang iba na mayro'ng gustong gawin sa buhay nila, pare-pareho ko silang mahal. Ilan sa kanila ang nadisgrasya, nagmuntik-muntikang mamatay, na-comatose—dinalaw ko sa ospital, halos araw-arawin, kung 'di man araw-araw nga.

Marami na akong pinagdaanan as a father. Akala ko, matibay na ang dibdib ko. And yet, si Freddie, no'ng ike-cremate na, wala ako. Ayaw kong makitang 'pinapasok siya sa malaking kalan. Parang dinudurog ang dibdib ko. 'Di ko kinayang harapin 'yon.

Alam ko ang nangyayari sa kanya, that he was turning into an alcoholic. Umaga pa lang, nagha-hanap na nang maiinom. Saway ako nang saway. 'Yang liver mo, ingatan mo. At 'yon nga ang bumigay. Natumba raw muna, nabagok, na-fracture ang ulo, and then nag-liver failure.

No'ng isugod siya sa ospital, 'pinagdasal ko na sana buhayin pa. Pero kung 'di na puwede, 'kako, huwag na lang pahirapan. 'Pinagpasalamat ko ang buong panahong nagkasama kami, na kahit papaano, nagkaro'n kami ng movie na *Markova (Comfort Gay)*, with Eric and Epy. Magaling din si Freddie ro'n.

I pray for his children. Ang mga anak niya, nasasabit sa kung saan-saan. Palagi pang nama-mag-nify ang kaso, kasi, para maging newsworthy ang write-up, 'Dolphy's grandson ganito,' 'Dolphy's grandson, gano'n.'

Paano mong hindi mami-miss ang anak mong pinaka-mataas sa lahat? Mga 6'2" siya. Siyempre, hahanap-hanapin mo iyon!

Edgardo. Edgar.

Nahuli rin dahil sa drugs. Ang masakit pa, hindi talagang nahuli, kundi on probation. Kung baga, magpakita lang ng good behavior, maaayos pa ang kaso. Pero hindi sinusunod ang probation schedule. Six months lang na pagre-report, pumalya pa. E, nakulong ulit.

'Nilagay siya sa Quezon City Jail. Nakita ko'ng kalagayan ng mga preso ro'n. Buti na lang, nailipat siya sa Bicutan. Akala ko, maigi-igi ro'n; hindi pala. Wala raw regular na running water do'n, so ang mga nakakulong, puro soda ang iniinom, mga Coca-Cola, ganyan. Imbes na tubig.

E, may diabetes pala si Edgar, hindi namin alam. Biglang nag-collapse.

'Sinugod sa ospital, sa Makati Med. Ang duktor ko, iyon din ang duktor niya. Nagmi-miting, with other doctors, tungkol sa anak ko, walang sinasabing 'Don't worry everything's gonna be alright!'

Naisip kong baka delikado, at delikado nga—600 plus na pala ang blood sugar niya, almost 700. Hindi masabi ng mga duktor kung gagaling pa, pero muling naawa ang Diyos, and he survived.

Wilfredo Dominguez Quizon, July 27, 1956 – November 18, 2005

Married to Nelda Sisic
Children: Rowell, Monico and John-John

Nelda, Freddie's wife

Mahal ni Freddie ang Daddy niya.

Ang isa sa kuwento niya, minsan, isang Pasko, dumating ang regalo ng ninang niya—alkansiya at saka isang bimpo. Iyak daw siya nang iyak. Bata, siguro, na-disappoint.

Nakita siya ng Daddy. Ang ginawa raw, pa-simpleng inutusan ang alalay, nakipagbulungan. Hindi nagtagal, bumalik ang alalay. Sabi raw ng Daddy, 'O, nagkamali pala ang ninang mo, 'eto ang talagang bigay.'

Dinagdagan ang regalo.

Rowell

Ang sinasabi sa akin ni Papa, kahit daw marami silang magkakapatid, hindi nagkukulang ang Lolo ng payo at pangaral sa kanila.

Noong bata ako, ang daming nakakakita sa akin sa Tondo. Naglalaro, nakayapak—'Apo ka ni ganyan?'

Para sa akin, wala lang, dahil bata pa ako, hindi ko maintindihan. Pero sinasabi rin naman ng Lola ko na nagkikita rin kami ng Lolo.

'Pinasyal ako ng Lola sa taping ng John en Marsha. *Pagdating ko do'n, kinandong ako ng Lolo, tapos kinakamusta niya ako. Pinakain ako. Nagpabili sa staff ng* John en Marsha ng *pagkain. Pagkatapos mag-take, pupunta uli sa akin, kakandungin na naman ako. Iyon ang hindi ko makakalimutan.*

Nicko

Lahat ng pangangailangan namin sa pamumuhay, hindi niya napapabayaan, kahit buhay pa iyong erpat ko, hanggang sa nawala na rin.

Nakaka-miss lang. Pagka umaalis kami dati, kapag 'pinapatawag kami ng Lolo, kumpleto kami pag pumupunta. Ngayon pagka dumadating kami, may kulang, e. Wala si Papa. Minsan nakikita namin ang lungkot ni Lolo dahil hindi na niya nakikita ang anak niya. Na kulang talaga kami.

Maraming kuwento si Papa tungkol kay Lolo noong bata sila. Na pagka nagkakarera sila ng takbuhan sa Ubay, silang magkakapatid, sabay sasali si Lolo sa kanila. Tapos mas mabilis pa sa kanila si Lolo.

John-John

Ang Papa ko, sobrang maalaga. Twelve, 13 years old na ako, minemedyasan niya pa ako, sinusubuan pag kumakain. Minsan, ako na'ng naiinis, "Pa, ang laki-laki ko na, ano ba?'

Pero hihindi pa rin 'yon, pupulbusan pa ako sa likod.

No'ng maliit pa raw siya, sinasaway siya ng Lolo sa kalalaro sa buhangin; may construction daw sa Ubay. 'Di raw siya nakinig hanggang pinalo siya ng Lolo sa puwet. Iyak siya nang iyak sa kuwarto. Pumasok ang Lolo. Nagtulug-tulugan si Papa. Nilagyan daw ni Lolo ng candy ang kamay niya.

Alam kong nasaktan si Lolo no'ng nawala siya. Malambing si Papa. Pag may gathering sa Marina, lumalapit siya kay Lolo—I love you nang I love you.

Siya ang kasama ni Freddie sa Ubay, nakakita kay Freddieng nakatimbuwang sa sahig, ang nagsugod kay Freddie sa ospital.

Hindi lang siya nag-survive, nagsuko na rin ng bisyo. Ang kulay, maganda na ulit. Hindi na untidy; malinis at saka mabango. Sa tuwa ko, marami akong damit na hindi ko pa nagagamit, may mga tatak pa, pati sapatos, 'binigay ko sa kanya. Pati mga gamot niya, ako na rin ang bumibili.

Born-Again siya, alam ko. Gina-guide ni Junior, at 'yon namang mga gano'n, OK sa akin. Si Jesus Christ pa rin ang pinapaniwalaan nila. Natutuwa rin akong sila-silang magkakapatid, nagtutulungan, naggagabayan. Parang nalampasan na nila ang personal nilang mga krisis.

May anak si Edgar na nag-artista, si Michelle. Stewardess talaga. Sumubok lang sa showbiz for a while. Nag-asawa na. Magandang bata at mabait. Malambing.

Hindi Rolando ang tunay na pangalan ng bunso namin ni Grace. Raul.

Tahimik din siya. Lahat ng mga anak ko, may kapasidad na maupo lang sa isang tabi, nang walang kakibu-kibo. Nakuha nila sa akin 'yon, which, ako naman, nakuha ko kay Mamang.

Napasok siya sa pag-aartista, sa *John en Marsha*. Ang unang balak ni Ading Fernando, as writer-director, isang batang babae lang ang anak namin ni Nida Blanca. 'Pero hindi,' 'kako. Maglagay kami ng teen-ager para dagdag na conflict din iyon, may anak kang teen-ager, o?

And then, naalaala ko na may ginawa akong TV special. At sa mga anak kong naro'n, si Rolly ang nakakuha nang pinakamalakas na applause. So siya ang inirekomenda ko.

Dati, walang problema kay Quiolo—tawag sa kanya ng barkada—pagdating sa bisyo. Hindi siya naninigarilyo. Babae lang dati ang weakness niya at siya pa ang pinupuntahan, inaabangan sa mga taping namin.

Edgardo Dominguez Quizon, September 14, 1957

Daughter with Raquel Mendoza, Michelle

Married to Carol Ortiz
Children: Martin Chester, Edgardo Jr., Jelom Carlo, Helen Grace and Diana May

Four years old ako no'ng lumipat kami sa Ubay. Sikat na ang Daddy, nakapagpagawa na ng bahay.

Medyo magulo sa Ubay—buong mundo, kampo-kampo, 'ando'n—pero OK lang. No'ng maghiwalay ang parents namin, minsan, doon ako sa Mommy ko. O kaya, sa Daddy. O sa mga Mamang.

Minsan, naiinggit ako sa ibang family na isang tatay at isang nanay. Pero marami ring product ng broken marriages sa showbiz, at saka kahit hindi ko na kasama ang Daddy sa bahay, ramdam ko pa ring siya ang tatay ko, dahil supportive sa amin. Nagkaka-atraso kami sa kanya, nasesermunan kami, pero pinatatawad din.

May nagawa ako sa kanya no'ng teen-ager pa ako. Pera niya, pinakialaman ko. Sinugod ako sa Ubay, sinuntok ako sa tiyan. Tapos, niyakap ako, umiiyak. Gano'n siya pag nasaktan ka niya. Siya ang bale mas nasasaktan. At saka siguro, nahihirapan, kasi nakatingin lang ako sa kanya, bangag na bangag.

Kung anuman ang mga tampo ko sa kanya no'ng bata pa ako, 'yong mga 'ba't ganito, ba't gano'n,' nabura na iyon. Kasi sa tutoo lang, sa stage na ito ng buhay namin, actually, hindi na siya ang nagkukulang sa amin; kami na ang nagkukulang sa kanya.

Nag-diabetic coma ako. One week akong walang malay. Pag mulat ko ng mata, 'ando'n silang lahat, nakapaligid sa akin. Ang sarap ng pakiramdam ko.

Nakabawi na ang Daddy. Sobra-sobra pa. Kailangang ako naman. Kami naman ang magpuno. Magagawa ko iyon sa tulong ni Lord.

Na-partner siya kay Vilma Santos sa *Burlesk Queen,* directed by Celso Ad. Castillo. Nanalong Best Supporting Actor sa Metro-Manila Film Festival (1977). Pero naging controversial ang decision ng mga judges. Balitang nag-taltalan pa nga raw si Lino Brocka at si Rolando Tinio, na judge, right after no'ng awards night, naghamunan. Nakakuha ako ng tip na makakakuha si Rolly ng award, humabol ako sa Manila Hotel para yakapin siya at i-congratulate. I was proud of him.

Nagkaro'n ng alingasngas na ipasasauli raw ang mga medalyon. Kinonsulta ako ni Rolly, sabi ko, 'Nilakad mo ba?'

Raul Dominguez Quizon, October 5, 1958

Daughter with Sheila Arceo, Roshelle

Son with Magdalena Rogacion, Raul Jr.

Hindi ko alam 'yong cause ng paghihiwalay nila. Basta ang naaalala ko, isang madaling araw 'kinulong kami ng Daddy sa master's bedroom. Habang nagsisigawan sila ng Mommy sa isa pang room, nag-iiyakan na kaming anim. Tapos, 'yong isang boy namin, winasak yung bintana, 'nilabas kami. The next day, umalis na'ng Mommy.

Naguluhan ako. Ang sabi sa akin, miss na miss na raw ako ng mommy. So no'ng nag-aapartment na siya, sumama ako. Kaso lang, mayro'n siyang boyfriend. Mahirap din pala 'yong gano'n.

Wala akong sinisisi. Pero naaalaala ko, kapag 'ando'n ako sa mother ko, aalis siya na may kasamang friends na guys, iiwan ako sa brother niya. Bigla akong magtatago sa ilalim ng mesa. Nagmumura.

Nahirapan ako dahil ako'ng bunso. My dad was the breadwinner, so lahat nakatambay sa Ubay; pati anak ng mga kapatid niya. E, nakikita ko mga nakakatanda kong pinsan. Uso pa 'yong mga away and mga gang. Pinapanood ko sila—may mga baril—ang brothers ko naman, gini-giyang.

Ang naging escape ko noon, babae. Mga babae. Wala akong relationship na nagtagal; months lang. Ang iba naman, naging friends ko. Huwag na nating isa-isahin, aabutin tayo ng magdamag.

Nag-volunteer na ako sa rehab. Sinabi ko na sa Daddy. He gave me a double-look. He likes to remind us, 'Ingatan n'yo'ng sarili n'yo, kasi ako, iniingatan ko'ng sarili ko.'

Para bang ibig niyang sabihin, baka mauna pa kami sa kanya, kasi may mga vices kami. He asks, directly, 'Tumitira ka pa ba?'

Minsan, nagsisinungaling ako. Minsan hindi.

Gusto ko siyang sulatan. Gusto kong ilagay sa sulat ang hindi ko masabi sa harapan. Ilalagay ko ro'n, unang-una, wala ng droga. At gusto ko nang magtrabaho ulit. Gusto ko nang magtrabaho ulit.

Mahal ko ang Daddy ko.

'Hindi.'

'Binili mo ba?'

Si Grace at si Boy sa Baguio

Grace

Sa may cofee table: si Junior, Boy (may birthday), Sahlee at Freddie

Si Grace at ang aming mga anak

Si Sahlee

Si Grace, Ana at Rolly

Si Boy2 at si Boy

Si Mamang at si Grace

Si Edgar hawak si Alejandro,
ang apo ko sa tuhod

Si Freddie kalong si Epy

'Hindi rin.'

'Ba't mo isosoli?'

Hindi nga niya 'sinoli.

Kaso lang, no'ng nawala na ang *John en Marsha*, at natigil na rin ang RVQ sa paggawa ng pelíkula, no'ng tuluyan nang nanamlay ang movie industry, pati na siyempre ang career niya, tingin ko, naapektuhan siya.

Right now, mataas ang blood pressure niya. Overweight pa, for his height, at ang laki. Mga 200 pounds mahigit! Pinagsasabihin ko, 'Gusto mo bang matulad sa nanay mo? Bago ka mamatay, mahirapan ka pa, mag-collapse pa ang mga organ mo? Alam mo kung ano'ng bawal, huwag mong kainin!'

I pray for him.

Of course, may mga paborito ako, may mga kinikilingan. Natural na 'yong mga matino ang mas gusto mo.

Pero wala naman sa kanilang nagtatanong sa akin kung sino ang paborito, at hindi. I always tell them, kapag may problema, just tell me.' Kako, 'Pag-aralan nating gawa'n ng paraan. Kamukha ko, kung kailangan ko ang tulong ninyo, tatawagan ko kayo. Magkakadugo tayo, pamilya tayo. Kung may problema, let's solve it together.'

Hindi ako todo-pasang magbigay. Marunong din akong humindi. Pag 'di ko kaya, sasabihin ko, 'Titingnan ko kung kaya . . . kung hindi, pasensiya.'

7 Sampaguita Pictures

Kami pa ni Grace no'ng napunta ako sa Sampaguita Pictures. Anak na namin si Boy.

Kinuha ako ni Conde Ubaldo—sikat na radio writer, director at producer—na guest sa isa niyang radio show, *'Wag Naman*. Ang mga bida si Pancho Magalona, Tessie Quintana, at Baby Jane. Natuwa si Pancho sa akin. Niyaya siya ni Condeng panoorin ako sa Orient, as Golay, sumasayaw and all, at parang bumilib siya. No'ng nag-guest ulit ako sa show niya, sabi niya, 'Kid, irerekomenda kita kay Dr. Perez. You have talent.'

Mga late 1940s ang radio show na iyon. No'ng iprisinta niya ako sa Sampaguita, 1952. I was 24.

Napanood na rin pala ako ni Doc sa Orient, and he told me, 'Magaling ka nga. Hayaan mo, sa susunod na pelikula ni Pancho, isasama na kita.'

Iyon na ang *Sa Isang Sulyap Mo, Tita* with Pancho at Tita Duran, directed by Manding Garces. Ang kuwento, na-draft kami sa Navy. Anak-mayaman si Pancho, spoiled, at ako ang side-kick. Binibira niya ang base commander, ang pinaka-admiral. Iyon pala ang tatay ng kanyang niliiligawan. Si Tony Cayado ang sarhento do'n, pinaka-foil namin. Hindi pa nagko-comedy si Panchito no'n. Sa drama siya natoka no'ng unang pumasok sa pelikula.

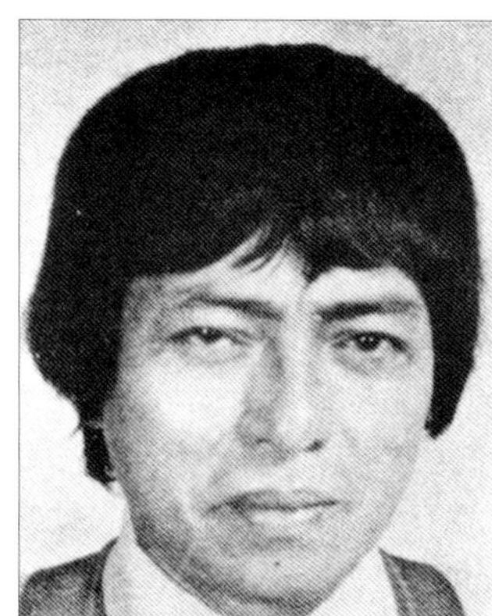

Manding Garces

Hindi mo nakakalimutan ang una mong direktor, sa kauna-unahan mong pelikula. Lalo pa, when you end up doing 14 movies with him, this guy, na do'n sa newspaper layout ng sine niya, imbes pangalan lang ang nakalagay sa credits, talagang signature niya. Armando Garces.

He was funny. Pag nagbibigay ng blocking, ng instructions, matatawa ka sa kanya. Mapagbiro. 'Yong clapper, no'ng minsan, 'pinagpapako niya no'ng natutulog ang may hawak.

Saka 'pinaakyat niya ang assistant director sa puno, may dalang riple. E, mabigat. Pero utos ng direktor, so kailangang sundin. Pagdating sa itaas, 'pina-fire. 'Yon pala, sound lang ang kukunin. Pinahirapan pa ang AD, puwede namang nagawa 'yon sa lupa. Kung pikon ka, mapipikon ka talaga.

Baguhan pa sa Sampaguita Pictures

Pero hindi niya ako biniro-biro. Instead, binigyan pa niya ako ng kumpiyansa. May experience na ako nito as a performer, pero iba ang medium ng entablado at ng film, at 'pinaliwanag niya 'yon sa akin. Nabanggit ko ito, kasi may mga direktor ngayon na naglalaro sa mga baguhan, sa mga 'tinatawag na insekto, may mapagtawanan lang sa set. I did not go through that with Manding.

Magaling siya. Matindi ang story control. At mabilis. Those days kasi, ang black-and-white movies, madaling gawin. Bukas na ang showing, makakapag-shooting ka pa ngayon. Mahahabol mo pa rin sa printing. 'Yong mga nauna namang color films, partial lang ang kulay no'n. Walang 14 days, tapos ka na. Si Manding, average, siguro 10 days.

Maski musical, kaya niya. Tulad no'ng *Love at First Sight,* si Tessie Agana, si Jose Mari, saka ako. OK lumabas 'yon.

Ang mga pelikula namin sa Sampaguita: *Sa Isang Sulyap Mo, Tita; Sa Isang Halik Mo, Pancho; Tatay na si Bondying; Kulang sa Pito; Paru-Parong Bukid; Lawiswis Kawayan; Love at First Sight* and *Operetang Sampay Bakod.*

Outside Sampaguita: Buhay Marino for Wagwag Productions. *Boyoyoy, Cyrano at Roxanne, Fefita Fofonggay vda. de Falayfay, Bornebol,* and *Sarhento Fofonggay,* all for RVQ Productions.

Pag-end ng Sampaguita contract ko, I called him up. Nasa Tagalog Ilang-Ilang Pictures na siya. 'Wala akong kayod ngayon. Baka mayro'n kang gagawin, masingit mo na ako diyan . . .'

Sa madaling salita, tinawagan ako. Hindi ko alam kung sino'ng bida, pero action. Pagdating namin, 'pinakilala ako kay Attorney Laxa, Espiridion Laxa. Ang tagal namin do'n. Nagutom ako. Hindi pala nananaghalian 'yon; inom lang nang inom ng gatas.

Pagbaba namin, sabi ni Manding, malungkot, 'Nakuha na si Bentot, e. Nagketangketang sila, Kapampangan, e, Kapampangan si Bentot, siya ang nalagay. Huwag kang mag-alaala, magaling ka. Hindi ka mawawalan ng trabaho.'

Marichu Vera-Perez Maceda,
daughter of Dr. Jose Perez

I first met Dolphy in the early '50s. I was about eight or nine years old. He struck me as a man with a very interesting and funny face, but as months went by, every time I would go to the studio, hindi siya mapagbiro sa set. Very serious siya.

At that time mayro'n kaming canteen na pirming doon ang meeting place ng mga artista during breaks. At maski wala silang shooting, 'ando'n sila sa studio. 'Yong usual naming magugulo, sina Van De Leon, Rod Navarro and Luis Gonzales. Si Dolphy hindi nakikisama sa mga green jokes; marespeto, lalo na sa babae.

In fact, through the years, sinasabi sa akin ng mga artista naming babae, that they felt very safe with Dolphy; like he was their protector.

Sa administration sa studio, sa office ng father ko dumarating lahat ng sumbong, lahat ng problema. Lahat sila do'n, walang masamang experience na nabalitaan, o narinig against Dolphy, and they all commonly say that they respect him.

This is why people look up to him. He respects you and therefore you give him back that respect.

He's really turned out to be one of the best human beings I've known.

Pagdating sa respeto sa kapwa, very few can compare.

Eddie Garcia
Actor-Director

I was with them, in Cebu, when Dolphy made the 'dugay na sa Manila, tonto pa gihapon' joke, during Fernando Poe, Jr.'s campaign for the presidential elections in 2004. It was really just a joke. I didn't see malice there. The guy's a comedian. He has license to make people laugh. Still, given his nature, he did not mean Gloria Arroyo any disrespect.

FPJ, on his own, is a very reserved person. Conservative talaga; ayaw makasakit, and Dolphy was aware of that. So on Dolphy's side, especially as his quip was delivered in Cebuano, pang-impact lang, pampatawa. It wasn't even scripted; spur of the moment lang.

I should know, because I know Dolphy. I've known him, since, what, 1952?

We were together in his very first movie for Sampaguita. Before that, napanood ko na siya sa stage, and naisip ko agad, asset sa Sampaguita ito, ma-iinsecure ang ibang comedian dito!

He was, as we all were, prompt. Lahat kami, pag ang call slip, 8 o'clock, before 8, 'ando'n na. Mrs. Vera herself would be waiting to check what time we got in.

Dolphy was disciplined. Whatever he was up to, privately, never affected his work.

Oh, yes, we went out one time to Bayside, to listen to Carding Cruz and his orchestra. E, kaibigan namin 'yon: si Dolphy, Panchito, Tony Cayado, at ako. Umiinum-inom na kami, may naamoy ako; parang nasusunog. Tinawag ko ang waiter, 'pinahanap ko. Tawa nang tawa si Dolphy. He was seated across me. Mayro'n pala siyang sinindihang asthmador or something dahil hinihika siya. Akala ko talaga, nasusunog na ang club!

Gloria Romero
Actress

The first time nakita ko si Dolphy, he was making a movie yata with Pancho. Palagi silang magkasama—puro dance sequences. Siyempre, kaming mga extra, hindi naman kami makakalapit; nanonood lang from afar. Tagahanga lang ako.

Do you know na kapag sila ni Pancho ang nagsu-shooting ng sayaw, naka-lock ang studio? Nobody could come in dahil Tita Duran was so shy about dancing. Ayaw niyang may nanonood sa kanya. Kulang na lang we'll break down the doors para makita namin silang sumayaw kasi talagang ang galing-galing nila.

Dolphy and I were together in many movies. Hindi siya pala-kuwento sa set; hindi comedian na maingay, na siya lagi ang bida, na nagtatawanan because of him. Pero the moment na humarap siya sa camera, Aba! nag-iiba. Talagang mapapanganga ka. He's spontaneous and natural. A genius. So gifted.

I remember a particular movie, Hootsy-Kootsy. *My role there was palagi akong naka-simangot; I didn't know how to laugh. So one day, naisip ng father ko—in the movie—to get people to make me laugh, at bibigyan nila ng reward. Dolphy was one of the applicants, kunwari.*

Pero hindi pa siya nakakalahati ng kanyang joke, bumungisngis na ako. Nag-take-two. But he did not do the same thing sa second take. Iba na naman ang ginawa. Wala na naman sa script. So, tawa uli ako. Sa take three! Hiyang-hiya na ako—siyempre mahal ang negative. Nakiusap na ako: 'Kung puwede sana; kung ano'ng ginawa n'yo na kanina, 'yon ulit sa take four. Para alam ko na, at hindi ako matawa?'

Yes, he choreographed for me and Luis, pero hirap na hirap siya sa akin because parehong kaliwa ang paa ko!

Naging kumpadre ko siya, inaanak ko si Salud. Kinuha ko naman siyang ninong ni Marites. So magkumpadre kaming buong-buo. He's such a good soul—mabait na tao, humble sa lahat, hindi mayabang. You never, never hear him talk about 'yong kasiraan ng ibang tao. He doesn't talk about 'yong pagka-famous niya.

Noong nakalaya na si Junior niya, I felt so happy for him. When his son Freddie died, we went to the wake. Galing kami sa awards night ng Gawad Direk, and he was one of the awardees pa nga dapat, of the Directors' Guild. Nakikita mo ang pain ng magulang na namatayan ng anak, pero wala kang maririnig na question, na 'Bakit nangyari sa akin ito?' In fact, somebody told me na sabi niya 'Kung ito'ng kaloob sa akin ng Diyos, I will accept this.'

Dolphy's a gentleman. A very loving person, a sincere person—I love his sincerity.

When he got sick, around mga 1986, nagkataon ding may dinadalaw ako that day in the same hospital. Dinaanan ko sa kuwarto, 'ando'n si Pat, ang asawa niya. 'Yon pala, he was going na. Inabot kong saglit bago naghigit ng huling hininga.

Jack and Jill, atbp.

Nagsu-support-support pa lang ako. Sumasakay pa sa jeep, naglalakad, pauwi. Mayro'n pang pagkababa mo ng jeep, kung minsan sasalubungin ka ng mga aso. Ang dami-dami nila, e, pag tumakbo ka mas lalo kang hahabulin.

After *Sulyap* natuwa naman sina Doc. Kuwela raw ako, at saka tinuturuan pa namin si Pancho ng tap dance, sa choreography. Si Bayani ang talagang choreographer. Pag wala siya at kailangan ng pick-up rehearsals, nagpi-pitch in ako.

They put me in *Maalaala Mo Kaya* with Rogelio de la Rosa at Carmen Rosales, as pinsan ni Carmen. OK ulit ako. So kung anu-anong role na. May mga guesting pa ako sa iba pang movies.

Ang *Jack and Jill* ni Mars Ravelo na nasa komiks, malakas iyon, talagang binabasa. Ang mukha no'ng Jill, kamukha ni Batotoy ang caricature, comedian iyon sa Sampaguita no'ng araw, kapareha ni Aruray. Sa madaling-sabi, hindi ako ang nakalinya para sa role.

Dumating si Bayani, kinukuha ulit akong mag-Japan, second trip namin. So no'ng pinapipirma ako ni Doc ng contract, 'kako, 'Hindi pa ho ako makakapirma, e. May labas ako sa Japan, six months.'

'O, hindi bale,' sabi ni Doc. 'Pumirma ka na ngayon, at saka ka bumalik.'

'Kunin na rin ninyo si Bayani,' singit ko. 'Magaling ho ito. Lumalabas na ito sa LVN. Mas sikat pa nga sa akin 'to.' Pinapirma ako. Si Bayani, pinapirma rin.

Pagbalik namin, tapos na ang *Jack and Jill* sa komiks. Kung baga, lutung-luto na. Nakita kami ni Doc, nag-atubili. Hindi na lang si Batotoy ang iniisip, si Bayani na rin, kasi payat din 'yon, at ako.

Sabi ko nga, magaling din si Bayaning magsuot-babae. Pati si Batotoy. Part ng stage training namin 'yon. Tatlo na kaming pinagpilian.

Sa akin ngumiti ang kapalaran.

Hindi ko alam na ayaw ni Mars sa akin. Nalaman ko na lang dahil no'ng ma-showing na ang pelikula, sumulat: 'I apologize for under-estimating your ability . . .' Parang gano'n. After that, lahat na nang isulat niyang comedy, puro hawig na sa mukha ko ang drawing—sa *Silveria, Hootsy-Kootsy,* at sa *Captain Barbell*—ako 'yong Tenteng, at saka sa *Facifica Falayfay.* Ang dami no'n.

Actually, hindi rin si Rogelio at Lolita Rodriguez ang originally naka-cast, si Cesar Ramirez at si Alicia Vergel. Nagba-barbel kasi, maganda ang katawan ni Cesar. E, hindi ko malaman kung ano'ng nangyari. Parang nagkaroon sila nang 'di pagkakaunawaan. Hindi na tinanggap no'ng mag-asawa. Sabi ni Doc, 'Sige kumuha na lang tayo ng isang kilala at ng bago.'

So, kinuha nila si Rogelio, siya 'yong "kilala." Mabuti, pumayag, kahit kami ni Lolit ang title role. Maganda ang pagpapaliwanag ng mga Big Boss, na sa kanya rin umiikot ang istorya. Wala pa si Roger sa politics no'n. Koboy, masarap kasama. Naging kaibigan ko rin, maski Ambassador na siya sa Netherlands, hinahanap ako pag umuuwi, lumalabas kami.

Si Lolit, nakapag-support na no'n kay Gloria Romero. Nagustuhan nila, ginawang Jack. Siya bale ang "bago." 'Siniksik ko sa isip ko ang sinabi ni Doc. Isang kilala at isang bago. Isang "made na" at isang "introducing." That was a formula na sinunod ko rin no'ng producer na ako.

Hindi ako nahirapang mag-prepare sa role ng bakla. Bukod sa marami akong nakikita, mayro'n akong mga uncle na gano'n, magkakabarkada sila. No'ng minsan, nagpunta ako sa sayawan nila para makita ko sila sa malapit. Nagkita kaming magtiyo, nakasuot siya ng maskara. Lumalayo, pag lumalapit ako. 'Huwag mong sasabihin sa atin, ha?'

Shooting namin sa Hongkong, kasama si Panchito, Juancho Gutierrez, Gloria Romero, Tito Galla at Barbara Perez

Susan Roces
Actress

Dolphy was very helpful—very kind, caring, gracious—lalo na sa mga baguhang artista na katulad namin. Wala pa kasing workshops dito noon, so we learned from our co-stars, and it was from Dolphy that I learned kung papaano 'yong timing sa comedy. Pati sa radyo, 'yong pagde-deliver ng lines, tinutulungan niya kami; tinuturuan kung paano.

Of course, I was intimidated. Nakikita mo ang favorite stars mo. Gloria Romero was my favorite. I played her support as Miss Tilapia, with Dolphy and Panchito.

Wala pa ang komedyanteng bida dito sa atin at that time. Sa Amerika lang, sa ibang bansa. But Dolphy changed that here. Siya ang nagpasimulang maging leading man; isang comedian.

Iba siya kung magdala ng sarili; talagang kagalang-galang, irerespeto mo. But sa dinami-dami ng pelikulang nagawa namin; never ko siyang nakausap na seryoso, just casual conversations. Bata pa siya noon, but I was younger at ang barkada ko 'yong kapatid niya, si Georgie.

Hindi pa uso si Big Brother, *si Dolphy, Big Brother na. Hindi namin siya tinatawag na kuya, dahil no'ng panahon naman na 'yon, e, hindi naman uso na tumawag ng ate, kuya, or what. Basta we just called him Dolphy. Dolphs.*

Hanggang pati outside of work, iniisip niya ang aming kapakanan. Bago lang kami no'n nina Amalia at Barbara; pinangangaralan niya kami na maging street smart, at baka kung anu-ano na'ng sinasabi ng mga lalaking kausap namin na hindi namin naiintindihan, dahil double meaning. Tinuturuan nila kami: si Teroy, si Panchito and Dolphy.

Finally, after so many years, nagkasama kami uli sa TV—sa John En Shirley. *Ako na ang malapit-lapit sa edad niya. Nagkaroon na rin kami ng mga seryosong pag-uusap. Finally.*

Hindi ko talaga alam kung paano nagsimula ang friendship nila ni Ronnie, pero it was a friendship na hindi pangkaraniwan. Kahit hindi sila magkita ng maraming taon, parang kanina lang sila naghiwalay, pag nagkita ulit.

Pareho ang damdamin nila sa mga kasamahan sa industriya. Hindi mo na kailangan pang sabihin ang pangangailangan mo. Mababasa nila at hindi mo na kailangang hingan pa. Nag-aabot na lang sila.

Kung mayroon tayong Mother of Perpetual Help, si Dolphy, Father of Perpetual Help. Endless ang pagtulong, ang pagkawanggawa.

At the height nang kasikatan niya; na walang ka ere-ere. 'Yon ang naging role model naming mga artista na nagsisimula pa lang—na Dolphy na siya at lahat—e, mapagpakumbaba pa. Naghihintay din sa set kung hindi pa pwedeng kunan, at mahaba ang pasensiya.

Mataas at likas ang paggalang niya sa kapwa artista. Gusto ko pa siyang makita nang matagal; na malusog at masaya.

In one word? He is wonderful.

Eddie Gutierrez
Actor

Una kaming nagkasama sa Tanzan the Mighty, *directed by Carlos Vander Tolosa. Kami ni Josephine Estrada ang magkapareha; sila naman ni Jean Lopez.*

Nagko-choreograph din siya noon para sa amin. Sa Susanang Daldal—*Susan Roces 'yon, Dolphy at ako—e, kami ni Susan parehong kaliwa ang paa. So sa full shot, ako ang sumasayaw. Pag close-up kunwari ng mga paa ko, mga paa na actually ni Dolphy ang kinukunan. Ang kay Susan naman, paa ni Baby Javier, asawa ni Rey Javier na choreographer din.*

My relationship with Dolphy; para ko siyang kuya. In the early '60s, 'pinadala kami ni Dr. Perez sa Asian Film Festival. It was held in Japan, tapos Korea; two places in one year. Ang dala naming pelikula, The Big Broadcast. *Nanalo 'yon; best choreography [by Rally Calvo and Ruben Nieto].*

So, tinawag. Tayo kami ni Dolphy to accept the award. Naka-barong kami; national costume kasi dapat. E, mid-February, winter pa. Para hindi kami ginawin, nagsuot kami ng T-shirt at sweater sa ilalim ng barong, kaya ang lalaki ng katawan namin habang naglalakad, paakyat ng stage.

Naka-five movies ako with him. And then, no'ng 1968, and he was producing na, kinuha niya ako. Pinayagan ako ni Dr. Perez, and that was for Tiririt ng Maya, Tiririt ng Ibon. *Partner ni Dolphy si Nida; at ako, si Pilita Corrales. Doon nagsimula ang love team namin ni Pilits, on and offscreen.*

Pero bilib ako sa kuya ko. No'n ngang nasa Japan kami, e, 'di kaibigan niya si Bimbo Danao, and we were invited to his nightclub, one of the biggest in Tokyo. 'Pinakilala kami ni Bimbo sa mga babae, ang gaganda! No'ng umpisa, sa akin nakapaligid. No'ng sayawan na, iniwan na nila ako, nagpuntahang lahat kay Dolphy! Siyempre, no'ng uwian na, may kanya-kanya na kami, pero, wow. Talagang iniwan muna nila ako.

From there, punta na kami sa Korea. Naglalakad kami sa Seoul, sa downtown. Pagtingin ko, may kasama na si Dolphy. May nakilalang babae sa kalye na sumama na agad sa kanya. Gano'n siya. It's a combination of charm and humor.

At saka neat siya, grabe. Naka-roommate ko. Wala kaming mga alalay. Ako, burara; siya nakaayos lahat nang gamit.

No'ng nasa California pa kami, during my "Caldero King" days, nag-show si Dolphy with Alma Moreno. I said, 'Dolphs, manganganak na si Annabelle. Kambal.'

Nagprisintang ninong. Hindi raw proxy, talagang darating siya. Dumating nga. Pagdating sa bahay, after ng binyag, tulog ang kambal. Kumuha ng pera, nilagay sa crib. 'Di ko na sasabihin, pero it was a big amount. Iniwan lang niya doon: 'O pambili 'yan ng regalo, toys.'

Si Richard ang inaanak niya. But, sa bawat regalo niya kay Richard, mayro'n din kay Raymond.

He's a really great guy. Saludo ako sa kanya. OK, maraming minahal, maraming naging babae. Pero kahit kailan, hindi nagyabang 'yon, hindi nag-name drop na si ganito, girlfriend niya; na kagabi, doon siya natulog kay ano; wala.

He is the greatest actor of Philippine cinema.

Ang famous dance sequence
sa *The Big Broadcast*

Yakang yaka pa rin

May nanligaw rin sa aking bakla, hindi naman mawawala iyon. No'ng panahon ng Hapon, mayro'ng bigay nang bigay ng kung anu-ano. Ako naman, tanggap nang tanggap.

Made na ako, kung baga, no'ng gawin ang *Boksingera (Daw),* to launch Susan Roces. Siya naman ang "introducing" na sinasamahan ng mga "made na." Dalawang movies agad ni Susan ang pinagsamahan namin—ito na ngang *Boksingera* at saka *Kulang sa 7,* na sikat na comedy series sa radyo, kaya ginawang sine. Na'ndo'n din ako sa show na iyon. Introducing do'n si Eddie Arenas as leading man, na asawa ni Lolit in real life.

Si Barbara Perez, naka-pareha ko sa isang pelikula na apat ang kuwento. Bulag siya. May pagka-adaptation ito ng *City Lights* ni Chaplin. Medyo do'n ako unang nagdrama.

Walang katapusan ang pag-aaral ko no'n—ang pag-oobserve para mag-improve ng craft. Panay ang nood ko ng sine. Tuluy-tuloy ang aral ko ng sayaw. Paano kasi, pag may musicals ang Sampaguita, nagko-choreograph din ako para kina Gloria at Luis Gonzales, Susan at Eddie Gutierrez.

Pumasok ako sa Sampaguita, P1,000 a movie ang bayad sa akin. By the time matapos ang contract ko, P7,000 na. The contract was for five to six pictures a year, so seven years 'yon. At least 35 to 40 ang nagawa ko for them at baka mahigit pa, gawa kahit expired na ang usapan, lumalabas para rin ako sa kanila.

Kasi nga may hika ako, may partida pa ako, nakakapagpasabi akong male-late. No'ng nag-shooting kami sa Baguio dati, makita ko pa lang ang zigzag ng Kennon Road, ang mga pine trees, tumataas na ang mga balikat ko, parang magkaka-automatic asthma attack. Awang-awa sa akin si Dr. Perez, ininiksyunan ako. E, masakit. Sabi ko, 'Doc, ba't parang maga?'

Nagmistulang braso ni Popeye ang kamay ko. 'Pala, 'di nakatama ang iniksyon sa ugat. Matagal na kasing 'di nagpa-practice si Doc.

Mga '60s na, no'ng umalis ako sa studio. OK ang paghihiwalay namin. No'ng nararamdaman kong hindi na ako masyadong kailangan, medyo tumingin-tingin na ako sa labas. Malakas na ang loob ko, marami na akong natutuhan. Maganda ang palakad sa Sampaguita, ang training para mag-behave ang mga artista. Inaalagaan kami ro'n na parang pamilya. Siyempre, akala ko, magiging madali ang transition ko sa outside world.

Hanggang ngayon, maganda ang memories ko sa panahong I was there. Lalo na't gumagawa kami ng mga sine do'n na talagang do'n lang umiikot sa compound. May bahay ng mayaman, 'yong kina Doc na 'yon at kina Mommy Vera. 'Yong chalet, o, restaurant 'yon. 'Yong sa may upisina, napapalabas na kundi mismong office, dormitoryo pa. May chapel. May tulay nga. May ilog.

Most of all, may minahal akong kapwa ko taga-Sampaguita, but I'd like to keep her name private. Walang nangyari sa amin, nagmahalan lang kami. Nasa Amerika na siya ngayon. Sumasagi siya sa isip ko, every now and then.

It was also in Sampaguita na naging solid ang Dolphy and Panchito. But first there was Pancho.

Pancho Magalona

Ang father ni Pancho was a former senator, si Enrique Magalona, so hindi naman kataka-taka that he also entered politics. Natalo siya sa pagka-gobernador, kay Isidro Rodriguez, anak ni Eulogio "Amang" Rodriguez. I told him, sana sa senado na lang siya tumakbo. Mahirap pagka local elections.

Hindi ko alam kung bakit "kid" ang tawag niya sa akin, basta't 'yon na ang naging tawagan namin sa isa't-isa. Nangako siyang isasama niya ako kay Doc Perez, and I did not doubt him, kahit na malaking pangalan na siya no'n, silang mag-asawa.

Mahilig sumayaw, magandang sumayaw. Mayro'n siyang rhythm. Sa movies, may choreographer siya. Pero si Ambrosio na dating sikat sa mambo, 'yon ang nagtuturo sa kanya ng mga paborito niyang Latin dances.

Magaling ding magdamit pero ayaw sa barong, mas preferred niya ang suit.

I used to visit him, sa bahay nila dati sa Mandaluyong. May planta ng yelo sa kanto ng kalye, halos tapat ng Jose Rizal College. He was a simple man. Mahilig lang sa kuwentuhan, sa mga katatawanan, e, ako, gano'n din. Nagpapalitan kami ng mga nangyari sa amin, no'ng hindi pa kami magkakilala, at kung ano rin ang nangyayari at present. Parang 'O, kid, how's the world treating you?'

Naging kaibigan ko rin si Tita Duran. May anak silang kambal, si Victor at si Victoria. Naging ninong ako ni Victor sa kasal. Inaanak naman ni Pancho si Freddie. 'Yong si Francis, nakita ko as a baby.

Hindi ko siya kinakitaan ng kalungkutan. Maski na no'ng bumaba na ang kanyang career, no'ng pinalitan na siya as host sa *Magandang Tanghali,* noontime show sa ABS-CBN. He was always very calm, hindi cry baby, hindi reklamador. Pinupuntahan ko sa bahay no'ng talagang down na sila, hanggang may sakit na at nasa ospital, walang complaint at all.

Siyempre, nanghinayang ako, dahil he was talented, pero lumalagpas ang panahon mo. May time na aakyat ka, may time na mawawala ka, gano'n talaga. Someone takes over your spot. Siya mismo, tinanggap niya ang reality na 'yon.

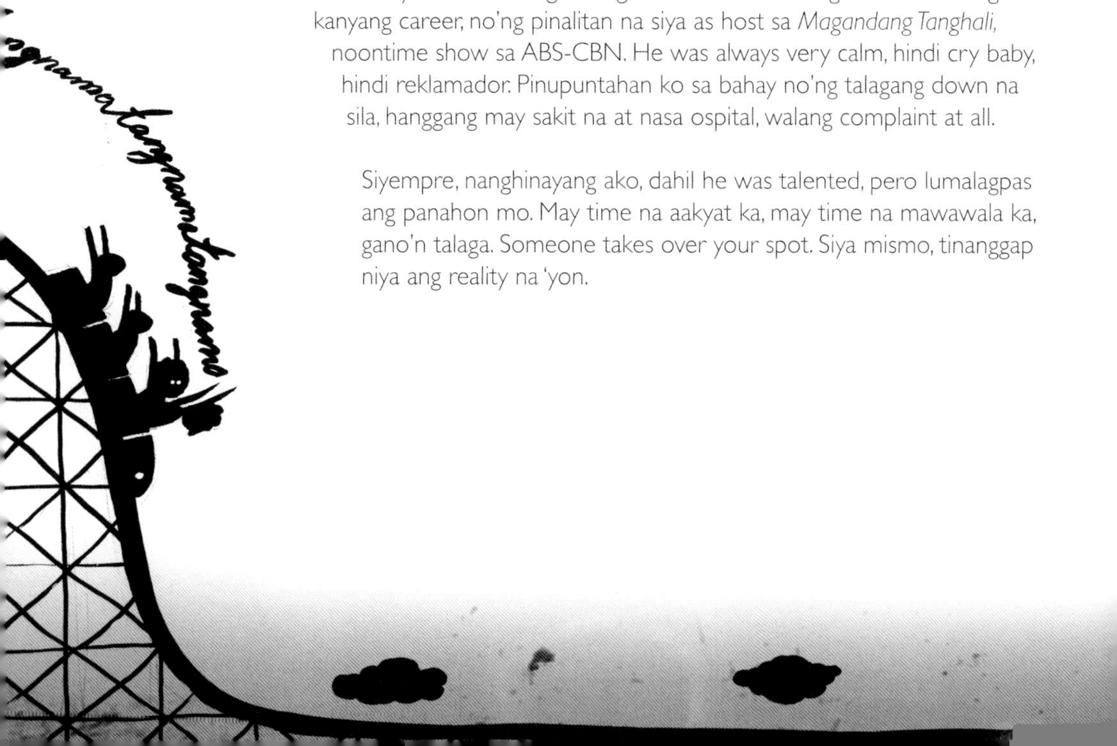

Si Pancho nung kasikatan niya

Nauna si Tita na mamatay. And pakiramdam ko, do'n na nag-downhill si Pancho. He had emphysema, may high blood din, mataas din ang blood sugar. Kung baga, complications na. Dinadalaw ko sa Heart Center, hindi pa rin dumadaing, 'Here, still hanging on,' sabi niya.

Nararamdaman ko lang ang kamay. Mahigpit na mahigpit ang hawak sa akin, parang nagsasabing 'I miss you.' Iba ang sinasabi ng hawak, sa sinasabi ng bibig. Parang nagpapaalam na.

Nagpunta ako sa lamay niya at around 11:00 in the morning, day after he died. Dalawa lang ang nakita ko, isa pa ro'n ang anak niya. Tatlo kami, bale. Inisip ko, kung namatay ang taong ito at his prime, punung-puno ang kuwartong ito.

Mga tatlong taon ang tanda niya sa akin, so he was about 73, no'ng namatay, in 1998.

Panchito

Nakilala ko si Panchito sa entablado.

Alfonso Tagle siya in real life, anak ng character actress na si Etang Discher. Gaya ko, hindi siya nagsimulang komedyante. I was a dancer, siya naman sa drama portion ng show, kasi siguro, 'yon ang linya ng kanilang pamilya. Ang swing niya, sa singing. Ako, sa comedy.

Sa stage, in those days, dapat at least dalawa ang puwede mong gawin. Kaya nga swing gang. Iba-iba ang pakinabang mo para ang producer, hindi na kukuha sa labas; kayu-kayo na rin ang aasahan.

Ang tandem namin ni Panchito sa radyo talaga nabuo nang husto. Kinuha kami ni Conde Ubaldo. Ako muna, tapos, si Panchito. Nilagay kami sa tinatawag na sustaining program. Walang bayad kundi pamasahe saka mga giveaway—Tinto, Superman pomade, chicheryang kropek—na pinaghahatian namin at pinag-aawayan, naglalamangan kaming parang mga bata.

Bago kami nag-Darigold Jamboree, mag-isa ako sa *Tawag ng Tanghalan*, nauna pa akong mag-host kina Pugo at Lupito. Sabi ko, 'Kailangan ko ng kabatuhan para maganda. Kasi kung ako lang, hindi naman ako pang stand-up comedy, e.'

Niyaya ko si Panchito, 'Mas maganda itong mag-comedy ka. Iwan mo na iyang mga drama. Puro ka naman role ng tatay na namamatay, at kung anu-ano. Dito tayo, mas may pera dito.'

'Sige!' aniya. 'Ano'ng gagawin natin?'

Magaling siyang mag-react, e. 'Ikaw ang feeder.'

Ang *Tawag ng Tanghalan*, yes, the same amateur talent search contest that produced Pepe Pimentel; Ric Manrique, Jr.; Diomedes Maturan; Nora Aunor; Edgar Mortiz—may comedy relief no'ng nasa radyo pa. Kasama sa trabaho ng hosts ang pagwa-warm up ng mga tao in between, habang commercials, para hindi sila mainip. Live ang audience na puwedeng lumayas, kaya kailangan naming hawakan hanggang matapos ang programa.

Doon nag-start ang "translation" namin. Anim na buwan kaming nag-*Tawag* pero ang "translation" naging classic. Napunta sa *Buhay Artista*, at ginagawa hanggang ngayon ng ibang nagko-comedy, pati sa gay bar.

Kaaalis lang halos ng Hapon, balik uli ang mga 'Kano, e, 'di Inglisan na ang lahat? Nauso 'yong maraming nag-i-Ingles, pero baluktot, sa pelikula, maski sa tunay na buhay: 'Relak, don't be ten, or else, you will colap.' Sa set sa Sampaguita, si Manding Garces, nagagalit, mag-i-Ingles, balu-baluktot. Kuwela. Tingnan mo, ang nasirang Bert Marcelo: 'Oh, come on.' E, kailan na 'yon, 'di ba?

No'ng nakita na naming consistent ang reaction ng audience, na nagtatawanan talaga pag ang kagalang-galang na kanta, nababalahura ng English translation na pagkasama-sama, ginawa na naming regular.

Si Panchito lang, maski no'ng bata-bata pa, may sakit na kalimot. Well, baka naman hindi kalimot. Hindi siya masipag sa material niya, malakas ang loob sa "bahala na." 'Buti na lang at 'ando'n si Tommy Angeles, o kaya si Ading Fernando, para bulungan siya ng next line.

Ako at si Panchito sa isang radio show

Pero maski na. Walang tatalo sa timing ni Panchito na mag-feed. Iba ang bitaw niya. Timing 'yon. Ang translation. Pati hinga ng feeder at receiver, kulang-kulang, sukatin. Pati batuhan ng tingin. Halimbawa, ang Bahay Kubo.

'Bahay kubo . . .' si Panchito na ito, ni-rerecite na 'yong kanta.

'Nipa hut . . .' sagot ko.

Ngingiti na'ng Panchito niyan, palagay na palagay na mukhang magiging OK ang lagayan namin, dahil so far, so good. 'Kahit munti . . .'

'National Penitentiary . . .'

Bigla niya akong pandidilatan. 'Ano?'

'Munti. Muntinlupa.' Nanliliit na ako kunwari nito. Takot na mabatukan.

'Hindi 'yon! Kulungan 'yon, e. Bilibid!'

'Alam ko na!' Ngingiti ako, parang gets ko na. 'Ulitin mo.'

'Kahit munti . . .'

'Even though it's very tiny . . .' Panluluwagan niya ako riyan ng butas ng ilong. Medyo sabit pa rin kasi ang Ingles, pero at the same time, medyo puwede na. Tuluy-tuloy lang. Parang normal nga talaga. Hanggang . . .

'Sitaw . . .'

'Stringbeans small . . .'

'Bataw . . .'

'Stringbeans medium . . .'

'Patani!'

'Stringbeans large!' Ang luwag na nang butas ng ilong ni Panchito. Puwede na akong singhutin!

Every week, ginagawa namin iyon. Nag-iisip ang mga writers. Kami rin, nag-iisip. Ang hirap. Pero masaya. Masayang gawin with Panchito.

Ang dami naming nakakatawang experience.

Sa States, naghahanap ako ng toothpaste sa banyo, wala pala akong dala. E, kami'ng mag-kasama, nadampot ko'ng sa kanya. Kako, ba't ganito ito, ang daming butas? Pinindot ko, iba'ng lumabas, iba'ng amoy. Hindi pala toothpaste, Preparation H. May almoranas ang mama!

Location hunting kami sa Disneyland. Napagod siya, humingi ng pahinga. May train daw na paikut-ikot lang, kung puwede, doon na lang kami. Nagkamali ng dinig ang guide namin, 'sinakay nga kami sa train, pero sa rollercoaster. Wala kang marinig kay Panchito kung 'di mura, sumusunod do'n sa indayog ng rollercoaster, hanggang bumaba kami. 'Tangnamotangnamot-angnaaaaaaaaaaa!'

Pagtingin ko sa likod namin, si Ading din pala, yakap-yakap na'ng katabi niyang Hapon. E, puro matatanda na kami para mag-rollercoaster!

Sa isang club, malapit sa Sampaguita, nagkagulo. E, ang mga 'ando'n, sina Tony Cayado, Juancho Gutierrez, at Ben Johnson—hindi umuurong sa laban. Ang nawala, si Panchito. Nagtago na pala sa kubeta. E, may isa silang kalaban, nagtago rin do'n.

'Dito na lang tayo. Pabayaan na natin sila. Huwag na tayong makihalo,' ani Panchito.

'Oo nga!' sang-ayon no'ng isa.

Nagkampihan ang dalawang duwag. E, nahuli rin sila. Nadala rin sa presinto.

Nagkagalit din kami no'n, at one point. May kumuha kasi sa amin sa pelikula. Ang role niya, three days lang ang total shooting. Nagpresyo siya. Ang sabi ng producer sa akin, P1,000 per day lang daw ang budget niya. So I said, Pagka P3,000 lang ang ibibigay n'yo, huwag n'yo na lang kunin, at kawawa naman.'

So, ang nakuha si Bert "Tawa" Marcelo. Nagselos si Panchito. Akala niya, 'pinalit ko si Bert sa kanya. Mga one year tumagal 'yon na 'di kami nag-uusap.

Pati si Teroy, nakisabay ng tampo sa akin at nagalit kay Conde. Finally, kinausap ko sila, no'ng nakikipagbati na. 'Hindi na ako magbabanggit ng mga 'tinulong ko sa inyo, pero dapat man lang, dahil sa mga tulong na 'yon, e, hindi kayo basta nagalit. Dapat kinausap n'yo muna ako. Ang tunay na magkakaibigan, nagka-klaruhan.'

Ang anak ni Panchito, si Junior, 'yon ang matapang. Sabay na nagkasakit ang mag-ama, parehong na-comatose after ma-stroke. Ang lungkot nga no'ng dalawin ko sa ospital. Naawa ako sa asawa, sa kumare kong Annie. Nakakatuliro ang gano'ng sitwasyon—asawa mo, saka anak mo, sabay na nakaratay.

Naunang mamatay si Panchito, just before Christmas of 1995. Mas gusto ko siyang isipin from the happier days.

No'ng nagpa-laser operation ako sa kidney, 1992, sa US, may kumuha sa aking mag-show, sa California. Umuwi ako, kinontak ko si Panchito, para makita kung puwede pa naming gawin ang dati. Dumating, nakaakbay kay Annie. Nakita ako, 'tinabig ang kamay ng misis, parang ayaw ipakitang inaakay siya.

Tinanong ko kung kaya pa niya. Sabi ni Annie, baka hindi na. Oo raw, giit niya mismo. Magpapalakas daw siya. 'Sige,' kako. 'October 2 ang show.'

Nagpalakas nga. Nakasakay ng eroplano tuloy na sa San Diego. Nagpa-appointment muna ako sa duktor, para sa kanya, saka sa asawa ni Conde, na kasama rin namin. Nakakuha kami ng

duktor na Pilipino, babae. Magaling na duktor. Hindi niya sinabi kay Panchito ang diagnosis. Sa akin 'binigay. May symptoms daw ng Parkinson's.

E, narinig pala ni Ilong. 'Ano'ng Parkinson's?'

'Wala!' tanggi ko, sa kabang baka bigla siyang ma-depress. 'Department store iyon dito.'

Punta na kami sa venue. Ang laki, 8,000 ang capacity, punong-puno. No'ng i-announce na ang 'Panchito!' sigawan ang crowd. Bigla siyang nagkaro'n ng adrenaline, iniwan ang baston, lumakad! Nagulat ako. Tinawag na ako. 'Ayun, nakipagbigayan na sa akin, bumalik ang lakas. No'ng bandang gitna na, napagod, naupo sa silya, sa mismong stage. Pinabayaan ko naman. Nakiupo rin ako. 'Napagod ka? Hindi tayo su-suwelduhan, pag nakaupo tayo rito.'

Sa madaling salita, tumayo na naman. Natapos kami nang pagano'n-gano'n. Pero no'ng tawagin na si Zsa-Zsa for the next number, pag-exit namin, dumilim. Kumapit siya sa buntot ng amerikana ko, pasunod sa akin. Tawanan pa rin ang tao. Akala nila, part pa rin iyon ng act.

Si Ilong at ako

8 RADYO. CONDE. GLORIA.

Mga '50s up to early '60s, hindi pa malaki ang TV. Radyo ang big thing, 'ika nga.

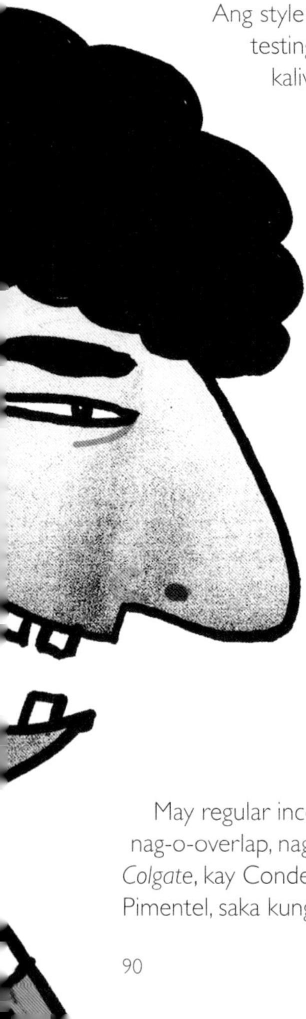

Ang style din dati, ang mga studio, gaya halimbawa ng Sampaguita, sa radyo magte-testing nang kung ano ang maaaring mag-click at gawing pelikula. Kaya naman kaliwa't kanan din ang mga radio shows. May drama at comedy. May dramang pang daytime, may pang prime time. Iba rin ang mga shows pag Linggo. Iba rin ang para sa sosyal at para sa masa.

Si Pugo, matagal ding nagradyo, a. *Edong Mapangarap. Sebya, Mahal Kita,* nina Eddie San Jose at Sylvia La Torre—mga hit show din 'yan no'n. Pinanggalingan ng *Tang-Tarang-Tang*, na ang writer, si Beer Flores. Ang dami! Sabi ko nga, ang mga pioneer, ang mag-asawang Dely Atay-atayan at Andoy Balunbalunan. Sila na ang main talents sa show; pati voicing ng mga commercials, sila pa rin. Si Dely at si Chichay dati, magka-routine sa radyo. Napirate ni Conde si Chichay, 'pinareha kay Tolindoy. Ang galit ni Taba.

Ang karamihan ng radio shows na iyon sa Escolta, sa building ng mga Villar. Ang radyo ng ABS-CBN sa Aduana sa Intramuros, tapat ng cathedral—do'n ang Darigold Jamboree. Mero'n pang sa Insular Life, mga drama series; PCPI sa Soler; at sa Manila Broadcasting Corporation, kung sa'n naro'n si Conde.

May regular income ako sa radyo, may limang shows a week, na pag nag-o-overlap, nagiging anim pa. Mga radio sitcoms. Pag Monday, *Oras ng Colgate*, kay Conde. Tuesday, *Darigold Jamboree* with Panchito, Eddie Ilarde, Pepe Pimentel, saka kung sinu-sinong guest na babae. Wednesday, *The Big Broadcast,*

Sampaguita-all stars iyon. Thursday, with Helen Gamboa, *Roadshow.* At Saturday naman ang *La Tondeña Incorporada.* ang *Kulang sa 7,* tuwing Sunday. 'Yan na nga 'yong kay Susan Roces na ginawang pelikula.

Umalis kami ni Panchito sa *Tawag*, dahil lumayo na iyon nang lumayo. Dati, sa tabi-tabi lang ng Manila ginagawa ang show, e, dinala na sa probinsiya. Pumalag na ako. 'May contract ako sa Sampaguita. Magagalit sila sa akin kapag ganyang alis tayo nang alis. Akala ko, dito lang tayo sa malapit.'

From *Tawag*, nilagay na rin kami sa *Kulang*. Si Ador Muñoz ang writer. Kasama rin namin si Ading—nagba-bajo o nagi-gitara; lumalabas din na boses babae, as Donya Deodoranza, naka-suot babae talaga. Click siya. Ang lakas ng tawanan sa kanya, e, live laughter kami, hindi canned. Kaya nalalaman kung ano ang tutoong patok.

Pagpalagay mo nang P250 to P300 ako sa mga show na iyon. Sa apat pa lang, P1,000 a week na ako. Pero sa *The Big Broadcast*, kay Conde rin iyon para sa Sampaguita, P50 lang ako. 'Hindi ba puwedeng ipantay mo na ang bayad sa *Oras ng Colgate*?'

Sagot ni Conde: 'Iyan lang ang budget ko, e.'

Si Conde

Hindi puwedeng balikan ang radio days nang hindi nababanggit si Conde Ubaldo. Ubaldo Urbano Andres ang real name niya—isa sa malalaking pangalan ng radyo, writer-director-producer—kahanay nina Dely Magpayo at Luz Mat Castro, na nanay naman ni Bert Leroy Jr. May iba pang malalaking radio news announcer, mga disc jockey, pero sa entertainment, pag nabalitang talent ka ni Conde Ubaldo, malaking bagay 'yon.

Hinasa niya ako. Galing sa Golay, na-refine pa ang comedy ko sa radyo. May live audience ang mga radio sitcoms na nakakatulong sa timpla ng timing, sa bitaw ng jokes. Pero alam mong may audience na nakikinig sa kani-kanilang bahay, so sa boses pa lang, umaakting ka rin.

Malaki ang kinalaman ni Conde sa pagpasok ko sa Sampaguita, dahil kahit nakilala ako ni Pancho Magalona sa show niya kung saan ako nag-guest, hindi siya tumigil do'n. Niyaya pa niya itong panoorin akong sumasayaw sa stage.

Years later, no'ng pawala na ang radyo, nakapag-shift din siya sa TV. Nagproduce, nagsulat, mostly for MBC. And then, parang ginawa kong manager—taga-

Si Conde abroad

kausap sa mga kumukuha, taga-presyo. Ako pa rin ang final say pero may oido rin siya sa kung ano'ng magandang project. Ang *Omeng Satanasya*, idea niya 'yon: dalawang Dolphy na magkakalaban; isang ordinaryong tao, laban sa isang baklang demonyo. Fair hit lang ang movie, pero nanalo ako ng Best Actor do'n, sa FAMAS.

Higit pa sa trabaho, nagkasundo kami sa maraming bagay. Mahilig akong lumabas-labas, kahit mag-isa, para makinig sa piano music; kung saan-saan. Sinasamahan niya ako, sila ni Ading.

May mga galit sa kanya, akala nila, pirmi niya akong sinusulsulan. Ang hindi nila alam, magaling siyang sounding board, masarap kausap hindi lang sa projects, kundi pati na rin sa problema, sa diskusyon kung ano ang dapat gawin; kung ganito, ganyan. OK ang diskarte niya.

Marunong din siyang magtago ng sikreto. Pagka sinabihan mong 'atin-atin lang ito,' makakaasa kang hindi makakalabas. Iniyakan ko iyan, pinagdalhan ng problema, walang nakaalam. Isa siya sa kaunting pinagkatiwalaan ko no'ng paalis na ako ng Manila papunta kay Zsa-Zsa, na nauna na sa Amerika.

HIndi pa uso ang TV: kasama si Susan Roces, Juancho Gutierrez at Chichay

He died about three years ago, mga 2005. Tumaas ang presyon. Na-aneurysm, nag-cardiac arrest sa Manila Medical Center. 'Ando'n ako, inaasikaso ko'ng mga bagay-bagay, e, tumuluy-tuloy na.

Matagal-tagal din bago ako nasanay na wala na siya. Naman, e, pirmi kong kasabay sa kotse, kasama sa mga lakad, ka-diskusyon sa kung anu-ano. He knew me inside and out. Para ko na ngang anino. Tapos, isang araw, pagtingin ko sa likod ko, wala na pala.

No'ng time nang kasagsagan ng radio shows ko, kami pa rin ni Grace ang magkasama, pero meron nang panay ang sunod sa akin. Kung saan ang radio shows ko, na'ndo'n din siya. Letter "G" rin ang simula ng pangalan.

Sabi ni Gloria

Nagkakilala kami no'ng 1956, sa isang party. 'Pinakilala siya sa 'kin, tapos inimbitahan ako sa radio show niya—'yong Oras ng Colgate. *Gano'n kami nag-umpisa. Palagi na 'kong iniimbita do'n.*

Tapos na siyang magtrabaho abroad. Nagsisine na rin siya kasama nina Lolita Rodriguez at Gloria Romero.

Sixteen ako, pero nagkaro'n kami ng relasyon, two years after, pagtuntong ko ng 18. Hindi namin napag-usapan ang kasal, kahit na kailan.

Nag live-in kami, mga 1960. Dalawang taon pa, bago ko 'pinanganak ang panganay namin, si Kit. Masaya siya. Maraming natutuwa kay Kit no'n, e. Apat ang naging anak namin.

Masaya rin ako. Mabait si Dolphy. Isa lang talaga ang reklamo ko sa kanya. Babaero. Tahimik, walang kibo, tapos, bigla na lang babanat, magpapatawa. Sa pagkain, hindi maselan. Pag ayaw niya, sasabihin niya, pero pag gusto niya, maganang-magana.

Naghiwalay kami no'ng panahon ni Lotis. Hindi naman hiwalay agad, nando'n pa rin, pero nag-umpisa nang mag-away. Nagpunta pa ako sa bahay ni Lotis, dala ko'ng picture ng mga anak ko, para 'pakita ko sa kanya. Baka hindi niya alam, na bukod sa 'kin, mayro'n pang iba, dala-dalawa pa.

Mayro'n siyang naging girlfriend, kapitbahay namin sa condominium, magandang babae, mestisa.

After Lotis, pati na rin si Miss Aruba.

Bago kay Lotis, 'yong kay Pilar Pilapil, 'tinago niya. Hindi umaamin 'yon, hangga't hindi nahuhuli. Sinasabi lang niya, 'Hindi tutoo, hindi tutoo.'

Iyon ngang kay Baby, hindi ko rin nalaman agad 'yon. No'n na lang anak na pala si Ronnie, saka si Eric. Nagulat ako. Ang nagsabi sa akin, si Georgie. Sabi niya, 'Hindi mo ba alam na pareho kayo ng pangalan, Smith, tapos Baby rin?'

'Pinasusundo ako ni Dolphy sa LVN, may shooting. Susunduin ako ni Canton o ni Pedro, habang nagsu-shooting. Naglalaro sila ng mahjong. Pauupuin niya ako, may pupuntahan lang daw sandali. 'Yon pala, kina Baby.

Nagtuloy pa rin kami tapos kong malaman 'yon pero madalas na ang away, ang selosan. Hindi niya inamin. Hindi niya inamin talaga, hanggang na lang no'ng puntahan ko. Sa Santolan Road pa lang nakatira, baby si Eric, bagong panganak.

'Ando'n ako sa labas, nag-aabang, nasa loob ng taxi. Nakita ko siya, dumarating, naka-kotse. No'ng makita niya ako, hindi na siya makapasok sa bahay.

Paglipat nila sa Blue Ridge, nagpunta rin ako, nakapasok, hindi alam ni Baby. Hindi kami nagtatagpo no'n, ngayon na lang. Si Grace din, hindi ko nakilala, kasi no'ng makilala ko si Dolphy, sabi niya, hiwalay na sila.

Minsan pa nga, binigyan ako ng kotse. Galant. Sabi ko, ang gusto ko, green. White ang dumating. Tapos, si Baby pala, ang gusto, white, e, green ang nakuha. Nagkapalit, sa delivery.

Pero hindi kami pinabayaan ni Dolphy. Lahat nang kailangan, 'binibigay niya. Mabait siya sa pamilya. Umiikot siya sa lahat, tanggap ko 'yon. Pag birthday niya, o Pasko, darating siya, mga 6 or 7, tapos, aalis siya mga before 9. No'ng umpisa, masakit siyempre. Pagtagal, nasanay na rin ako.

Hindi na ako uli nag-asawa. Ayaw ko na, e. Nadala na ako.

Hindi ko na masasabing mahal ko pa siya, pero dahil sa may mga anak kami, nire-respeto ko naman siya. Wala na sa akin ang sakit, nakaraan na 'yon, e. Nagpapasalamat ako, kasi napagtapos niya ang mga anak ko. 'Yon naman, actually, dapat niyang ibigay, at ibinigay nga. Hindi niya pinababayaan ang mga anak ko hanggang ngayon.

Sabi ko

Baby nga ang nickname niya, pero Gloria ang real name. Iyon na ang nakaugalian itawag ng pamilya at mga kaibigan. Para siguradong hindi magkalituhan.

Nakilala ko siya, habang nagra-radyo. Pirmi siyang 'ando'n, ginagamit ang pangalan ko, ni-ne-name drop, para makapasok. After the program, nagtatanong kung saan kami pupunta, so nayayaya sa labas-labas, sa kainan, after the show. Hindi ko masabing niligawan ko siya, as in sa talagang ligawan. Kung baga, napunta na lang do'n siguro ang mas mabuting sabihin. And I was aware na bata siya, menor de edad, so later pa pumasok ang physical relationship. Ang nangyari, parang she was the one who was there. No'ng lumabo na ng tuluyan ang relasyon namin ni Grace, so, 'ayun.

Matagal bago kami nagka-anak. I didn't live with her, no'n na lang ipanganak si Kit.

Halos nagkasabay nga sila ng Mommy nina Eric, na hindi ko naman alam na pareho silang Smith, pareho palang labi ng mga 'Kano. Parang iisa tuloy ang nanay ng mga anak ko sa kanya at nina Eric.

Tutoong hindi ko nga inamin si Baby sa kanya, e, bakit ko pa aaminin, alam ko namang alam niya. Alangan namang pati detalye namin ni Baby, ikuwento ko pa?

Pumasok siya sa bahay namin ni Baby, nameywang do'n sa loob. Hindi tutoong wala ako at dumating na lang sa kotse. 'Ando'n ako, nakaupo, no'ng umentra siya. Napatanga ako, natatandaan ko. Nalito pa nga akong saglit kung saang bahay ako naro'n, ba't andito ito?

Galit na galit ako do'n sa nagsama, isang crew ko do'n sa shooting. Binatukan ko. 'Nilabas ko siya sa auto,' kako, 'Ba't mo tinitingnan 'yong bahay?'

'Ba't ang laki?'

'May bahay ka rin naman,' sagot ko. 'Sa Makati pa nga ang sa iyo?'

Ang tungkol sa kotseng nagkapalit daw ng kulay, 'di ko na maalaala 'yan. Basta kung may kotse ang isa, may kotse rin ang isa. Hindi ko sila sinadya, o ginustong saktang pareho. Hindi lang ako talaga ready no'n na pagtagpuin sila.

Tahimik siya. Pero mapanganib. Nagkaro'n ng malaking isyu ang pagsasama namin, and it's something na ayaw ko nang balikan o ungkatin pa dahil sa mga bata. Basta pag kinu-confront ko siya no'n, hindi kumikibo. Hanggang nagalit na lang ako ng tuluyan.

Ibig kong sabihin, pagka nagka-relasyon ka, at magka-anak kayo, hindi mo basta mapuputol iyon. Tinatantiya mo muna. Ayaw mong masaktan ang mga anak mo. Anak ang palaging nasa-sacrifice, e. Kaya ikaw naman, parang sinusubukan mong balansehin. Kung hindi magbalanse . . .

At hindi tutoong naging girlfriend ko si Miss Aruba. Muntik lang.

Mga anak namin ni Gloria

Mariquita. Si Kit.

Ang features niya, Vera. Singkit, e. Ang sa Quizon, malalaki ang mata, parang sa Papang.

Speaking of Papang, 'yon ang tawag nilang magkakapatid sa akin. Si Vandolf, Papang din. Ang mga nauna at sina Eric, Daddy. Ang last batch, sina Zia, Papa.

Mabait si Kit. Masipag. Maliksing kumilos, parang lalaki. Masipag sa pag-aaral. Nakapagtapos, Commerce ang kinuha. Mahilig sa music, 'binili ko ng organ.

'Ay! proud ako sa anak kong ito. I like her confidence. Agad na nakikita 'yon sa kanya.

Sasabihin na naman, mas spoiled ang babae. Ang mga anak na lalaki kasi, pag medyo malaki na, naghahanap na ng gimmick. Ang babae, kahit ano'ng edad pa siya—yayakapin ka, kakandong, mangangarinyo. Hindi rin tutoong mas lamang ang regalo ng babae sa lalaki. As much as possible, pantay-pantay 'yan.

Pero may drama kami ni Kit. Nagpunta sa Amerika. 'I do not want to use your name,' aniya.

Nag-challenge pa ako, sabi ko, 'Third world ang Pilipinas. Kung makukuha mo ang mga kapatid mo diyan, mas maganda. Dito, mahirap ang future. At least diyan, mabuti-buti. Earning dollars and spending dollars. Dito, earning pesos and spending pesos, walang nangyayari. Not unless kamukha ng katayuan namin na medyo mas malaki'ng kita. E, ngayon, kung 'di mo pala kaya, umuwi ka na lang.'

She surprised me. Hindi siya tumigil, hanggang hindi niya nadala ro'n ang lahat ng kapatid niya at ang mother niya!

I love her. She is a survivor. She is admirable.

Sonny.

Ang tunay niyang pangalan, Carlos. Charlie kasi ang pangalan ng lolo niya, sa mother's side. Pero Quizon siyempre ang apelyido. Lahat ng mga anak ko, ang dala, Quizon.

Talagang mga chubby sila. Si Kit lang hindi. Kaya nga si Kit may koleksiyon ng mga figurines ng mga baboy, kasi raw ang mga kapatid niya, three little pigs. Maliliit pa sila, talagang gano'n na kalalaki, e, ngayon three big boars na 'yon, mga barako na.

Medyo maramdamin si Sonny. Ayaw mapapagalitan, umiiyak agad. Pero bright, very bright. Honor student din no'ng college, sa La Salle.

Kanina lang, 'pinagdasal ko siya. Nabalitaan ko kay Kit, sa telepono, na ooperahan siya, so I called him up last night. He's going to have a by-pass. Nasa ospital na siya, no'ng nakausap ko, pine-prepare na for the operation.

'Three hours aabutin,' aniya.

'It will be over before you know it,' 'kako naman. 'Na by-pass na rin ako. Para kang nagkaro'n ng bagong puso, you'll be good as new. Sandali lang 'yan, para ka lang sini-circumcise.'

Ba't daw kung kailan pa siya nagdyi-gym, dahil pumayat na nga, nag-lose na ng weight. But I said, na-build up na 'yang bara sa puso mo, no'ng mataba ka pa.

Geraldino. Si Dino.

Siya ang clown ng "batch" na ito, taga-bulong sa akin, taga-ungot, ng kung ano man ang kailangan. Parang pangalang Italyano. Pero actually rin kasi, akala namin, babae. Hindi pala. At kung nagkataon, well, pinakamalaking babae.

Ang tatlong lalaki sa pamilya kong ito, malalakas talaga kumain, saka maya't maya. Pag umorder, talaga, nagugulat kami. Kaya puro may gout, e. Puro matataas ang uric acid, kaya kung minsan,

Mariquita Smith Quizon, January 19, 1962

My classmates would call me 'anak sa labas' and that used to really offend me. I'd fight back. I mentioned it to Papang, and he said, 'Walang anak sa labas, lahat kayo, anak ko.'

I remember watching John en Marsha *and wanting to trade places with Maricel, just to see him every week.*

There was a point, my parents were palaging nag-aaway, and Papang suddenly disappeared. And we'd only see him Sundays; kakain na lang sa labas. I kinda knew they were not together anymore. I got depressed; hoped na sana magkabalikan sila, but growing up, you accept things as they are.

From the first family, Kuya Junior and Kuya Edgar used to come over to the house and bring stuff and food for my Mom, so they're the only ones I really bonded with. Ate Sahlee, only when she was here, in the U.S. I slept in her apartment for two weeks. We became close. From then on, when she'd be here or I'd be in the Philippines, we'd hang out.

I didn't know na may kasabay kami; only when I was in high school when the break-up was official, or they'd agreed to officially not see each other anymore. Then, just as I thought hanggang kina Eric na lang, then I heard about Rommel, and I thought: Again? Is this ever going to stop?

When I got here first, I was having a hard time, so he said, 'Kung nahihirapan ka, bumalik ka na sa Pilipinas.'

But I remembered he had told me na halos lahat ng relatives na pumupunta dito sa States didn't last, at lahat umuwi. So I was, like, I'm gonna prove you wrong. I'm gonna make it here, by hook or by crook!

I got here when I was 22 in 1984. After college, I was looking for a job in Manila, but I didn't want to use Papang's name and his connections. There are advantages and disadvantages to being 'anak ni Dolphy.'

In the early years ko rito, he would always call; make sure wala akong kailangan, and ask if I needed money. He supported me until I got a job.

Then I worked in the electronics and sporting goods section of a department store—lifting boxes of TV sets, stereos, bicycles. I felt sorry for myself because I never really worked before. I'd come home with my legs cramping after working long hours. My first Christmas, I was alone in my studio, watching the Cosby show to cheer me up; really homesick, but telling myself, I gotta do this. I gotta be strong.

I try not to burden him. I know he's got problems of his own. Like I was diagnosed with cervical cancer, stage 1; I didn't tell him. I don't even know if he knows about it. Luckily, I got over that. I wanted my brothers here, my Mom, so he wouldn't have to support them anymore. I hope he doesn't think we've abandoned him. I just wanted a better future for my brothers.

So now when we're together, he hugs me and tells me, 'I'm proud of your achievements. I'm proud of what you've become.' I'm flattered.

I only hope he takes it easy, enjoys life, and makes most of the time he's got. I miss him so much.

Carlos Smith Quizon, August 15, 1965

In high school, I started meeting my other siblings. E, that was also the time the school was saying na dapat, ang tao nagpapakasal, na dapat, isa lang ang asawa. E, alam kong mas older sina Kuya Rolly sa amin, so imposibleng kami ang legitimate kids. And then I found out Dad never got married pala. So lahat, parehong ano . . .

Hindi pa ako 'pinapanganak, may iba na. Pero wala din akong guts to ask kung bakit, so gradually, na-accept ko na lang ang pamumuhay na kinagisnan ko.

And then, when Eric started to do modeling, movies, nabasa ko, 'Uy, Quizon din ito.' And Papang said, 'Kapatid mo rin 'yan.'

No'ng tumira si Ronnie sa amin dito, he was the last Quizon na hindi ko pa nami-meet. Papang called and said, 'O, darating 'yong isang kapatid n'yo. First time niya. Asikasuhin n'yo.' E, nakagaanan ko si Ronnie ng loob. Dahil sa comics, nagdaldalan na kami, and I found out na nag La Salle din siya, and we had the same teachers pa.

Pero ang talagang hindi ko makalimutan, was my high school graduation. I was not expecting Papang to come kasi ang alam ko, busy siya. Nalaman niya, and he went. E, 'yong school stage, parang home-made style na gym, parang ang pangit na, ang init pa. But he was there, pinanood ako, ang achievement ko.

Way back, I owned a video store, sold it, and lived in the US with Ate Kit. But hindi ayos ang papers ko. Six years ako do'n, nag-waiter, nag-odd jobs. It was hard to be known as Dolphy's son. I found myself wishing na sana, mayro'n akong maging mga kaibigan muna, bago nila malaman kung sino ang tatay ko. May nagtatanong pa nga, 'Mayro'n bang matabang anak si Dolphy?'

And then, a lot of my friends were going back home, kasi, sabi no'ng president, 'yong si Ramos, si Fidel—Philippines 2000 daw, maganda na, high hopes, magbu-boom. Balik uli ako sa Manila. P25 to the dollar ang exchange rate; wala pang one year, P40 na.

Wala akong ginagawa, para akong bum. Ang perang naipon ko, nauubos. Nag-small businesses ako, walang nangyari. 'Pinasok ako ni Papang sa RVQ, but there I was doing mostly clerical work, spreadsheets, sa computer. Ang business talaga, care of Rene.

Tapos, naayos ang papers ko. Si Mama muna ang na-petition ni Ate Kit, and then Mama took us in. Legal na ako, hindi na TNT. So I'm back in the US, finally doing accounting associate work. It's still not what I really want to do, but I'm employed by a big Fortune 500 company, and I'm learning new stuff, new computer accounting programs, so parang stepping stone ko ito.

Si Papang, nag-apologize na siya, many times, na nagkulang siya sa amin, na he wasn't always around. Pero sa tingin ko, mas mabuti na'ng nangyari. At least hindi ako nasanay na umasa. Mas gusto ko na itong pag may gusto akong kunin, kukunin ko ng sarili ko.

I'm a man of few words. Pero gusto kong sabihin kay Papang na salamat, para sa lahat. Salamat. Kahit nagkalayo tayo, I always knew na na'andiyan ka, to back us up. I thank you also for your gift of wit, kasi, I think, all your kids have that. 'Yong tahimik lang, 'yon pala, may biglang bibitawan.

Geraldino Smith Quizon, March 18, 1972

Close ako sa sa kanya. Ako ang favorite niya sa amin, kasi ako 'yong makapal ang mukha. Ako 'yong nambobola, so pag may kailangan, 'Pang, luma na 'yong TV.' After a few days dadating si Rene, si Canton, may dalang TV.

Hindi rin ako affected ng mga nagpapatutsada sa kanya. Pag may nagtatanong kung tutoong girlfriend niya si ganito, sasagutin ko, 'Manood ka ng TV para malaman mo.'

Halos kailan lang, nag-Cebu kami, three days. E, nagkasakit ako, nag-LBM, talagang pabalik-balik sa CR. Pag-uwi namin, pinagtatawanan niya ako. Nagbakasyon daw ako sa banyo. Sayang daw at hindi ako nag-enjoy. Tinext ko siya, 'Kahit hindi ako nag-enjoy, of course, I had a great time just to sleep in the bed beside you. Waking up in the morning to see you. Pagkagising mo, brings back good memories of my childhood.'

Pagdating ko sa bahay, niyaya niya uli akong mag-dinner.

Nare-recall ko, twice a week siya natutulog sa amin. Tapos, naging once a week, sabay hindi na natutulog. Magkikita na lang once a week, sabay once a month, hanggang two months, three months, gano'n na lang.

Umuwi si Ate Kit noong 1999, nakita ang calendar ko. Nasulat ko do'n, 13 days lang kaming nagkita that year, computed sa Christmas, New Year, birthdays naming magkakapatid, birthday niya. Six or seven times lang kaming nagkita nang walang okasyon, at sa five times pa ro'n, aksidente lang. Nakita ko siya sa mga resto-restaurant. Nakuwento ng Ate Kit sa kanya. Parang na-guilty, so every Sunday, he makes it a point na mag-dinner kami.

Natutuwa akong kumain kasama ni Papang, kasi pag kami lang ang nasa fastfood, halimbawa, ang sama nang tingin ng iba sa akin. Parang nalalakasan sa kain ko. Pero pag 'andiyan ang Papang, siya ang tinitingnan. Nakakain ako ng marami.

Pero nagrebelde rin ako. No'ng '80s kasi, peak niya 'yon. Growing years ko naman. I didn't hate him. Hindi na lang ako halos pumasok, and by third year, sa high school, nag-drop out na ako; 100 days na kasi ang absent ko, e. Nalulong ako sa bilyaran. Sa sigarilyo. At sa alak.

Growing stage lang siguro 'yon, kasi no'ng elementary, sa Don Bosco ako, e. Medyo mahigpit do'n, e. Sa high school, napunta 'ko sa medyo masang eskwelahan, so parang nagkaroon ako ng culture shock sa mga naging kaibigan, napasama sa mga club sa inuman. No'ng bata pa ako, may nakabantay sa akin palaging yaya. No'ng nakawala ako, para akong nakawala talaga. 'Yon ang pagkakaintindi ko.

Dad, thank you for everything. Proud ako na anak mo ako. Hindi ako nagsisisi kung ano'ng nangyari sa buhay ko. Kung mayro'n man akong nagawang mali, 'yon ay dahil kasalanan ko na, at hindi dahil sa marami kami, o nagkulang ka sa amin.

Edwin Smith Quizon, July 16, 1972

Son, Zymone

Never akong nagtanong, kasi alam ko 'yong sitwasyon. Maliit pa lang ako, alam ko na hindi ko na kailangang tanungin, nakikita ko na magulo. Ewan ko, naintindihan ko kaagad, e.

No'ng bata ako, natuto akong magsulat sa blackboard. Basta 'pinakita ko sa kanya. Ewan ko kung pagod siya o ano. Pinansin niya pero . . . inintindi ko na lang, siguro nga, pagod. Ang gusto ko sana, lambingin naman ako, kasi bihira 'yong siya ang manunuyo sa iyo.

Hindi ako marunong magtanim, pero hindi ko makalimutan. Gano'n akong tao, e. Ayaw na ayaw kong nagtatanim ng galit. Unang-una, hindi maganda at saka turo din sa akin na pangit 'yon. Pero kung nagkamali ka sa akin, natatandaan ko 'yon, kahit hindi ko dinidibdib.

Ang gusto ko lang mula sa kanya, mga simpleng bagay. 'Yong turuan mo 'kong magkurbata, 'yong simpleng gano'n. Sunduin mo 'ko sa eskwelahan, 'yong maliliit na bagay. Siguro 'yon ang kulang. 'Yong sunduin ka, ihahatid ka pagkatapos o kaya ipapasyal ka. Wala, wala no'n, e. Puro kalimot. Diskarte mong mag-isa, pero OK lang din.

Ikaw parati ang iintindi sa kanya. Minsan, ako naman intindihin mo, kami naman intindihin mo, parang gano'n. Pero mahirap kasi aloof talaga ako, e. Hindi ako nagsasabi sa erpat pag may kailangan—pera, gamit, kahit ano—hindi ako nagsasabi. Sasabihin ko sa mother ko, kay Dino.

Parang close lang kami pag siya'ng nagsasabi ng problema. Kasi kaya ko siyang diretsuhin kung ano'ng iniisip ko. Halimbawa may problema siya sa isang kapatid ko, parang humihingi siya ng payo, na hindi naman niya sinasabi na bigyan ko siya nang payo. Nararamdaman ko lang na kailangan niya. Sinasabi ko kung ano 'yong naiisip kong tama. Dapat talaga, kung ano 'yong problema, tutumbukin mo kaagad. Hindi 'yong paiikutin mo lang. Hindi 'yang wala 'yan. Kasi lumalaki.

Aloof talaga ako sa erpat.

Sana mas open, kasi, halimbawa pag sasabihin nila 'Masahiin mo!' pinipilit pa nila ako. Siguro, masama ang loob ko kaya hindi ko ginagawa. Kailangan pa akong utusan. Hindi ako magaling maglangis. May gano'n talagang ugali, e. Hindi ako malambing.

Pero ngayong tatay na ako, ang kulang na naramdaman ko no'ng bata ako, 'yon ang ibibigay ko sa anak ko, kay Zymone.

Siguro, pinilit ni Papang na maging mabuting ama. Hindi naman lahat perpekto. Palagay ko naman ginawa niya 'yong palagay niyang . . . pinilit niyang gawin. Pero mahirap lang 'yong gano'ng karami ang anak.

Gusto ko siyang makasama sa bakasyon. Hindi ko pa siya nakakasama sa bakasyon. Kahit Laguna lang. Siguro, naisama niya ako sa Baguio, pero maliit pa ako no'n, at ngayong mulat na ako . . . kahit Luneta, masaya na ako.

O kaya, dahil naka-tsamba na ako rito sa Amerika, gusto ko, kaming dalawa lang. Manood ng strip show, 'yong gano'ng kalokohan. Hindi 'yong mga malalim. Mga simpleng bagay lang ang gusto kong ma-experience with him.

pag may gout, ang lakad, paika-ika. Ang joke ko nga sa kanila, 'O, huwag n'yong gugutumin ang mga 'yan, at baka may makasalubong na batang maliit, 'yon ang kainin.'

Pero close ako sa isang ito. Karinyoso kasi. No'ng napapagsabihan ko na dahil napapabayaan ang pag-aaral, oo nang oo, aayusin daw niya. Hindi rin naman nagawa. Sayang.

Still, nabobola niya ako. Nagpapabola naman ako. But I say, 'Ang trabaho ko talaga sa inyo pag-aralin kayo, palakihin. Pero pag malaki na kayo, at nasa wastong edad na, it's about time na kumilos at huwag na akong asahan, as I'm also not getting any younger.'

About two years ago, 2005, nalaman kong nakaalis na ang Mama niya at saka mga ibang kapatid. Siya na lang pala ang naiwan. Nadalas-dalas ang pagpapatawag ko sa kanya para kumain sa labas, at magpunta kung saan-saan, hanggang sa nakaalis na rin finally. Dinala ko sa beach, kasama ang dalawang bata. OK siya sa kina Nicole at Zia. Magaling makibagay kaya madali ring makasundo. Magaling pang mag-joke.

Edwin.

Talagang sobrang shy 'yon. Masyado talagang tahimik. Napakabait, pero hindi kumikibo. Pag nagagalit ako, umiiyak na lang.

Physical therapy ang 'pinag-aralan niya sa college, pero hindi rin nakapagtapos. Sana, napapakinabangan niya na 'yon ngayon sa Amerika.

As a father, naiintindihan ko kung mayro'n sa mga anak kong hindi ko nabigyan ng full time and attention when they were growing up. I was really working full-time. Eto ngang period na ito siguro ang matatawag kong pati gabi, ginagawa ko nang araw, sa kakakayod. Gusto kong magkaro'n ng good life, hindi lang para sa akin, kundi para sa mga anak ko, sa lahat ng anak ko. Pag sinasabi nilang hindi ko raw napabayaan ang mga pangangailangan nila, 'yon na nga 'yon, kasi, I never stopped working. So sana rin, maintindihan nila 'yon.

Wala rin akong reward na hinihingi sa kanila. Basta maganda ang katayuan nila, OK sa akin 'yon. Kamukha ng mga nasa Amerika ngayon, everybody has a job now. Pero higit pa ro'n, they are helping each other. Hindi ba't ang ganda?

Sana, gano'n palagi. Hindi tulad nitong mga nauna kong anak, dumaan sa panahong kanya-kanya, kung kailan gipit, saka . . . 'buti na lang at medyo naaayos na sila. Hindi pa 100 percent, pero papunta na ro'n.

Sana, may bonding palagi ang lahat. Kahit hindi araw-araw, maski once a week, and mga puwedeng magkita-kita.

OK naman kami. Ang sinasabi lang niya, na-miss niya ang magkaro'n ng childhood na kasama ang tatay. Almost lahat naman sa mga anak ko missed that also. I was really working hard at that time. May limang radyo ka, pelikula, TV, may labas pa abroad. Nagpakahirap ako dahil alam kong marami ang mga anak ko. Hinahati ko ang sarili ko.

Ako at si Gloria

Gloria

Si Gloria at ang aming mga anak

Kasama si Gloria, Kit at Sonny

Akap-akap ni Kit

Gloria, Dino at ang kotseng puti

Ako, kasama si Gloria at Kit; Sonny, Edwin at Dino

Nahihiya rin ako, kapag hindi ko sila nakikita o nailalabas. Or, minsan, may sakit ka, ikaw naman ang hindi nila madalaw. Maliban na lang, kung serious, kung major illness. Ako rin kasi, kahit may sakit, ayaw ko ring 'pinagsasabi.

9 TV, and then, si Baby

After Sampaguita, down ako. Hindi ako nagkaro'n ng kaliwa't kanang pelikula, tulad nang akala ko. May pera sa bangko, pero dumarami ang anak mo, e. Nadadagdagan ang pangangailangan, needs sa eskwela.

May trabaho ako, kung sa trabaho, dahil nga sa radio shows. Pero hinahanap ko ang paggawa ng pelikula, at mas matindi ang impact no'n sa career. Paumpisa pa lang ang TV, mga '60s. Mga '61 at '62, kung baga, 'tinitimpla pa lang 'yan.

Nagra-radyo ako sa estasyon ng mga Elizalde, sa Manila Broadcasting Corporation, na may TV network din, ang Channel 11, na nagbo-broadcast sa tabi ng Jai-Alai. Production Executive dito si Conde, sa radyo saka sa TV. Artista niya sina Johnny Wilson, Cris de Vera. MBC ang carrying channel ng *Gabi ng Lagim*.

Geny Lopez

Pinuntahan ako ni Eugenio Lopez Jr., Geny, kung tawagin si Kapitan. Sa pamilya nila ang ABS-CBN, ang isa sa pasimuno ng Philippine television. Siya mismo ang kumausap sa akin para kunin akong mag-TV.

'Aba, oho,' sagot ko. 'Pero puwede ba ako?'

'Kaya nga kinukuha kita, e.'

'Papaano ho ang mga show ko sa radyo?'

'Di bale, ituloy mo. Or if you want, I'll give you radio programs also, but I want you in my TV network.'

Magaling na kausap si Geny. Nagkamay kami. Kung ano ang sinabi niya sa una naming usapan, pinangatawanan niya. Wala siyang kasi-kasi, akala ko, pero sabi pala ng production, hindi puwede, dahil ganito, gano'n, wala. Kinuha niya ako for radio and TV.

Channel 3 pa 'yon no'ng simula. Mayro'n na silang mga noontime show. Sa kanila nagsimula ang *Student Canteen* with Eddie Ilarde, Leila Benitez, Bobby Ledesma at Pepe Pimentel. Nagkagalit-galit, sa kung anong dahilan, umalis si Eddie, Leila at Bobby. Si Pepe lang ang naiwan. 'Ando'n din sina Sylvia Torre sa gabi. May mga play na 'pinalalabas, one hour ang takbo, kasama sina Vic Pacia, Ike Fernando, gano'n. Ako, pa-guest-guest lang muna habang niluluto ang show ko.

Kung binabayaran na ako sa radyo ng P250-P300 per program, hindi na lalayo ro'n ang una kong talent fee sa TV. Mas mataas lang siguro ng konti, mga P500 a show. Mura pa no'n, marami ka nang mabibili sa amount na 'yon.

Pagkatapos ng initial usapan namin ni Geny, ang follow-up, si Jun Jison na, isa sa mga production managers ng network, at si 'Pareng Ading. Sila na ang nag-work out kung ano'ng show babagay: *Buhay Artista*.

Every week, buhay ng mga ordinaryong tao, sa iba't-ibang trabaho. Buhay ng musician, buhay ng bombero, buhay ng waiter, naglagay pa kami ro'n nang buhay ng pari. Mayro'n kaming parody sa umpisa, tapos 'yon nang pinaka-main body. Mahirap din ang mag-isip ng parody. Kami rin ni Ading ang isip nang isip noon, with our director, si Teddy Baldemor. Hindi namin maasahan si Panchito. Wala siyang hilig sa behind the scenes. Basta dumarating na lang 'yon, taping na. Established na ang "translation" namin dahil nga sa radyo unang sumikat 'yon.

Nakakapaglagay kami ng ibang mga comedian as guests, so lumalabas din sina Bayani, Teroy, Tommy, at iba pang mga kasama namin sa entablado.

Ang ABS, noong nasa Roxas Boulevard pa

Every now and then, gumagawa kami ng drama episodes, lalo pag malapit na ang Holy Week. Hanggang ngayon, mayro'n pang nakakatanda do'n sa nilabasan ni Gina Alajar. Batang-bata pa siya, pero magaling na talaga. Supposed to be, mag-ama kami. Namatay ang nanay niya sa panganganak sa kanya, at siya ang sinisisi ko. Mekaniko ako. Panay ang lapit niya para tumulong, sinusupi ko, pinalalayong pirmi, dahil nga galit ako. Hanggang nabagsakan siya ng jeep na inaayos ko. No'ng dying na, siya pa'ng humihingi sa akin ng tawad. Do'n na ako nagising at nagsisi. Memorable 'yon.

Si Geny Lopez

Bago kami lumipat sa Quezon City, do'n muna ang ABS-CBN sa Roxas Boulevard. Maliit ang studio. Ubod nang liit. Ang mga local shows, *Pancho Loves Tita, The Nida-Nestor Show, An Evening with Pilita,* 'yon. Sa sitcoms saka sa drama, bawal pang ipakita ang mag-asawang magkasama sa isang kama sa mga bedroom scenes. Si Lucille Ball saka ang asawa niya do'n sa *I Love Lucy*, hiwalay ang kama. Gano'n din si Pancho at Tita, may tag-isang twin bed.

No'ng maayos na ang takbo ng *Buhay Artista,* nagkabigayan ng raise. Lahat, naumentuhan na. Ako na lang hindi. Bigla akong nagpaalam, sabi ko, 'Kung hindi n'yo ako bibigyan ng doble, ayaw ko na.'

Ang daming kumausap sa akin—si Pete Roa, ABS executive na siya no'n—tapos na ang *Dance-O-Rama* nilang mag-asawa sa kabila. Si Ike Fernando, si Phil Delfino. Marami. Pati na uli si Jun Jison. At ang pinakahuli, si Jake Almeda Lopez, na kabarkada ko rin. Problema, nabitawan ko na ang 'Double raise or nothing.'

Nakarating kay Geny ang sitwasyon. Isa lang daw ang 'tinanong. 'Do we need him?'

'Yes!' sabi naman daw ng mga tao niya.

'Then, give him what he wants.'

'Pinatawag ako. Wala na kaming pinag-usapan pa ni Geny. Ang sabi lang niya, 'Halika, Dolphy. Dito tayo sa bar. What do you want to drink?'

At no'ng itatayo ko na ang RVQ Productions, nagpaalam ako sa kanya na balak ko sanang gawing movie 'yong show as my initial offering, at kung puwede, akin ang rights.

Ang bilis ng sagot niya, o? 'Sige, iyo naman talaga iyon.'

Iba siyang kausap.

I had a very good relationship with him. 'Tinago ko 'yon sa puso ko kahit nagkahiwalay kami during Martial Law. Kaya hindi mahirap dugtungan no'ng nagkita kami ulit at bumalik ako sa ABS-CBN.

Matagal-tagal na kami no'ng nakalipat sa magandang building na malinis, mabango, ubod ng laki at maraming studio, no'ng sarhan ng Martial Law ang network. Ilang buwan din 'yong nag-kikita kami, parang naglalamay sa patay, sa isang restaurant do'n sa Bohol Avenue. Matindi ang loyalty ng mga tao—mula artista, mga creative people, at technical crew para sa kumpanya. Pero no'ng naging obvious nang matatagalan pa bago ito uli mabuksan, nagkanya-kanya na ng paalaman kay Geny.

And Geny understood. Alam niyang may pangangailangan ang mga tauhan niya na hindi niya kayang tustusan, so he let everybody go, na ang silent understanding, e, magkita-kita na lang tayo uli pag ayos na ang lahat. Mga 14 years ang aabutin bago mangyari 'yon.

But halos kasabay ng pasok ko sa ABS-CBN, way back in the '60s, may nakilala ako.

Baby said

My real name is Alice Smith. To family and friends, I'm Baby. Ang code name ni Dolphy sa akin, "Almendras."

I was 17 when I met him; he was 36. May pangalan na siya, pero not that big yet, papasikat pa lang. He had just left Sampaguita Pictures and was starting as a free-lancer. I had just joined the movies. May TV show ako with Johnny Wilson and Pepot in Channel 11. May show din siya do'n, Showbusiness, *and nag-guest ako, at doon kami unang nagkakilala. Then, na-cast ako later sa isang movie niya, I think,* Dolfong Scarface.

This was the time of the Big Four Gang. One of them got interested in me, sinusundan ako. A good friend of mine, na taga-Tugatog din sa Malabon, told me, 'Mag-ingat ka, kursunada ka ng grupo.'

Natakot ako. Hindi ko sinipot ang shooting, pati ang TV show ko, for one week. Dumating ang driver ni Dolphy sa bahay, si Pedro. Nakita niya ang isa sa Big Four, nag-aabang, sa labas ng gate. That same evening, sinundo ako ni Dolphy. Sabi no'ng gangster sa kanya, 'Pare, ibalato mo na lang sa amin 'yan, matagal na namin siyang kursunada.'

Ang sagot ni Dolphy, 'Pare, sesmi ko na.'

We left, returned, at 6 o'clock in the morning, but they were still there. Dolphy decided huwag na akong ibalik do'n. We went to Tagaytay. I was with my alalay in one room. He stayed in another room. But he asked his driver to get me an apartment, pati Lola ko, si Inang, 'sinama. He put me in an apartment in Santolan. It still took two months, before we got together. Tanong niya, 'O, 'kinuha na kita ng apartment. Talaga bang ayaw mo sa akin?'

Naawa ako. I mean, no'ng una, hindi ko siya mahal, pero through the years, siyempre minahal ko na. Na-develop na ako kasi mabait siya. He was very thoughtful, and magalang. Imagine, he was paying for my apartment, pero hindi niya ako pinilit. Walang gano'n.

Ang liit ng mundo ko. Ang sabi niya sa akin, four-and-a-half years na silang hiwalay ni Grace. At wala raw ibang babae. Hindi ko alam si Gloria. Anak ko na si Eric when I found out, na ang nagsabi pa sa akin, si Mamang at Papang.

I became close to his parents, Papang, especially. Siya ang kasama ko no'ng manganak ako kay Eric at kay Donna. Nagagalit siya kay Dolphy dahil tuwing manganganak ako, nagkakataong wala. In Donna's case, he was in Spain, shooting El Pinoy Matador, *with Pilar.*

Regarding Gloria, ang alam ko, hindi nakatira si Dolphy sa kanya. Pinupuntahan lang siya. So I think the times Dolphy would sleep there, ang paalam niya, may shooting.

I got really hurt though, in one instance. May sakit si Eric. Ang taas ng lagnat. Dinala ko sa St. Luke's emergency room, 'binabad siya sa yelo, para 'di magkombulsyon. Dr. Reyes, our family doctor, asked kung alam na ni Dolphy that Eric was sick. I said, hindi pa, kasi nasa shooting. Dr. Reyes blurted out, 'Anong shooting? 'Andiyan sa itaas.'

'Pinahanap ko sa nurse pero wala na raw, nakaalis na. Sa isip ko, tumakas na.

He was with Pilar, which he denied.

Ang hirap no'ng palagi kang nasasaktan. Kaliwa, kanan, atras, abante—mayro'n siyang karelasyon. Nawala si Pilar, si Lotis naman. I caught them together, ang sagot sa akin, 'Kung hindi ka naglayas, wala kang makikita, hindi ka masasaktan.' Ayaw niya akong palabasin ng bahay, ayaw niyang may malaman ako, may makita.

Hindi ko naisipang humiwalay at that time. Wala akong trabaho, wala akong pupuntahan. When I wanted to go into business, he gave me puhunan. 'Yon na ang D'Sharp, tailoring shop 'yon. Ang "D" stood for Dolphy.

Then no'ng anak ko na si Jeffrey, si Epy, 'ayan na naman. May dumating na isang babae from the US, na nakilala lang niya sa isang shooting sa Amerika, dinala na sa Pilipinas. Nalaman ko ang lahat nang ito, from family rin, sa mga kapatid niya, na close sa akin.

I gave up when Alma got pregnant. Sinulatan ko siya. I asked him to leave. He had been lying about her, making trips, na ang sabi niya, si Conde ang kasama niya, and then I read in the papers that, 'The couple Dolphy and Alma Moreno just arrived from a vacation in Japan, a much-needed break for Alma, who is on the family way . . .

OK na, natanggap ko na, ang pambababae niya. Pero bakit naman nag-anak pa? Nangyari na 'yong kay Rommel, 'eto na naman? 'Pinadadala niya kami abroad para magbiyahe. Sa Amerika. Sa Europe. Pero bihira ang magkakasama kami; ako lang iyon at mga anak ko. Hindi siya nagta-travel with us. Bihira lang, at isa 'yon sa aking resentment.

I ended my letter, with ' . . . if there will come a time when you are free . . . just remember I am here; your children are here. We are your family. We will always be your family.'

In fairness to him, 'yong Sunday, talagang inukol sa amin. Gusto niya, nagsisimba kami, kumakain sa labas, manonood ng sine. Hindi niya inalis iyon no'ng nasa Pilipinas pa ako. He would see to it na kami ang kasama niya pag Linggo. Mahilig siyang kumain. Ako naman, mahilig magluto. 'Pinagluluto ko siya kahit hiwalay na kami.

I went to the US to look for my father. Nahanap ko siya, pero patay na. Inisip ko kung babalik pa ako sa Pilipinas, sa mga anak ko. Matagal din 'yong gabi-gabi kong iyak. The first two years ng immigration are really crucial. Hindi na si Dolphy ang iniiyak ko nito dahil nung umalis ako, hindi na si Alma ang kasama niya, kundi si Zsa-Zsa.

Tutoo pala ang sinabi niyang, 'Relax ka lang, marami pang darating.'

Na, sinagot ko naman, 'Kayo-kayo na lang, dahil ayaw ko na.'

He wanted me to stay put, pero dumarating din sa buhay ng tao 'yong mayro'n kang kailangang putulin. You have to let go, dahil ang sugat, pag palaging tinatamaan, hindi naghihilom.

I admit the pain is still there, even as I've forgiven him. Wala na kaming physical relationship, pero "Daddy" pa rin ang tawag ko sa kanya. Nagkaroon ako ng resentment, maraming resentment, pero never nawala ang respeto ko for him. He took care of us, he was a good provider, and he sent the children to good schools.

Si Gloria, now I understand na hindi kami naging close, because kami ang magkasunod. If ever hindi kami nagpansinan o hindi nagkibuan, it was really because of the situation, not because of some personal hatred for each other. I understand where she's coming from, dahil nasaktan din ako. The story about the two Galant cars na nagkapalit, tutoo iyon. I wanted a white one, green ang napunta sa akin. Green ang gusto ni Gloria, white ang na-deliver sa kanya.

Si Alma, nagwala, no'ng dumating ako sa punerarya no'ng mamatay si Sony in 1985. Kinu-westiyon kina Sahlee at Auring ang presence ko. Sinagot siya ni Dolphy, 'Hindi puwedeng mawala 'yan, dahil parte 'yan ng pamilya. Kung hindi mo siya kayang harapin, 'wag kang pumunta.'

Sa lahat nang naging ka-relasyon ni Dolphy, si Grace ang wala akong narinig na maski ano, kahit isang comment. Gusto ko rin ang respeto ng kanyang mga anak for me. Tumira rin kami sa Ubay, no'ng wala na si Grace. Do'n ko first nakasama ang mga anak niya.

Si Boy, hindi ako 'tinuring na iba. Pag minsan nga, e, Mother's day, pag gising niyan sa umaga, tatawag na, 'Tita Baby, Happy Mother's Day.' Ilalabas ako, iti-treat. Gano'n din, pag Pasko, maski malayo, magda-drive para magkita kami. No'ng una, siya ang galit sa akin, pero for some reason naging very close din kami. He introduces me to his friends as his pangalawang nanay. Si Salud, gano'n din, kaya 'yon na lang ang consolation ko. Simula't sapul, mahal ko mga anak ni Dolphy, kasi mahal ko siya.

Natanggap ko si Rommel na hindi alam kung paano haharap sa akin. 'Pinaramdam ko na hindi siya iba. No'ng grumaduate siya, pinapunta ko sa D'Sharp, 'pinagawa'n ko ng suit. The same with Kit no'ng nagkita kami dito. I showed na wala akong resentment o galit. Maski na si Vandolf, na no'ng unang pinahahalik sa akin ni Dolphy, ang sigaw, 'I don't like!'

Sabi ko kay Dolphy, 'Bayaan mo, bata 'yan. Hindi niya naiintindihan.'

Pag 'andito sila sa US, kay Jane sila tumitira. Magpapaluto sa akin si Dolphy ng pagkain, dadalhan ko sila. Sasalubungin ako ni Zsa-Zsa, hahalikan. Kakain siya, and then she excuses herself, para bigyan kami ni Dolphy ng pagkakataon na mag-usap ng solo, and I really appreciate that.

Lahat na sila, nagbigay ng respeto sa akin, and I want to give credit where credit is due. Dahil din kay Dolphy, kaya mahal ako ng mga kapatid niya at mga anak.

Sometimes, I still cry. Sometimes, naiisip ko, with due respect to Zsa-Zsa, na ano kaya kung bumalik siya sa akin, tatanggapin ko ba? Pero depende. Kasi ang gusto ko, kailangan, akin na lang siya. Last minute, akin siya. But, of course, I know na hindi mangyayari ito.

Hindi mawawala ang love ko for Dolphy because he's the father of my children. At ang mga iyon na lang ang talagang gusto kong makasama, mga anak ko at mga apo, dito sa Amerika, where I have found my peace.

I said

Pamela Ponti ang screen name niya. May gusto na ako agad sa kanya. Parang close siya sa akin, e. Sumasabay sa akin, at saka very friendly. Nagkakasama kami, nagkakausap, hanggang may nangha-hassle na nga, na parang gusto siyang kidnapin or something. So sinusundo ko siya't hinahatid dahil during that time nagsu-shooting kami.

'Di bale,' 'kako, 'hindi ka na aanuhin ng mga 'yon, basta kasama mo ako.' Wala na, hindi na siya na-bother no'ng mga kuwan.

Nagkatuluyan na kami, mula early '60s 'yon hanggang early '80s. Almost 20 years.

Ilang beses niya akong nahuhuli. Minsan, may kasama akong Amerikana sa sine, palabas kami, bigla niya akong sinalubong. Binulungan ko, 'Puwede ba, huwag muna tayo dito magkuwan, intindihin mo naman ang katayuan ko. Sa bahay mo na ako awayin?'

Nagpigil siya, iniwan na muna ako. Nagtanong ang Amerikana, 'Who is she?'

Siyempre, nagsinungaling ako, 'Never mind, she's just one of those friends.'

Mabait 'yon, mabait. Masama na ang loob, nakukuha pa akong intindihin. Alam niyang ayaw ko sa eskandalo, so pag nasabihan ko nang, 'Huwag dito. Sa bahay.' pinagbibigyan ako. Kasama rin kasi minsan ang mga anak namin. Minsan, si Eric. Tapos, si Donna. 'Sinasama niya.

Hindi tutoo ang insidente sa St. Luke's, iyan ang gusto kong linawin. Hindi mangyayari sa akin ang 'ando'n ang isang anak ko, tapos, pababayaan ko, hindi ko man lang sisilipin? Kung nalaman ko, bababa at bababa ako. At kung tutoo ngang naro'n si Pilar, I think that any girl would understand na pag 'ando'n ang anak ng boyfriend niya, iiwanan muna siya.

Saka ano raw 'yong sakit ni Pilar na naging grabe para ma-ospital siya? Wala akong nabalitaan. Wala akong natandaan.

Sinulatan nga niya ako at pinaalis ng bahay. Naintindihan ko 'yong napuno na siya, dahil tatlong beses na nga naman niya ako nahuhuli, na major huli. Pero ayaw ko nang balikan ang iba pang laman ng sulat na 'yon, na hindi makakain ng aso, kahit pa gutom na aso. Ako na lang ang may kasalanan, dahil nambabae ako, tapos. Ayaw na raw niyang makita ang pagmumukha ko. Something like that.

'Buti na lang, kumalma rin ang mga emosyon. May isang taon ding hindi kami nagkita, and then, birthday ng isa sa mga anak namin, kay Ronnie 'yata, at ang pagsasama namin ng Mommy niya ang hininging birthday gift. Lumabas kami, buong family. 'Pamula no'n, nabalik na uli ang dati kong opisyo na Blue Ridge, kapag Linggo.

Nagpupunta ako sa kanila, nagluluto si Baby. 'Sinasama ko pa minsan si Vandolf, para mag-swimming. Kuwento-kuwento, bonding-bonding, kasama'ng mga anak namin. Kung minsan Pasko, Bagong Taon, dumadaan ako, maski no'ng wala na kami. Nalungkot din ako no'ng ibenta ang Blue Ridge.

Ronaldo Smith Quizon, November 29, 1965

Son with Eula Valdez, Miguel

I think I'm an underachiever. Even like things that would happen, happen slowly.

Sa grade school pa lang, sa Lourdes, I was teased na hindi ako mahal ng tatay ko. Or something like that. I didn't hit back. I knew my Dad loved me and I didn't have to prove to anyone that he did. Or show his face around to prove I'm his son.

I won a gold medal in a math contest. My Dad made it a point to be there, and I think that was my proudest grade school moment.

I grew up seeing people in parties held in our house whose faces you'd see on TV—Pancho Magalona, Pugo, Tito Panchito, Nida Blanca—akala ko talaga walang separation ang celluloid life and my life, na interconnected talaga. Then I started to meet my other brothers. My Dad would introduce me to new friends as his 'panganay.' Nagtataka naman ako kung pa'no ako naging panganay. Ang dami kong kuya; may ate pa ako.

Sometimes, when I feel bad, I think of Rommel and I recognize it must have been harder for him. Kasi, ako, may mga kapatid sa Mommy ko, while he was alone.

I read Mommy's 'Dear John' letter to Daddy, and it sounded so final. She said something like, 'If you don't go, I will.'

The separation was hard on me. Others expected me to take over, be the man of the house, the father-figure like Ate Kit in the Makati family. I didn't want the role. In our group, Eric always seemed like the kuya, even as he'd call me 'Kuya,' out of respect.

Our first Christmas without Mommy; Daddy came, as usual. He stayed for like 15 minutes; hardly ate, and then left. I cried.

Still, I can't say that he loved me less, or loved me more. I think he loves all of us; he just has a different way of showing it.

Dad never said goodbye to the four of us when he left Blue Ridge. I didn't want that to happen between my son and me. The day I moved out of his mother's house, I woke up Miguel and said goodbye properly.

Then I called my Mom, and used up all my cellphone load. Dolphy's 'panganay' broke down.

Uulitin ko, masakit makipaghiwalay, lalo na pag may mga anak na involved. Iniyakan ko ang lahat ng separations ko, umiyak akong mag-isa. Ang iniisip ko, ang mga anak ko.

At talagang hindi ko matandaan ang kuwento ng mga kotseng nagkapalit sa delivery.

Mga anak namin ni Baby

Si Ronnie.

Ronaldo, after FPJ na ang real name, Ronald Allan Poe. Hindi ko na lang inilubos pati ang Allan. Wala naman talagang second names ang mga anak ko.

'Pinaglihi ng Mommy niya sa dinuguan, kaya iba'ng kulay niya sa mga kapatid. Pango siya dati, kaya ang tawag ko, "Baliwag Boy." Kusa namang naayos ang ilong.

Matalino ito. Ewan ko kung ano'ng nangyari. Accelerated sa grade school sa Lourdes, nadali ang high school niyan, at sa Ateneo High School nakapasok. Papuntang college, hindi niya malaman kung ano'ng kukunin. Lumipat sa Adamson. Hindi sa panlalait ng Adamson, pero 'kako, 'Ba't lilipat ka ng Adamson? Ang daming Tau Gamma diyan? Mapapaaway ka.'

Naka-isang semester sa Adamson, tapos, oo raw, magulo nga raw do'n. Lumipat sa La Salle at nakatapos. Wala nga lang diploma at hindi nag-ROTC. 'Isang araw lang 'yon sa isang linggo; pagtiyagaan mo na,' sabi ko. Hindi rin ginawa.

Mahilig siyang magsulat at kumanta. Member ng isang band.

May anak siya, si Miguel. Na mataas—mataas pa 'yata sa kanya—at guwapo, at magaling daw sa basketball.

Si Eric.

Bata pa lang, mandando na. Malakas ang personality—alam kung ano ang gusto, at kung paano kukunin. Sa Lourdes nag-aral, lumipat sa Ateneo; do'n na nag high school at college.

Marami na no'ng nagsasabing guwapo siya; may porma. Pero hindi agad nahilig sa show business. Gusto kasing maging psychiatrist. Sabi ko lang, 'Hindi uso 'yon dito. Sa States, oo. Dito, ang Pilipino, nahihiyang masabi na nagpupunta sa psychiatrist at baka sila akalaing baliw. Saka sa ibang bansa rin, obligado, bawa't malalaking kumpanya. Sila pa'ng nagbababayad para malaman ang IQ no'ng employee, at ang mental health.'

Then, sumali siya sa Body Shots modeling contest. 'Ando'n ako no'ng finals. Pinanood ko. Hindi nanalo, but I went to him. Sinabi ko na parang siya na rin ang nanalo, sa lakas ng response ng audience.

Aksidente ang pagkuha ko sa kanya. Nagkaro'n ako ng project, *Titser's Pet*, with Alma Moreno. Wala pa kami ni Ness noon. Si Richard Gomez ang dapat na juvenile lead. No'ng ayos na kami, biglang inatras ni Douglas Quijano. Ang project ko ngayon ang nakatakdang mabitin ang schedule.

'Yon ang naging opening ni Eric, and since gusto niyang magkaro'n ng kotse, tinanggap niya. From there, nahilig na siya nang husto. Hindi lang nag-artista; pati pagpo-produce at pagdi-direct, pinasok na.

Enrico Smith Quizon, January 20, 1967

As a four-year-old, I was possessive. Kapag may lumalapit sa tatay ko, 'tinatabig ko ang kamay, ayaw ko siyang pahawakan.

I was nine or 10, when I asked him, 'Dad, bakit ako tinatawag na anak sa labas? Ano'ng ibig sabihin no'n?'

Sabi niya, 'Sino ba'ng tatay mo?'

'Ikaw.'

'O, 'di basta, ang isipin mo, anak kita. Ako ang tatay mo, at 'yon na 'yon.'

I was a very independent child. Ayaw ko nang nagpapabihis, nang sinusubuan; I chose my own clothes. Bata pa ako, marami na akong gustong gawin, so I started working at what? 16, 17? I started modeling.

When my Dad and Mom broke up I was 15. Parang 'nilagay ko sa utak ko na I have to do something for myself.

An incident stands out clearly in my mind. We were going to Covelandia, which had just been inaugurated. Dad was driving. I'd already heard about him and Lotis, but in those days you didn't confront your parents about certain things. Then I saw Lotis's billboards on the highway for "Tanduay Rhum, ESQ." ESQ, for extra-smooth quality. But those were also my initials.

I kept on pointing it out: 'ESQ, ESQ. ako 'yan. initials ko 'yan. ESQ!'

That triggered a fight between my parents. Mommy let Daddy have it. He was cool. He calmly turned the radio on, and whistled along whatever song was playing.

I knew, early on, that we had other siblings. We weren't from the first family, so that sort of became our advantage. Kasi mas mabilis naming natanggap ang situation. But I'm also not the sort of brother na 'andiyan, because of all the children, ako ang palaging wala. I'd rather be with my Mom. Even for my Dad's birthday, I'd rather come up with a small, separate dinner with him, na mas intimate at hindi kasama ang lahat.

Wala akong galit with any of them. Ayaw ko lang na . . . I get pissed when I hear that some of them say this, or that, about me. So to avoid ill-will, I'd rather not be around.

Ako kasi, parang, I'm the one who acts on things. Like when Dad had his heart by-pass. Kinabahan ako. Walang preparation. Wala siyang last will and testament. 'Buti sana kung isang pamilya lang kami, e, hindi. Ayaw kong mag-away-away later, so I gathered everyone; talked about a corporation, and I thought that was a brilliant idea.

But it somehow got misinterpreted; kesyo nag-usap-usap na kami, kesyo ako ang instigador. May mga naghugas na nang kamay—'Basta, ako, Dad, wala ako diyan!' So Daddy confronted me, and said, 'Hindi pa ako patay. Huwag mo akong pangunahan!'

That hurt.

As it did, when we caught him with Lotis in Greenhills, many years ago. And when I was in the movies na and I signed up with Regal Films. He got angry and said, 'Bahala ka sa buhay mo!'

I didn't talk to him for a year, didn't show up for the dinners. I plunged neck-deep into work. When I won awards, an Urian and a Star Award, for Pahiram ng Isang Umaga, *by then my anger had gone.*

There were a lot of times in the past that he'd been a good father to me. I remember no'ng nakipag-away ako sa school, dahil nga anak daw ako sa labas. I brought him to Ateneo. Dumating naka Mr. Slim na Benz. I showed him around. Hindi na ako tinukso ng mga schoolmates ko.

And 'yong sa Body Shots nga. The cheering for me was so loud, it was thought that I was going to be a major winner. Hindi pala. But he went backstage and did not only tell me that I won the hearts of the crowd. He hugged me pa, and said, 'I love you.' I think it was that moment that made me decide I was going to be an actor; I was going to enter his field.

Being a Quizon has its advantages and disadvantages. I got into the movies, and everything was like offered on a silver platter. Na parang lahat ang bilis. Lahat ang dali. Hindi ako nag-umpisa sa 'baba, hindi na-exploit. Walang gan'on. I didn't have to go through that, because people respected my Dad.

I love him dearly; so much. Kaya ang mga resentments, mga tampo, madaling mabura. I want him to leave a legacy behind, to be remembered as a really, really good guy who has done a lot for this industry, for this country, and not just made the public laugh. Quite frankly, this is why I thought of publishing this book, for people to see that he did not take short cuts to become what he's become.

He has his faults, his idiosyncracies, his failures, nonetheless, the sum total of what he's done makes him a hero. He's my hero.

Marami siyang awards. Mayro'n na ring investments. I'm proud of him.

Siya'ng dating tagasabi sa akin ng mga kailangan nila sa bahay: kung ano ang dapat ipagawa, ipaayos, dapat palitan. Laging nakasahod ang kamay. Pero hindi lumaking umaasa sa hingi. Kung ano ang mayro'n siya ngayon, pinaghirapan niya.

Madonna.

Donna. Ang special name ko sa kanya, "Bruji." Ibig sabihin no'n bruha. 'Pinaganda ko lang.

Siya ang black sheep sa kanila. By black sheep, hindi 'yong talagang masama na siya. Ang gulo lang talaga. Hindi mo malaman kung may huwisyo, o wala. Maraming kalokohan.

'Daddy, 'nood naman tayong sine.'

'Sige, ano'ng oras tayo?'

'Last full show.'

'OK.'

'Kakain tayo, hindi ba tayo magdi-dinner?'

'Pagkatapos na nating magsine.'

'O, sige.'

'Kukuha na ako ng ticket.'

So, kumuha ako ng ticket. Dumating siya. Pag upo niya, 'The End' na 'yong pelikula. Tawanan kami nang tawanan. Sabi ko, 'Ang ganda ng palabas, ano?'

Niyaya ko na lang kumain.

Pirmi siyang huli. Maski nagdi-dinner kami, dadating kung kailan magsasara na 'yong restaurant. Pero masayang kasama, kenkay. Nagagalit ang Mommy niya dahil palagi ko raw kinikilingan, kahit mali, kahit hindi pumapasok. E, hindi naman tutoo 'yon, pinagsasabihan ko rin.

Sometime, in the '80s, nag-away sila ng Mommy niya. Tinawagan ako, umiiyak. Kung puwede raw, sa akin na lang daw siya, sa amin ni Ness. E, hindi na ako kumibo. Alam ko namang salita lang 'yon nang nag-aaway. O, e, 'di nasapak siya ni Baby. Pero tingnan mo ngayon, magkasama sila. Ang tao kasi, pag nagagalit, kung anu-ano ang nasasabi, hindi naman 'tinutuloy.

May restaurant sila, Pinoy-Pinay sa 2110 Springs Road, sa Vallejo, California. It's doing well. Masarap magluto si Baby, and I'm glad na may word of mouth reputation na ang lugar. Nakakain na ako ro'n, hindi nakakahiyang i-rekomenda.

Nakaka-200 halo-halo a day raw ang 'hinahanda niya, sabi ni Donna. Impressed ako kay Bruji. Dati kasi, tamarinda 'yon. Tamad. She's come a long way.

Jeffrey. Epy.

Naku! ang likot niyan, no'ng bata. Sobra. Nagkakanda-komang sa kaba-baliktad, kata-tumbling. Ngayon iba na, e, matured na. Masarap ang pakiramdam pag nakikita mo ang mga anak mong umiigi na ang lagay.

Madonna Smith Quizon, April 18, 1971

Children with Marco Herrera: Matthew, Melissa and Marissa

Naalaala ko, pinapunta niya kami sa Europe. Ang Mommy, nagpe-pray palagi, iyak nang iyak. I was like, 'Wow, bakit?' Medyo bata pa ako no'n, pero alam ko na, na may problema.

I mean, I also knew na may mga half-brothers and half-sisters ako, pero sa akin, wala 'yong half-half. I consider them as full brothers and sisters. I was really close to Kuya Junior. Dinadalaw ko pa 'yon no'ng nakakulong. Kay Kuya Boy din, before we moved to the States, and lalo pa ngayon, na magkakasama na kami. Pero at that time, during and right after the European trip; no'ng nakikita ko na si Mommy na umiiyak, do'n na pala siya mas nasaktan sa lahat, kay Alma.

So when Dad left, parang ang lahat na lang nang ginagawa ko, cry for help, because I knew that would bring him running. Like, pag mag-aaway kami ni Kuya, papupuntahin ko si Daddy sa bahay. Darating naman siya.

I appreciate 'yong pag kailangan ko siya, he's there. Hindi niya ako napalo kahit kailan. Nasigawan, oo. Ang Mommy ang pumapalo sa akin, madalas. Siguro, kasi, I deserve it naman. Pero ang Daddy, hindi pa talaga.

Every time na may nakabangga ako, isang tawag lang, 'ando'n na siya. Gaya no'ng incident sa Hot Gossip, sa disco. Si Eric muna ang dumating. After 20 minutes, si Daddy na naka-pajama lang, pambahay, e, palaging maayos ang bihis no'n. But this time, parang nagmadali talaga dumating; may dala pang baril.

I wasn't deliberately doing those things naman, but siguro, parang, subconsciously, I wanted him actively back in my life.

Then I got pregnant. Wala muna akong masabihan. Nalaman ng Mommy, sinabi niya sa Daddy. So I had to tell him na. Makita mo talaga 'yong facial expression niya, para talagag sobrang depressed na. 'Ang baby ko, buntis na. Ang baby ko, may baby na.'

Tapos, niyakap niya ako. Maluha-luha talaga ang mukha niya, watery eyes. Then he asked for my boyfriend, si Marco, kung pangangatawanan daw ba. When I gave birth to Matthew, siyempre, ang ngiti na lang niya, kasi kamukha ni Eric ang baby. No'ng nanganak ako ng twins, Melissa and Marissa, na-hysterectomy ako. Nag-continuous bleeding, was declared clinically dead.

Marco called Daddy in. Buong araw ako sa operating room: two days sa recovery. Iyak nang iyak si Daddy. One week akong tulog sa tindi nang pampatulog na bigay sa akin. Very hazy, nakikita ko si Daddy, hinahawakan lang ang kamay ko. Para akong nananaginip, pero alam ko, he was there, umiiyak. Hindi ko siya makausap, hindi ako makasalita.

Ang Daddy, ang galing bumawi. And I think 'yon ang nakuha ko sa kanya—in all my fights with Mommy, my siblings, sa mga love letters ko sa kanila—that's so Daddy.

I'll use that style of bawi sa mga anak ko, pag nakasama ko na uli sila. I miss them so much, and I'm looking forward to the day when we'll be together again. This is clearly the Daddy in me.

Una ko siyang 'nilabas, ang liit pa niya, wala pang isip. Sa isang special, Dolphy's special. Akala mo anak ng talagang Amerikano. Binibiro nga ako, 'Anak mo ba talaga 'yan?'

Katas na, kung baga, ang *Markova (Comfort Gay)*, para sa akin. Maganda ang pelikula, kahit hindi pang-masa. Tuwang-tuwa ako no'ng nanalo si Epy ro'n ng mga award. But of course ang pinakamalaking kasiyahan ko ro'n, e, nakasama ko'ng tatlong anak ko sa isang project na naiiba

Jeffrey Smith Quizon, January 23, 1973

Son with Lia Torres, Zandro

Fiancée, Ma. del Rosario Camus Escudero
Daughter, Eleana Mishael

Daddy moved out of the house in 1982. I was nine years old.

I never knew a life without my half-siblings. I grew up with Kuya Boy's son, Michael, who's 11 months older. He's really my nephew, but my Mom and Kuya Boy would dress us up like twins.

I didn't care about the other women, but it was when Mommy would cry that I'd get affected and resent the situation.

Ronnie and Eric are both my mentors. Every time I fucked up, Eric was the father figure. Ronnie was the kabarkada, ka-jam, pagsusumbungan, kung mayro'n kang kaaway. Si Eric ang hihingian mo ng needs mo. Pag nahuli ka niyang nagka-cut ng class, 'Ba't ka nagka-cut ng klase?' Papagalitan ka. 'Sinasayang mo 'yong pera ng tatay mo!'

I remember an incident that really, really hurt. High school graduation, a Sunday, and Dad couldn't go. He slipped me a P1,000 bill, 'O graduation gift mo 'yan, ha?'

I thanked him, and then, after mga 30 minutes, as I was dressing up, Vandolf came in and asked for money to buy a toy. Inabutan siya ng Daddy ng P3,000. I felt like donating my P1,000 like: 'Van, baka kulang 'yong 'pambili mo ng laruan, 'eto pa, o?' I don't think that Dad meant to slight me, it's just that he wasn't mindful enough, that there he was, giving Vandolf P2,000 more for a toy, than he was giving me for my graduation. I got drunk that night.

But I have nothing against Vandolf. Boy2 and I were the first in the family to receive news that he'd been badly hurt in an accident. "Putul-putol," was what we were told, and that was horrible, although in the end, that, again, sort of drew us Quizons together. We respond well to crises.

I've had deeper pains . . .

When I was 12, I would eavesdrop. I liked picking up the phone and listening on the extension. Then, I heard my Mom telling someone, an aunt, maybe, that when Dad found out she was pregnant with me, he went, 'Ano? Buntis ka na naman?'

I don't remember the context of that entire conversation, just that I felt so rejected, thinking, did Dad want me aborted, or what?

That was also the year Robert de Niro's Deer Hunter *was showing, with the Russian roulette scene. I got Dad's Smith and Wesson, a five-chamber gun, took out all the bullets, except one, pointed it at my head, telling myself: 'If this goes, my life has no meaning.'*

I pulled the trigger. It turned out the bullet was in the next chamber. I was trembling and crying for two hours; really crying. No one knows about this. I'm publicly talking about it only now.

I held grudges. I was pretty violent, had more than 50 fist fights, maybe? I have 11 scars on my face, several more on my hands. In college, all you had to do was call me 'Vandolf!' and I'd be all over you. I got to be so notorious, at one point, my pictures were posted on the school walls.

I let go.

In 1992, Dad had an operation in the US. My siblings were all writing him letters. Ronnie made me write one, too. I hadn't had a father-and-son moment with him for a long, long time. But I was then with The Days of Our Lord group, so I was able to respond. I kept my note short and simple. 'For all the pain, I forgive you, because you're my father, and I have no choice but to love you.'

I'm full-time now in the business. I don't just do movies, the little that's done, anyway, or TV. I handle events. I'm also into theater. I first wanted to follow Dad's footsteps. Now I want to make my own footprints.

I have a daughter, Misha. Dad dotes on her.

All is well.

naman. Marami na akong nagawang movies with my other children pero karamihan do'n kasi, comedy.

Sa *Markova*, kontra-bida si Freddie; Epy, Eric and I played Markova at various ages of his life. Bihira ang gano'ng chance, and ang ganda nang ginawa para sa career ni Epy.

Marami'ng nag-aakalang first picture niya ang *Markova.* Pero 17 pa lang siya no'ng unang lumabas sa pelikula, sa *Og Must be Crazy.*

Ronnie, Epy, ako, Donna at Eric

Si Baby at ako

Baby with "The Car"

Sila sa Los Angeles

Si Baby at ang aming mga anak

Baby

Si Papang at si Baby

Pasko namin ni Ronnie, Epy, Eric, Donna at Baby

Ga-graduate na sana 'yan, na-trouble pa sa fraternity, do'n sa La Salle. Iisang subject na lang. Hindi na nakabalik. Sayang.

Alam ko, lahat sila nagseselos kay Vandolf, lahat ng anak ko. Pero hindi naman ako gano'n ka-insensitive—na sa harapan niya, inabutan ko ng P3,000 si Vandolf—at mas maliit ang sa kanya, e, siya pa ang mas matanda, at siya pa ang ga-graduate? Parang hindi ako ganyan.

Ngayon ko lang din nalaman ang isa pa niyang 'kinuwento.

Magkalinawan na. Never akong nag-udyok sa kung sinong babae na magpalaglag ng anak. Nagka-fling ako, nabuntis. Ang sabi ko, 'Kung gusto mong ituloy iyan, ituloy mo. Pangangatawanan ko.'

Si Epy pa, e, may pamilya ako sa nanay niya?

10 RVQ Productions

Mahal ko ang movies. At no'n na ngang umalis na ako sa Sampaguita, hinanap-hanap ko ang paggawa ng pelikula. Pumasok sa isipan ko ang pagpo-produce, dahil mayro'n na ring ibang mga artista na gumagawa nito, pero siyempre, nag-ipon muna ako at nag-aral ng diskarte.

When I got into television, hindi nagtagal at kinuha uli ako ng ibang mga outfit. Mga parang independent studios na wala talagang contract stars, paisa-isa muna ang gawa hanggang maging stable, tulad ng Lea Productions, Balatbat, Filipinas Productions, Zultana International, and, D'Lanor ni Fernando Poe Jr.

Producer ang tatay niya, hindi kataka-takang naging producer din si FPJ. May FPJ Productions para sa kanyang mga seryosong action movies, at mayro'ng D'Lanor—which is the baliktad na spelling ng Ronald, na tunay niyang pangalan—para sa mga pelikulang medyo magaan ang theme.

Kinuha niya ako sa D'Lanor, sa dalawang magkasunod na pelikula in 1964, parehong directed by Herminio "Butch" Bautista, na tatay ni vice-mayor Herbert ng Quezon City, at dati ring kasama ni Ronnie at Erap, sa *Lo'Waist Gang*. Sa *Captain Barbell*, as Tenteng, nakasuot ako ng mahabang sando na maluwang, nakalawit ang pinaka-tirante. Pag 'binubuhat ko ang barbel at 'sinisigaw ko ang "Captain Barbell!"

Joseph Ejercito Estrada
Former President of the Philippines
Former movie actor and producer
Founder, Movie Workers' Welfare Foundation, Inc. (Mowelfund)

Si FPJ ang naunang mag-produce sa amin. Tinuruan niya ako. Then kinuha ko si 'Pareng Dolphy in one of my productions, so sabi ko, "Pare, puwede ka nang mag-produce.'

Hindi naman masyadong malaki ang perang kailangan. Una, hindi mo babayaran ang sarili mo. Pangalawa, ang style no'ng araw, nag-aagawan ang mga theater owners sa mga pelikula mo. So kung Dolphy ka, may magbibigay na diyan nang malaking advance. Do'n ka sa pinakamalaki ang ibibigay. May pambayad ka na sa ibang dapat mong bayaran.

At that time, may mga big studios na nanghihina na, dahil malaki ang overhead to maintain a studio with contract stars and all. So, nakapasok ang Tagalog Ilang-Ilang, FPJ, JE, EMAR, RVQ, LEA Productions, so on, and so forth.

Kay 'Pareng Dolphy pa, ang daming gustong tumulong. Very humble kasi at napakabait. Hanggang ngayon nga, sa aking pananaw, to produce another one like him would take decades, baka nga isang daan taon pa ulit.

Matulungin siya sa tao, mapagmahal, kaya gano'n na lang ang respeto namin ni 'Pareng Ronnie sa kanya. No'ng nakakulong pa ako sa Veterans Hospital, dinadalaw niya ako, dinadalhan ng ensaymada from Hizon's. Hindi ko makalimutan 'yon.

Bilib ako sa kanya. Lovable. Endearing. 'Yon ang talagang ladies man. Talo ako. Surrender ako sa kanya when it comes to women.

nagiging si Bob Soler na ako. Kumita iyon. Kaya sinundan ng *Daigdig ng Fantasia* with Nova Villa, bilang Christmas offering ng D'Lanor.

No'ng sabihin ko sa kanya na nagbabalak na akong magsolo, nag-alok muna siya ng sosyo. Na nagustuhan ko naman; para kasing on-the-job training 'yon. 'Ayun na. 'Tinayo namin ang RR Productions, for Ronaldo and Rodolfo. Naka-lima rin 'yon: *Agent Dolpinger sa Lagim, Dolpinger, Scarface at Al Capone, Doble Solo*—kami 'yon ni Chiquito—at *Pepe en Pilar.*

Susan Roces, bago naging Mrs. Poe

Siya ang kasama ko sa *Pepe en Pilar.* Hindi pa sila kasal ni Ronnie, mga 1965 pa lang ito. Naka-cast din si Panchito as Bantay, ang tatay ni Susan, na bantay nang bantay. Pero walang pang-romantic lead. Baguhan ang hanap namin. May natiyempuhan ako, nagba-basketball. Kita agad ang porma, may presence. Tinanong ko kung interesado, oo raw. Pinapunta ko sa press con pero para lang mapintahan ni Susan. Tanong niya, 'Wala bang iba?'

'Pinagupitan ko 'yong tao, 'pinagamit ko'ng isa sa mga terno ko, 'pinagpagawa'n ko ng boots sa Glendale na may kaunting takong para tumaas-taas pa ng kaunti. Tapos, 'pinakilala ko ulit kay Susan. 'Iyan pa,' tumango na siya. Tawa ako nang tawa. Hindi niya alam, 'yon din ang una niyang tinanggihan.

Ronald James Gibbs ang tunay na pangalan. 'Naku,' 'kako, 'hindi kakagatin dito ang Gibbs, palitan natin. Pati ang Ronald, gawin nating Ronaldo.' Naging Ronaldo Valdez. So, 'ayun. Sabihin na nating medyo nakagawa na ako ng isang star. When the movie made money, ayon na mostly sa diskarte ko, 'pinanganak na ang RVQ Productions.

Si Susan din ang naisip kong leading lady for my first venture. Sigurista ako. E, ang sabi, pag hindi kumita, doon ako magkakandabaon-baon sa utang. I wanted a strong female lead para sa pagsasapelikula ng *Buhay Artista*, na mataas ang rating sa TV; nagna-number one.

1965 ginawa ang *Buhay Artista*, pero 1966 naipalabas ang initial offering ng RVQ Productions sa Globe Theater. Si Ronaldo Valdez pa rin ang leading man ni Susan, kahit kagagaling pa lang nila sa *Pepe en Pilar*. In those days, ang napapanood mo sa sine, hindi mo napapanood sa araw-araw na telenovela, kaya wala ang elemento ng sawa. Ma'ri kayong magsunud-sunod na partner sa sine, bihira ang magre-react na, 'Sila na naman?'

After mga two years, naging Mrs. Fernando Poe Jr. na ang isa sa mga favorite leading ladies ko. We did mga 14 films together, sampu no'n sa Sampaguita. Isa sa RR, tatlo sa RVQ, dahil after *Buhay Artista*, naka-isa pa uli sa *Kaming Taga-ilog*.

Nag-lie low siya sa pag-aartista after marriage. Sa tingin ko, parang nag-sacrifice. I am sure, hinanap-hanap niya ang regular na paglabas, pero gano'n talaga, e. She's also a Leo, like her husband and me. Una lang ng tatlong araw ang birthday ko sa kanya. Iba ang babaeng Leo sa lalaking Leo. Ang babaeng Leo protects the home, so part ng nature niya ang desisyon na pangalagaan ang pagpapatakbo ng pamamahay, ang siguruhin na everything is OK sa bahay.

Romy Villaflor
Film Director

Ako ang assistant director ni Manding Garces sa unang pelikula ni Dolphy sa Sampaguita Pictures. Nag-direct ako for RVQ, 'yong Like Father, Like Son, Sitsiritsit Alibangbang; *mga 12 pictures siguro. Ang* Like Father, Like Son *nominated as FAMAS Best Picture.*

Bilang producer, mahilig siyang makipag-conference, pinag-uusapan lahat sa pre-production. At kahit siya na ang producer at siya pa ang bida, hindi siya nakikialam sa direktor. Nagsa-suggest, oo. Creative, saka spontaneous na artista. Open-minded din. Maalaga sa tao, sa crew. Walang malaki, walang maliit. Equal ang trato niya, pantay-pantay.

Pag Biyernes, ang dami nang nakapila. Mula pamilya, trabahador—kahit hindi nagtatrabaho sa kanya—maski outsider, nakikipila. Sa bawat project na kumita, nagse-share siya. Hindi mo hihingi'n ang bonus. Magyayaya siyang kumain, pagkatapos, may tseke ka na.

Nalasing si Panchito. Ewan ko kung bakit, basta nagalit. Lahat, minura, pati ako. Nalaman ni Dolphy. Hindi raw dapat ginagano'n ang direktor. Inutusan niya si Panchitong puntahan ako sa bahay at mag-apologize. Na ginawa naman ni Panchito.

Nagkatampuhan din kami ni Dolphy. Nagdamdam ako. Nagdamdam siya. Pero nagkaayos. 'Di ko malimutan no'ng na-demanda ako ng reckless imprudence, nakasagasa raw ako. E, imposible! Nasa trabaho ako. Nagpunta si Dolphy sa korte sa Las Piñas; siya ang testigo ko.

Sa RVQ, bihira 'yong dumating siya nang eksaktong 8 o'clock. Pero minsan, naunahan pa ako. Nagtaka ako. 'Hindi pa ako umuuwi, dumiretso na ako rito,' paliwanag niya, natatawa.

Sa Like Father, Like Son, *may eksena kami—nasa entablado sila ni Junior, nakaupo lang, kumakanta, pero sabay umiiyak si Dolphy, nagdadrama; 'pinapasok ang character niya sa kanta.*

Bilang direktor, para sa akin, magpinsan ang drama at ang comedy. I-exaggerate mo ang drama, tatawa ang tao. I-under mo ang comedy, iiyak ang tao.

Gano'n si Dolphy, napapaghalo niya. Ang galing niya.

Lingin ko rin, hindi siya sinabihan ni Ronnie. Kanya na lang 'yong hindi na siya halos gumawa ng pelikula, puwera na lang sa mga team up nilang mag-asawa at panaka-nakang drama.

Saludo ako sa ginawa ng kumare ko, nakita naman natin ang resulta. Kamatayan na lang ang nakapagpahiwalay sa kanila.

Mga direktor ko

So: Nauso ang mga agent-agent, gumawa rin ako no'n, pero sa labas pa ng RVQ, much earlier. Ang mga *Dolpinger Agent 1-2-3,* sa RR nag-start. Ilan din ang ginawa kong James Bond spoof kay Luis San Juan, sa LSJ Productions niya. Mayro'n kay Pepe Wenceslao, saka kay Felicing Constantino.

Ang ibang director ko sa Sampaguita, kinuha ko rin sa RVQ. Si Romy Villaflor, nagdirect 'yon mga early '60s, director namin sa *Lab na Lab Kita* saka *Susanang Daldal*. Mga trese ang ginawa niya with me, baka mas pa. According sa records, isa sa RR, tatlo sa baguhang kumpanya, kasama na ang *Good Morning, Titser* ng AM Productions ni Amalia Fuentes, at walo para sa RVQ.

Si Ben Feleo, na nagsimula as a writer, nagdirect din sa akin. May nine movies. Huwag n'yong isiping ganito kaganda ang memorya ko, naka-lista lahat 'yan. Nakuha sa Internet, pero may mga kulang sa titles, so 'pinado-double check ko pa.

Sa *Jack and Jill and John*, sila ni Al Quinn ang co-directors do'n. Ang *Mga Kanyon ni Mang Simeon, My Heart Belongs to Daddy,* at may isang time pang tatlong sunud-sunod, siya ang tumira, pati *Nang Maghalo ang Balat sa Tinalupan, The Crazy Professor,* at ang *Goatbuster sa Templo ni Dune.*

Nakopo ko ang mga gay roles dahil carry over sa success ng *Jack and Jill*. Ang biggest hit ko sa gano'n, *Facifica Falayfay.*

Ben Feleo
Writer-Director

Sa Sampaguita Pictures pa kami nagkasama ni 'Pareng Dolphy, mga 1958. Matanda ako ng two years do'n. Naging ka-eskwela ko ang matandang kapatid niya, si Sony, sa Arellano High School.

In-assign ako ni Doc Perez na sumulat ng comedy para sa kanya, ang Tanzan the Mighty, *directed by Carlos Vander Tolosa. Nagkaro'n pa ng sequel 'yon ang,* Tarzan vs. Tanzan, *with Vic Vargas. Payat na payat kasi si Dolphy no'n. Marami kang ma-i-inject na comedy, spoof ng Tarzan. That's it.*

Nag-freelance siya in the early '60s, sumunod na rin kami. Si Luis San Juan lang ang hindi taga-Sampaguita na nasama sa amin sa RVQ.

As a producer, talagang nakapagpapaganda si Dolphy ng project. Mga 50% ang input niya. No offense sa lahat ng mga naging writer niya, and he doesn't claim credit for it. He gives you his suggestions na hindi siya nang-iinsulto, bubulungan ka na ikaw lang nakakarinig. Hindi siya katulad ng iba, na magsa-suggest para makapagpasikat.

Marami siyang napaghuhugutan ng great ideas. Una, mahilig manood ng sine. No'ng bata-bata pa kami, natatandaan niya lahat, hanggang pangalan ng mga supporting actors, pati director. Tapos, alam niya ang pulso ng masa, kasi galing siya ro'n. Then, very observant. Mapagbasa ng diyaryo. Alam niya ang trend, kung ano ang uso. 'Yong My Heart Belongs to Daddy, *galing sa newspaper article 'yon na nabasa niya. Tungkol sa isang lalaking nakulong for 10 years, na wala naman palang kasalanan. Drama ang material, pero hinaluan niya ng comedy.*

Sa generation ko, at marami rin akong nakasama, dahil galing muna ako sa LVN bago ako napuntang Sampaguita, Dolphy has no equal. Maraming magaling, maraming mahusay sumayaw, pero iisa lang ang may finesse, ang talagang nakakaungos.

Si Dolphy.

June pa ang Manila Film Festival no'ng 1969. Under pa kay Mayor Antonio J. Villegas. E, naisip kong magpa-direct kay Chaning. 'Pinakita ko ang komiks kung saan sa mukha ko na naman naka-pattern ang mukha ng bida. 'Tingnan mo 'ito, o? Maganda, parang *Jack and Jill,* at posibleng mas malakas kasi colored na. Kay Mars din!'

Pinuntahan namin si Mars Ravelo sa bahay niya sa Philam, kinagabihan din. Nang malaman niya ang pakay namin, nagulat: 'Naku! Nakakadalawang issue pa lang 'yon. Dapat, abutan muna ng almost one year, kahit anim na buwan man lang, para mahinog!'

'E, sa June ko pa naman gagamitin, mga dalawang buwan pa. Aabot na 'yan,' giit ko.

'Hindi pa, hilaw pa ito!'

'Hinugin natin sa kalburo!' 'ika nga. I was not going to take no for an answer.

'Napakaganda ng materyales. Bagay sa festival, maraming tao. Siguradong panalo 'yan, sa takilya.'

'O, sige,' sabi niya kay Chaning, 'tulungan mo ako sa paggawa ng ibang sequences.'

Chaning Carlos

Kung mayro'n mang higit na may karapatan na tumulong kay Mars Ravelo sa pagpapahinog, kung baga, ng *Facifica Falayfay*, walang iba kundi si Chaning. Si Luciano B. Carlos. Siya ang nag-screenplay ng *Jack and Jill*, at nanalo iyon ng Best Screenplay sa Asian Film Festival. Lumabas din siya ro'n, as Inggo, 'yong sidekick ko, na pag nagbabaklaan kami kunwari, si Ingrid.

Like most directors, nagsimula siya as a writer. Script niya ang karamihan ng mga comedy ng Sampaguita, pati ang first title role ko, *Tatang Edyer noong* 1957; *Hindi Basta-Basta; Silveria; Hong Kong Holiday;* marami.

In my entire career, anim na director lang ang nag-double figures na trabaho with me, for one reason or another. Ulitin ko, huwag kayong pakabilib sa akin, nakalista ito. At mas o menos pa ang bilang, although maaaring lamang ang mas. Manding Garces, sabi ko nga, 14. Mar S. Torres, 13. Romy Villaflor, 13 din. Si Tony Cayado, 17. Pepe Wenceslao, 10.

Si Chaning ang record-breaker. He directed me 24 times. Isa, para sa Florence Productions,

Kitang-Kita ang Ebidensiya; isa para sa Lea Productions, *Meron Akong Nakita*; isa para sa Regal Films, *Darna, Kuno?;* and the 21 others, sa RVQ na.

E, wala pang production designer no'n ang mga movie, 'di tulad ngayon na talagang isang buong department na. Si Chaning, pag may naisip sa ikagaganda ng pelikula, 'di na nag-uutos para sa kung anumang props. Siya mismo ang magdadala, isang buong jeep 'yon na may lamang kung anu-ano.

Magkumpare kaming buo. Inaanak niya si Madonna. Inaanak ko naman ang anak niyang lalaki.

Tapos ng *Darna, Kuno?* matagal-tagal din kaming hindi nagkita. Isang hapon, 'ando'n ako sa Hizon's, natanaw ko, parang siya. Puting-puti na ang buhok. Tinawag ko, nagkumustahan kami habang nagka-kape. May recruiting agency, or something like that, sosyo raw nila ni Divina Valencia. Hindi raw muna siya nagdi-direk. Nagkataong may project akong niluluto, inalok ko sa kanya, at iyon ang naging *Daddy Knows Best.* Si Snooky, si Maricel, si JC Bonnin.

Sinu-shooting namin 'yan, nabaril si Ninoy. Lugi lahat ng sine, hindi pinapasok, nilalangaw. Nilibing si Ninoy, wala na talagang tao sa sinehan. Dalawa ang ginagawa ko niyan, halos lagari. *Tengteng de Sarapen* ang isa, pang-festival. Ang *Daddy's*, pang November, bago mag-festival. Pero ano, e, para akong may kutob, na kikita. May nakita pa akong litrato ng Buddha, maraming nakapaligid na bata. Na-inspire ako, 'pinagawa kong basis ng poster. Ako ang lumugar na sa gitna, pinataba ng konti, tapos, pinaligiran na ng mga young stars. Bumilib pa nga si Chaning, 'Aba, ang ganda nitong poster, a! Sino'ng nakaisip nito?'

Masayahin siyang tao, masarap kasama. Bungisngis pati, madalas, hindi agad ma-cut ang eksena, tumutuloy ang tawa niya. Kaso lang, namatayan siya ng anak, 'yong inaanak ko. Freak accident talaga. Nagpa-akyat ng elevator sa building ang bata, tila mga 17 years old lang, 18.

Bumukas ang pinto ng elevator, e, may kausap. Doon sa kausap nakatingin, sabay pumapasok ng elevator, na wala pa pala ro'n, bumukas lang ang pinto. Bumagsak ang pobre. Patay. Mula no'n, parang napundi na ang ilaw ng kaibigan ko.

Funny pa rin siya, at witty. Pero malungkot na ang mga mata, hindi katulad ng dati. And then, nagpunta sa Amerika. Bago umalis, nagkita kami sa UP Film Center, may pa-anunsiyo ang Directors' Guild ng mga awardees nila ng Gawad Direk. Isa siya sa awardees, kasama nina Ronnie, Maning Borlaza, Eddie Romero, at Celso Castillo. Announcement lang 'yon, babalik daw siya for the actual awarding, pupunta lang muna sa US. Hindi na nakabalik ng buhay. Mayro'n pala no'ng tinatawag na walking pneumonia, sinat-sinat lang na akala mo, wala, tapos nag-cardiac arrest.

Marami kaming hits ni Chaning.

Doing well

Overwhelming ang box-office results ng *Falayfay.* Top grosser na kami, na-extend pa ang showing, kahit tapos na ang festival, sa Rialto. Na-bad trip lang ako, dahil top grosser, bibigyan ngayon ng parangal. Kamala-mala mo, sabi no'ng babaeng judge—huwag na lang banggitin ang pangalan—sa mikropono, ha, na talagang dinig ng lahat, huwag na raw ako uling gumawa ng gano'ng pelikula tungkol sa mga bakla.

Nagpanting ako. Hindi ko siya mabastos nang harapan, at may edad na. Pagdating ko sa kotse, 'hinagis ko ang trophy, 'pinasosoli ko kay Mayor Villegas. Tinawagan ako ni Yeba—expression niya 'yon kaya naging nickname na rin—huwag na raw akong magtampo, tanggapin ko na lang daw uli ang trophy, alang-alang sa kanya.

Kakaunti pa lang ang mga sinehan no'n. 'Yong New Frontier sa Cubao, wala pang nalalabas na Tagalog do'n, puro English. Kinuha ni Amading Araneta ang *Falayfay,* siya mismo ang kausap ko. Tapos, nilabas uli nila ang *El Pinoy Matador,* pero hindi na sa akin iyon, sa Premiere Productions na.

Ang pinaka-criticism sa mga movies ko dati, bakit daw nagto-toilet humor. Pero depende naman 'yon sa sitwasyon. Kung sa squatter nakatira ang mga main character, na mga walang tag-isang kasilyas sa bahay, natural na magkaro'n ng mga gano'ng eksena. Kung mayaman naman ang role mo, ba't ka magto-toilet humor, 'di na tutoo 'yon.

Mga late '60s to early '70s, naging problema namin ang mga bomba movies for a while. Matinding kalaban sa box office. 'Buti sana kung maganda man lang ang pagkakagawa; ang iba, talagang the real McCoy na. Wala na kaming magawa nina 'Pareng Ronnie pag nakatapat namin mga sikat nilang bida. Pero nag-settle din ito.

Si Baby pa ang kasama ko during this period. I was already investing, bumibili na ako ng mga lupa-lupa. 'Yon lang basically ang investment ko, real estate. Ayaw ko sa hindi ko kilalang negosyo, at baka niloloko na ako, hindi ko pa alam. Mayro'n akong sinusundang alituntunin, pagdating sa investments. When profit is too good to be true, ayaw ko. Duda na agad ako. Sa ganitong paraan ako nakaiwas diyan sa mga pyramiding na ganyan.

Frank Gray Jr. (nephew)
Film Director

Ang earliest memory ko sa Tito Dolphy, galing sa Lolo ko, kay Papang, na tatay niya. Maliit na maliit pa ako no'n. Naglalakad kami, papuntang sakayan ng jeep. Sabi ni Papang, 'Tingnan mo, Engky, tingnan mo. Pag tapak ng paa ko sa bangketa, magkakagulo na'ng mga barker diyan, mga driver.'

Tutoo nga. Pinag-agawan nga siya ng lahat. 'Mang Tisoy, Mang Tisoy, dito ka na! huwag ka diyan, Mang Tisoy! sa akin ka na!' Sikat ang Lolo ko dahil tatay siya ni Dolphy.

Una kong naka-trabaho si Tito Dolphs sa Facifica Falayfay, *production coordinator ako do'n. Sila pa ni Tita Baby; sa Blue Ridge pa siya umuuwi, pero sila rin ni Pilar. Walang instructions ang Tito Dolphs sa kung ano ang dapat sabihin. Kaya ka 'sinasama sa bahay, kasi alam niyang hindi ka kikibo; magaling ka sa dedma.*

Nag-artista ako for him, nagkontra-bida. Sa Pag-ibig, Masdan ang Ginawa Mo, *anak niya si Vilma Santos, na incidentally, niligawan pa ni Boy. Anyway, si Max Vera dapat do'n, e, hindi pumuwede si Kuya Max. Masakit ang ngipin. So sa 'kin napunta ang role.*

Tuluy-tuloy na 'yon, hanggang sa Fefita Fofonggay, *hanggang sa magdi-direct na si Ading ng* John & Marsha, *at nagprisinta na akong assistant director. Then ang dami na no'n, na ako ang AD. E, niyaya ako ni Baby Navoa na mag-associate director sa kanya sa Wonder Films, kay Niño Muhlach. Nagpaalam ako kay Tito Dolphs. Pinuntahan ko sa shooting ng* Captain Batuten, *sa Wonderland Productions naman. 'Yon palang pinag-uusapan na naming* Omeng Satanasya, *matutuloy na, at sabi niya: 'Ba't mag-a-assistant ka pa sa iba, e, ikaw na'ng magdi-direct nito?'*

Sa LVN ang shooting. Sa likod lang no'n ang bahay namin. Umuwi ako, naglalakad sa ere. E, 23 pa lang ako, magdi-direk na? Nanalo siya ro'n, nag FAMAS Best Actor. Si Lotis na ang girlfriend niya at that time.

Professional siya. 'Yon ang maganda sa kanya. Nagtatawaran kami sa opisina, sa gastos ko, sa gamit ko sa negatibo—si RVQ na producer ang kausap ko. Pagdating sa set, si Dolphy siya, na artista—pag sinabi kong take two—take two, sumusunod. Pag dating ko sa bahay niya, kung saan mang bahay 'yon, mag-iiba pa uli ang relasyon namin. Siya naman ang tiyo, ako ang pamangkin, 'O, halika na rito, kumain ka.'

At the same time, para ko rin siyang tatay.

Nagkaro'n kami ng distansiya no'ng nagpaalam akong dadalhin ko ang pamilya ko sa States, at baka doon na muna ako. Gumalaw ang tenga. E, ang Tito Dolphs, madaling maramdaman. Galit o tuwa hindi siya magpapaliwanag, nararamdaman mo lang. Naging malamya siya, malamig. And yet, binigyan pa rin ako ng pabaon, higit pa sa inaasahan ko. Tengteng de Sarapen *ang huling pelikulang ginawa ko para sa kanya. Nalulungkot naman ako, Rated A.*

Rated A!

Ilan lang sa mahigit 100 na pelikula ng RVQ Productions

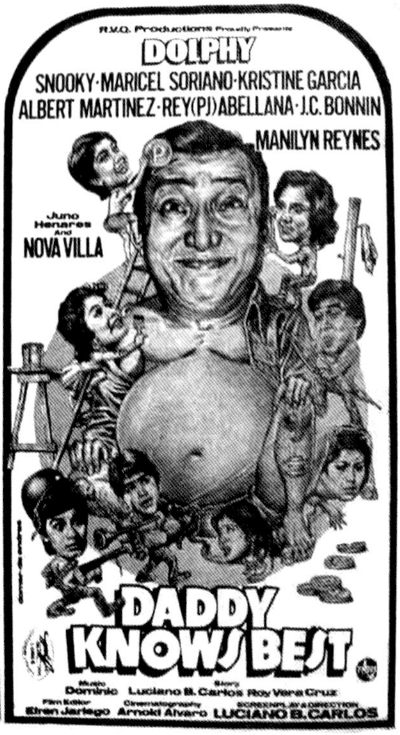

RVQ Productions, Inc.
DOLPHY & NORA AUNOR
PUGO CHICHAY
IN A VERY SPECIAL ROLE
JAY ILAGAN
KAMING MATATAPANG ANG APOG!
FEATURING AN ARRAY OF TOP PERFORMERS
IN COLOR
Story ROY VERA CRUZ
Music DOMINIC SALUSTIANO
Cinematography MANUEL BULOTANO
Screenplay and Direction ADING FERNANDO

ONLY DOLPHY CAN SURPASS DOLPHY
RVQ Productions delightfully presents
THE FUNNIEST ACTION FILM EVER MADE!!
DOLPHY
Dolphy's Angels
introducing the angels
YEHLEN CATRAL
CARMIE MARTIN
ANNA MARIE GUTIERREZ
LIZ ALINDOGAN
starring
PANCHITO
PAQUITO DIAZ
CONDE UBALDO
and
MAX ALVARADO
also starring
ANITA LINDA · NELLO NAYO
DOMINGO PRINCIPE
MATIMTIMAN CRUZ
JOSE GARCIA
CHED MANIEGO
and
BESSIE BARREDO
VERNA GASTON
WITH AN ALL-ACTION STAR CAST!
Es'Cantor Salazar · Jimmy Santos
Bong Benitez · Fred Esplano
Jay Grama · Roland Falcis
Special Appearance HAGIBIS
And PAQUITO BAUTISTA · GEORGIE QUIZON
Story & Screenplay by MANUEL RAMIREZ
Musical Director PABLO VERGARA
DIRECTED BY LUIS SAN JUAN

1995 OFFICIAL ENTRY METRO MANILA FILM FESTIVAL
RVQ Production Presents It's 30th ANNIVERSARY Presentation
ZSA ZSA PADILLA
JUDY ANNE SANTOS
MANNY BOY Q.
BERNARDO BERNARDO
FREDDIE QUIZON
JEFFREY QUIZON
BOY 2
SHERILYNE REYES
DOLPHY · VANDOLPH
FATHER en SON
PERLA BAUTISTA
ODETTE KHAN
POCHOLO MONTES
JUN ENCARNACION
MAYBELYN DELA CRUZ
and
EDGAR QUIZON
Guest Stars
TED FAILON
FRANKIE EVANGELISTA
BONEL BALINGIT
EMIG TAGLE
STORY ROY VERA CRUZ
MUSIC MON DEL ROSARIO
PRODUCTION DESIGN CLAUDIO SANCHEZ MARISCAL
ASSISTANT DIRECTOR DANNY HERNANDEZ
FILM EDITOR EFREN JARLEGO
CINEMATOGRAPHY ARNOLD ALVARO
LINE PRODUCER RENE PASCUAL
DIRECTOR RODOLFO V. QUIZON

RVQ PRODUCTION, INC. PRESENTS
A GIL M. PORTES FILM
ERIC QUIZON LOREN LEGARDA JEFFREY QUIZON
And
DOLPHY
MARKOVA
COMFORT GAY
A film by Gil M. Portes
Supervising Producer RENE PASCUAL Line Producer DOLOR GUEVARRA
Executive Producer RODOLFO V QUIZON
Screenplay CLAUDUALDO DEL MUNDO, JR
Direction GIL M POTES dgpi

Kinuha ko rin mga puwedeng magtrabaho sa akin sa pamilya, 'nilagay ko sa RVQ. Matanda naman ako sa kanila, napapagsabihan ko sila. Para akong Godfather.

Engky ang palayaw ng pamangkin ko. Anak siya ni Josie, Josieng Pango. Nakabalik na from the US. Malusog ang industriya no'ng umalis siya at the height of his career, titiguk-tigok na ngayon. Pero tingin ko, hindi siya nagsisisi. Namili siya between his job and his family, maayos na ang lagay ng mga anak niya ro'n. Gano'n talaga, may mga choices tayong kailangang pangatawanan.

Nagpapasalamat sa FAMAS para sa Best Actor Award for *Omeng Satanasya*

Marami pa akong naging direktor. May mga nakatrabaho akong minsanan na kahit gaano pa kagaling, 'di na kinasihan ng panahong maulit. Na-direct na rin ako ng babae, ni Rosa Mia, sa Sampaguita, two times. Ni Peque Gallaga at Lore Reyes, sa *Once Upon a Time*, para sa Regal Films. Big film 'yon, expensive. Maayos ang pagkagawa, saka seryoso sa trabaho, lalo na sa production design dahil tila yata production designer si Peque bago naging direktor.

Jett Espiritu

Paris ni Engky, isa pa ito sa mga binigyan ko ng break. Hanga ako sa mga taong masikap, tulad ni Jett na nagsimula as a prop man. From there, nag-comedy writer, nag-assistant director. Siya ang AD ni Chaning sa Facifica Falayfay.

Ang parang naging specialty niya, martial arts comedies. Dose ang ginawa niya with me, pero ang first, hindi sa RVQ. Nakikita ko na kasing hot na hot na siyang maging mandando. Maliit siya, maitim ng konti. Pag gumagana ang energy niya, mapi-feel mo. So tiyempong natanong ako no'ng isang bagong producer na kumukuha sa akin kung sino ang gusto kong direktor, ibinigay ko'ng pangalan niya.

Ang pelikula, *Bugoy,* based sa isang comics character, produced by Hemisphere Pictures with Lotis Key as my leading lady. Tumabo ito sa takilya, 1979 film festival entry, 'tinalo ang entry ng ibang superstars.

Next niya, sa RVQ na. *Dancing Master.* Then *Superhand (Shadow of the Dancing Master).* Kinuha namin diyan si Ulysses Tzan, martial arts expert; si Sahlee ang kapareha. Ako pa rin ang *Dancing Master,* pero special cameo performance na lang ako. *The Quick Brown Fox* with Nida, martial arts din 'yon, kasama si Weng-Weng.

Ilang beses din akong ginulat ni Jett. Tanda ko, no'ng mamatay si Ading, parang pakiramdam ng lahat, a, 'yan na, wala na. Tapos na ang *John & Marsha* franchise. E, nasa drawing board na no'n ang *John & Marsha '85 (Sa Probinsiya),* so 'tinuloy ko na, kay Jett ko 'pinagawa. Ay, ang lakas.

Mabait siya. Hindi naman chickboy. If ever, konti lang, 'yong normal sa lalaking gano'n ang trabaho, kaya siya na siguro ang nilalapitan. Ang balita ko lang, e, may sakit daw, medyo nag-e-emote sa mga dating kasama. I plan to visit him one of these days.

Lino Brocka

Kahit maganda na ang takbo ng kumpanya, lumalabas pa rin ako sa ibang productions. Hindi lang dahil sa pera; nakikisama ako talaga. Hindi ko malimutan no'ng panahong wala akong movie contract at sisinghap-singhap akong 'di ko malaman kung saan manggagaling ang susunod na offer, tapos, may mga kumukuha. E, pagka gano'n ang blessings mo, you have to share.

Mga bandang 1977 or 1978, kinausap ako ni Orlando Nadres. Si Dandy. 'Dolphs, mayro'n akong istorya para iyo, talagang sa iyo lang babagay. Gusto ko, ikaw ang gumawa. Gustung-gusto rin 'to ni Lino Brocka.'

Sa madaling salita, nabasa na rin pala ni Lino ang script. Pati na no'ng producer, si Jessie Yu, na kapatid ni Mother Lily Monteverde. Ako na lang daw ang hindi nakakabasa. 'So, sige,' 'kako, 'basahin ko muna.' Aba, maganda nga. 'Sigurado ba kayo?' tanong ko. 'Drama 'to; iyakan, hindi comedy.'

Sa *Ang Tatay Kong Nanay,* parloristang bakla ako, si Dioscoro Derecho. Mag-ano kami ni Phillip Salvador na seaman, iniwan sa akin ang anak niya, si Niño Muhlach. Na, no'ng lumaki na't nagkalapit kami, gusto nilang kunin ulit.

Tamang-tama, kapapanalo ko pa lang no'n sa FAMAS, so ginawa ko. Hindi man ako nanalo for it no'ng bigayan na uli ng awards next year, nakatrabaho ko si Lino na magaling talagang director.

May eksena kami, papaluin ko si Niño, e, mahina ang palo ko.

Sabi niya, 'Dolphs, halatang mahina ang palo mo, gusto ko malakas, paluin mo talaga!'

'Nakakaawa,' 'kako.

Pinilit ako. E, pa'no mo namang hindi susundin ang direktor? So 'nilakas ko na ang palo. Ang pula ng puwet ni Niño. 'Ina'akap ko pagkatapos ng take, awang-awa ako, umaatungal talaga.

Mayro'n kaming shooting, hatinggabi na. 'I want the baby crying,' sabi niya.

'Tulog na tulog na, direk,' sagot ng AD.

'Handa mo 'yong camera, ready tayo!' Kinurot 'yong bata habang natutulog!

'Waahhhhhhhh!' palahaw ni Niño.

'Motor!' senyas ni Lino. 'Camera!'

Marami akong movies, halos lahat sa RVQ, na may kadyot na drama. *Like Father, Like Son; My Heart Belongs to Daddy; Daddy Knows Best;* kahit sa *John & Marsha,* madalas naming gawin 'yon ni Nida para kay Ading.

Sinasabing magaling daw sa drama ang mga comedian. Hindi ko alam kung bakit. Wala akong teorya diyan. Basta from my end, naranasan ko na kasi ang lahat—hirap, gutom, ang mga anak na perwisyo't may bisyo, ang ma-in love, at ang mahiwalay. Napagdaanan ko na'ng lahat, kaya nasasakyan ko kapag ginagampanan ko na.

Ang negosyo naman, dalawang bagay lang. Outgoing, o ang gagastusin mo. At incoming, na kikitain mo. Ang pangit namang ginastusan mo ang pre-production at production, tapos, 'di mo na pakikialaman ang showing. Tulad ng mga checker: kaya pala madalas na babae ang kinukuha, kasi sila ang mostly takot sa kalokohan, bihirang makipagsabwatan sa mga teatro para yariin ang report ng takilya. Pag-aaralan mo rin, kailan ba consistent ang panonood ng tao? A, piyesta opisyal sa Manila, piyesta ng mga santo sa probinsiya. Gano'n.

Pag may time ako, which is as much as possible, pipilitin mong magka-time ka, pupuntahan mo ang iba-ibang lugar kung saan ka showing. Gumaganda na ang relasyon mo sa mga booker mo, nararamdaman pa nila na you are on top of everything. Isasabay mo na rin ang personal appearance mo sa showing ng movie, tulad no'ng minsan, sa Tacloban, nagdagsaan ang tao, tumuntong sa kotse, wasak ang sasakyan.

Rene Pascual, "Man Friday"

1970 ako pumasok sa RVQ, as checker, sa pamamagitan ni Willy Mariño, na production manager. After five years, na-promote akong inspector. No'ng 1980s, kinuha na ako ni Mang Dolphy at Mang Conde na pansamantalang mag-book ng mga pelikula; parang sales manager sa booking, at diyan kami nagkalapit ni Mang Dolphy.

E, kabado pa 'ko, marami akong hindi alam. Tinuruan niya ako; binigyan ng guidance. Nag-set up pa ako ng isang meeting ng mga bookers—isang mahabang mesa. Biglang may nag-away. Nag-suntukan na! Talagang siya na ang umawat.

1980s kasi, kalakasan ng mga pelikula niya 'yan: mga John & Marsha, Titser's Pet, Good Morning Teacher, *mga* Tengteng de Sarapen. *Bigla niyang 'pinakuha ang listahan ng mga piyesta sa probinsiya sa mga key cities; pati sa Pasko at Bagong Taon, so nasamantala namin 'yon.*

Ang 'di ko makalimutan, sa Daddy Knows Best, *sinu-shoot namin 'yon, kamamatay lang ni Ninoy Aquino. E, lahat talaga, walang kumikita. E, November kami naka-book. Suggestion ko, huwag nang ituloy at baka rin mag-overlap sa* Tengteng. *E, maganda raw ang vibration niya; ituloy na raw. So 'tinuloy. E, napakalakas nga naman no'ng movie. Tapos, 'pina-hold niya. Pang MMFF ang* Tengteng *and then ang* Daddy *ang pinakawalan ng Pasko at Bagong Taon sa probinsiya. So top grosser kami sa Manila; top grosser din sa probinsiya. Malakas ang instinct ni Mang Dolphy pagka kinutuban na siya.*

Mga May-April 2007 no'ng may John En Shirley, *labas-pasok siya sa ospital. Uwi, balik uli, uwi, balik na naman. Nagpasabi na kay Linggit Tan, sa ABS-CBN, na hindi na raw niya kaya; magpapahinga na siya. Lahat daw, may katapusan, at nanghihina na siya. 'Pinarating ko kay Linggit, na nagpunta naman agad sa kanya. Nag-agree sila na pipilitin man lang niyang umabot hanggang July.*

Sinulatan niya ako, nagpasalamat sa katapatan ko. E, talaga namang 'tinago ko ang sulat.

Nakakaawa talaga; hila-hila ang oxygen, maputla. Kumapit na lang sa pagdarasal, at napaka-relihiyoso niyan. E, naisip ni Zsa-Zsa na ikuha ng private nurse, at baka maayos ang ulcers niya kung tama ang oras at schedule sa pag-inom ng gamot. Tatlong private nurse, salitan sa 24 hours. After two weeks, gumaling. Nagte-treadmill na uli. Hindi na nag-oxygen. Nagpasabi uli. Kaya na raw niya hanggang December, pero nakapag-decide na ang kumpanya.

Do'n ko na-realize na kung sakali pala, masakit. Para ko na siyang magulang. Hindi ko nakayang makita siyang nahihirapan, nasasaktan.

Tulad no'ng sumama siya kay FPJ, nagkampanya, no'ng 2004. Nagka-problema sa network. Parang kina-cut na ang kontrata. Siguro na-pressure na. Nag-meeting sa itaas, sa ELJ Building, with Gabby Lopez, Freddie Garcia, Charo Santos at Cory Vidanes. 'Sinama ako ni Mang Dolphy. Hanggang do'n na lang daw muna ang Quizon Avenue. Tanong ni Mang Dolphy, 'Bakit, mayro'n bang nag-ano sa inyo?'

Wala naman daw, sabi nila. Sa madaling salita, magaling siya sa pakiramdaman. Nakita ko ang mukha niya, ang expression. Nagpunta ako sa CR, naiyak ako. Pag-uwi, sa kotse, tahimik siya. Walang kibuan. Sabi lang, 'Akala ko, maganda ang pagmi-meetingan, malungkot pala.'

After three days, kinuha uli siya ng ABS. Pa'no kasi, nag-react ang mga tao, nagalit. Pero sa panahon din ng three days na 'yon, kinukuha siya ng kabila. Hindi niya tinanggap. Nanaig ang loyalty, kaysa sama ng loob.

Kakaiba talaga si Mang Dolphy.

Pinanonood ko rin ang mga pelikula ko. 'Ando'n ako sa likod, naka-sombrero, naka-salamin, may panyo sa mukha na para akong mangho-hold up, para hindi ako makilala. Incognito, na'ndo'n sa likod na likod, punong-puno, e. Wala pa 'yong reserved seats dati, so pati sa aisle, may nakaupo. Sumisiksik ako ro'n. Pinakikinggan ko 'yong kuwela kung saan, binabasa ko kung ano 'yong gusto nila, at kung sa tingin nila OK ang chemistry naming magkakasama.

Mahigit 100 movies din ang RVQ, sa tanda ko. Nagkaro'n pa ng sister companies: ang Rodzon Film Organization, at ang Rodessa Films. Yung Rodessa Films ang gumawa ng *Bundok ng Susong Dalaga* para kay Ness, na si Engky ang nag-direct. Ginawa rin ang *Always in My Heart,* directed by Ben Feleo naman. Malusug-lusog pa ang film industry no'n. Mahina ang isang project mo, may bawi ka sa susunod.

Ang tsismis sa RVQ, nagkaro'n daw ako ng relasyon sa lahat ng leading lady ko. Hindi naman tutoo 'yon. Mayro'n ding mga hindi natuloy.

Hindi ko niligawan, at hindi kahit kailan naisipang ligawan, ang favorite leading lady ko, si Nida Blanca.

11 John en Marsha

Sa ABS pa lang, naiisip na ni Ading na pagsamahin kami ni Nida sa TV. Siya ang writer ng *Buhay Artista*, siya rin sa *The Nida-Nestor Show*. This was mga late '71, bago pa mag-Martial Law. Palagi niyang sinasabi na, 'Si Nida parang Dolphy na babae, bagay na bagay kayong dalawa.'

No'ng ma-deklara ang Martial Law, nagtayo kami ng grupo, na si Romy Jalosjos ang ginawa naming presidente, para hawakan ang mga show at maipalabas kahit man lang sa Channel 7, na hindi pa GMA, kundi RBS. Si Bob Stewart pa ang may-ari, si Uncle Bob. Kasama niyang magpatakbo si Jimmy Navarro. Mga artista rin ang nasa board, kasama na si Nida, dahil binigyan kami ng equity shares. Ang pangalan, Philippine Production Center, Inc.

Color TV na at that time, pero pansamantalang naging black-and-white ulit. 'Tinuloy namin ang *Buhay Artista*. Si Nida nasa ibang programa, na similar sa *I Love Lucy*; tila ang kasama sina Luis Gonzales, Caridad Sanchez, at si Ronald Remy—parang *Wala Kang Paki* ba 'yon? Na-farm out ang ibang show. Ang *Ginang Milyonarya* ni Chichay, tila do'n napunta sa Channel 13. Black-and-white din and airing nila.

Si Bayani, Pancito at ako, nagpapa-groovy sa *Buhay Artista*.

And then, kumalas ako sa grupo. Nag-bail out ako as co-investor. Parang puro figures ang suweldo, walang cash; nakakatamad magtrabaho, 'kako. E, gusto na rin palang umalis ni Ading, at 'yong lagay na 'yon, nauna pa sa akin ng isang buwan.

Isang gabi, 'ando'n ako sa one of those night clubs sa Roxas Boulevard—'di ko na matandaan kung Sportsman—basta I was there, may mga kasama, nag-iinuman.

Biglang may naaninag akong naghahanap sa akin sa dilim. Sabi no'ng waiter, 'Mang Dolphy, me naghahanap ho sa inyo.'

Si Ading na 'yon, nakipag-usap na pala sa bagong producer.

Kitchie Benedicto

Ang suwerte ko naman, at kahit nagsarahan ang mga TV networks at nagkabalasahan, no'ng nagkaro'n uli ako ng show, it was again with a person na magbibigay-pahalaga rin sa akin, sa mga kasama ko sa program, at kahit siya'ng may-ari, nakakausap mo, one-on-one.

Masipag si Kitchie—talagang nag-iikot, nakikipag-usap sa lahat ng mga tauhan niya. Hands-on ang management style. Pati health mo, aasikasuhin, kukumustahin, 'tatanungin kung ano ang kailangan mo. Hanggang pagkain, aalagaan ka. Hindi mo siya boss. Ka-rancho. Mabibiro mo, at maganda ang sense of humor. She was so open, kaya ang mga tao, may tendency na dumiret-so sa kanya. 'Eto ka ngayon.

So nasa nuebe na si Ading, at do'n na raw matutuloy ang show namin ni Nida. May title na raw and all. Ang problema, 'ando'n pa si Nida sa show nila ni Luis. Hindi siya makaalis dahil board member siya ng grupo, at magkasama pa sila ni Romy. Isip uli kami kung sino ang puwede.

Si Helen Gamboa, kumakanta rin at sumasayaw, at ilang beses ko na ring naka-partner sa sine. Si Rosanna Ortiz, iba ang audience. Si Boots Anson-Roa, puwede; wholesome. Pero si Nida ang perfect, sabi ni Kitchie. Agree siyempre kami ni Ading.

Kasi napag-usapan na namin ang pinakatatakbuhan. May asawa ako na anak-mayaman. Mahirap ako, pero may pride, sa mayamang biyenan, kaya palaging kami ang magkabangga. Sa tunay na buhay, hindi ako gano'n. Mga bibiyenanin ang una kong kinakarinyo, sila ang una kong nililigawan.

Dahil nga sa 'pinadagdagan ko pa ng anak na teen-ager na lalaki, si Rolly ang inilagay. 'Yong batang babae, si Maricel Soriano.

Then, si Chichay dapat ang biyenan. Pero 'di rin puwede, tumatakbo pa ang *Ginang Milyonarya,* sa 13. Tanong ni Ading, 'Hindi naman sa kapatid ko, puwede ba diyan si Taba?'

E, mas bumagay pa nga kay Dely (Atay-atayan) ang role. Mas mukhang mayaman no'ng bihis na, matapang at mabunganga. Naaalala ko 'yong kanta niya sa radio commercial, ang taray-taray ng boses: 'Baterya, ikong bumbilya . . .'

Hindi nagtagal, 'Good news! Pumayag na si Nida!' sabi ni Kitchie.

Ang working title, parang something like Walang Tiyaga, Walang Nilaga. Medyo nag-react ako. Para kakong sinauna pang title 'yon. Hanggang sa nakarating kami sa *John en Marsha.*

Ang taas ng ratings! Maganda ang response sa lambingan namin ni Nida. Pati si Matutina, click. Lalo na ang punchline ni Doña Delilah G. Jones: 'Kaya ikaw John, magsumikap ka . . . !'

Pero nagkagalit si Ading at Nida dahil sa script. Kami kasi ni Ading, pagka nabasa ko ang script niya, at naalaala kong parang may nagawa na kaming gano'n, sasabihin ko agad sa kanya. Open kami, sa tagal ba naman ng samahan namin, mula pa sa radyo. 'Pare, di ba nagawa na natin 'to? Si Babalu pa ang guest natin?'

'Oo nga!' sasagot agad 'yon, sabay gagawa na ng panibago.

E, si Nida hindi kay Ading dumiretso, kay Kitchie. Nagdamdam si Ading, bakit doon pa daw sinabi sa pinaka-head, parang lumabas na pinu-put down siya. Hindi na nagkibuan. Umabot sa nawala muna ang show, for one year! OK lang sa akin, busy ako sa pelikula. Si Nida, gumawa ng iba. Si Ading din.

Ang bibilib ka kay Kitchie, kahit top-earner niya ang *John en Marsha*, hindi siya namilit ng mga taong magkabati-bati. Parang naghintay rin siyang mahinog muna ang mga sama ng loob.

No'ng namatay si Pugo, mga 1978 ito, nag-suggest ako ng tribute for him. Approved agad kay Kitchie; mga token na honorarium nga lang ang 'binigay sa mga artista. Pumayag silang lahat, e, siyempre, mahal nila si Pugo, at 'yon kasing kikitain, ibibigay sa pamilya ni Naning. Gumawa kami ro'n ng number na medyo *John en Marsha*. Doon ko napagbati si Nida at si Ading. Nagyakapan sila.

Happy si Kitchie.

Sa set, kasama si Marsha, si Rolly, si Shirley, at si Doña Delilah

Naging kumare ko siya, at muntik pang maging kasama sa pamilya. Hindi as girlfriend, basta siya na lang ang tanungin ninyo. Nag-ninang din sa kasal, kay Vandolf. As line producer, she tried to bring the Puruntong family back. Naka-one year din 'yon sa ABS-CBN. It was fun working with her. It's always fun naman, pag siya.

From small screen to big screen

Ang success ng *John en Marsha* sa TV, nag-translate sa big screen. I think ito lang ang local TV show na naisalin sa pelikula ng pinakamaraming beses. Eight times. *John & Marsha, 1974; John & Marsha sa Amerika '75; John & Marsha '77; John & Marsha '80; Da Best of John & Marsha (1984); John & Marsha '85 (Sa Probinsiya); John & Marsha '86 TNT sa Amerika* at *John en Marsha Ngayong '91*. Kami na ni Loging Jarlego ang nag-edit ng *Da Best* of na mga pinagsamang nakaraang versions ng *John & Marsha*, as some sort of tribute tribute kay Ading.

No'ng *John & Marsha '77*, kausuhan ang mga Penthouse dancers, sina Archie Lacson. 'Nilagay namin hindi lang si Archie, kundi pati si Nestor de Villa. Naulukan kunwari si Nida na makipagsayaw sa kanya sa restaurant. E, Nida-Nestor 'yon, ano, so ang gandang tingnan ng sayaw nila, may chemistry talaga. Nagselos si John. Drama, pag-uwi ng bahay.

Malakas ang demand, sobra ang lakas ng demand, ng mga nasa Amerika para sa cast. Dinala ko ang show ng buo, napuno namin ang Shrine Auditorium, kahit wala pang The Filipino Channel.

Nagbuntis pa kunwari si Nida. Realistic na realistic ang pagkakagawa ng buntis suit niya, marami tuloy ang nag-akalang she was really pregnant at that time. Si Atong Redillas ang naging John-John, anak naming bunso. Nag-asawa ang character ni Rolly, kay Madel de Leon na anak ni Van de Leon na magaling na character actor sa Sampaguita. Nagkaanak sila, so bale nagkaro'n pa ng apo si John at si Marsha.

Namatay si Ading in 1984, and si Apollo Arellano na executive producer ang nag-take over as writer-director. Nagkaro'n pa ng tatlong movies after. Nagulat ako sa lakas ng *John & Marsha '85 (Sa Probinsiya),* directed by Jett Espiritu.

Buong-buo ang characters na ginawa ni Ading, kaya nakatayo pa, kahit nawala na siya. Hindi rin kami lumayo sa mga original na plano. Pinakamalaki na sigurong dagdag ang character ni Ben Tisoy, at 'yong umalis si Maricel, dahil naging busy na, kaya pinalitan siya ni Sheryl Cruz, as Shirley. Still, tumagal pa ang show hanggang 1990. We were on the air for 17 years!

Ang ratings na inabot ng *Home Along Da Riles* na 81%, hindi nangyari 'sa *John en Marsha* kahit kailan. Pero pag tinanong mo kung saan ako natatandaan, hindi gano'n karami ang magsasabing Kevin Kosme. John talaga. John Puruntong.

Naghihinayang lang ako at 'di na inabot ni Papang no'ng nauso ang Puruntong shorts.

Ading Fernando

Sabi ko nga, hirap ako pagka malapit sa akin ang namamatay. Magtanong kayo sa mga naro'n, no'ng wake ni Ading, kung pa'no ako bumigay sa eulogy ko sa kanya. Ang bigat no'n. Para akong sasabog.

Imagine, siya ang kasama ko, halos gabi-gabi. Professional gimmick niya, kunwari, sintunado, but he was really a musician, magaling sa gitara, so gusto niya ring mag nights out sa mga piano bar. Sinasamahan niya ako, sila ni Conde; nakikinig lang kami sa music, tapos do'n nagbubuo ng project, o kaya naman, ordinaryong kuwentuhan. Naiiwan ko lang siya pagka nagsusulat, para hindi siya maguluhan.

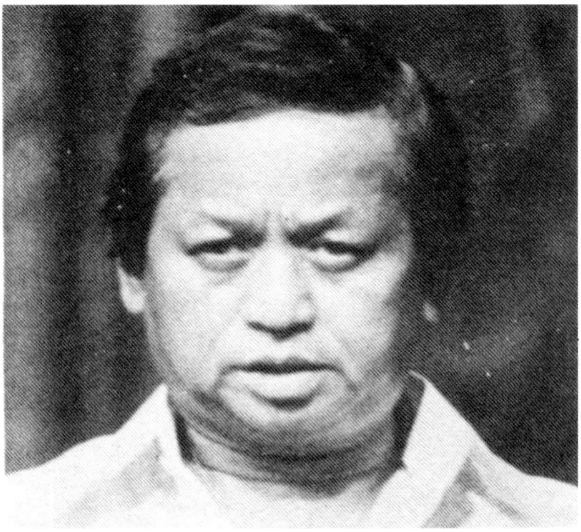

Dinala ko siya sa Europe. Ginawa namin ni Ness ang *My Funny Valentine,* at siya ang kinuha kong director. Tuwang-tuwa! Pagkagaling namin, nasa Hong Kong na kami, nagpapahinga sa Shangrila Hotel, sabi, "Pare, puwede na akong mamatay; nakita ko na ang Europe.'

1984 'yon nag-showing. Mga ilang buwan lang, patay na siya.

Sa Europe, hinahanap niya ang kanyang anak. Nagkatampuhan sila, e. Para siyang absent-minded—nagsu-shooting kami, nabura niya 'yong playback. Gangga-radyo lang 'yon na maliit, nabura niya, dahil nalagay niya sa erase. Nataranta dahil sa kalungkutan.

E, sa madaling salita, kinanta ko na lang ng walang sound. Gumagalaw ang bibig ko, tapos, sa post-production na kami nagdub no'ng kanta.

Sa kotse siya umiyak at doon nagtapat. Yon daw kasing anak niya, babae pa naman, hindi niya matunton. Nangako akong hindi kami aalis hanggang hindi sila nag-uusap. Naghagilap na ako ng mga kakilala sa embassy, mga Filipino consulate kung saan matatagpuan 'yong ganito, ganyan. Sa awa ng Diyos, may nakapag-tip sa amin ng kinaroroonan, at no'ng nagtagpo. Hindi na sila naghiwalay. Nagkasundo na.

Nakikipag-away ako para sa kanya. Nananahimik kaming minsan, sa Aristocrat, kinumbida kami sa loob. Sabi gusto raw kaming makasama no'ng mga pulis saka mga asawa nila. Nalasing 'yong isa, pinag-initan si 'Pareng Ading. 'Mayabang ka!'

Nagpanting ang tenga ko. Nakainom na rin ako, e. 'Nananahimik kami ro'n, kinumbida niyo kami. Sumama kami, dahil akala namin safe kami sa inyo, e, hindi pala at gaganituhin n'yo kami?' 'Yong mga pulis 'ina'akap kami.

Tatahi-tahimik 'yon, pero pabling din. Once, nagpunta ako sa kanila. Wala siya. Nagalit si 'Mareng Rosie, 'Ba't mo hinahanap, e, ang sabi niya sa 'kin magkasama raw kayo, pupuntang Pampanga?'

Nagpalusot na lang ako. Pero ang sama ng mukha ng kumare ko, parang ayaw maniwala. No'ng nagkita uli kami ni 'Pareng Ading, sabi sa akin, 'Next time naman, 'Pare, bago ka magpunta sa amin, magsabi ka.'

'Aba, dati naman akong nagpupunta ro'n ng walang ganyan, a?' sagot ko. 'Ikaw ang magsabi kung maglalandi ka pala, para nalalaman ko!'

I miss him.

Nida Blanca

Una ko siyang nakapareha, medyo talagang mas malaki siyang star dahil nagbibida na siya, ako wala pa sa gano'ng level. That was in *Adiang Waray,* 1963, sa Lea Productions. Marami kaming ginawa bago kami nag-partner sa TV; mayro'ng sa RVQ, mayro'ng sa mga independent film outfits.

To name a few: *Ecu Tatacut, Utos ni Tale (Hindi Mababale), Utos ni Mayor, Ayaw ni Mayor, saka Together Again.* Sa RVQ: *Pag-ibig Masdan ang Ginawa Mo; Tiririt ng Maya, Tiririt ng Ibon; Up, Up and Away; Tulak ng Bibig (Kabig ng Dibdib); Family Planting; Kitang-Kita ang Ebidensiya.* Ang dami! At hindi lang 'yon. Isipin n'yong naka-walong movie versions ang *John & Marsha* namin, tapos lahat pa ng ibang team-up namin in between: *Kisame Street, Dancing Master 1 & 2, The Quick Brown Fox, My Heart Belongs to Daddy*, mga gano'n. Kumikita pa.

Para kaming kuwan, as movie partners, we were a match made in heaven.

Magaling siya. Mayro'n kaming chemistry. Kung ano ang kaya ko, kaya niya, and vice-versa. OK kami sa comedy, sa musicals, kahit sa drama. Nagkakasapuhan kami talaga.

Sa *John & Marsha*, para daw kaming totoong mag-asawa, sabi ng mga critics. Iba kasi'ng timing namin, timing talaga ng dalawang taong matagal nang magkasama. Pag tumatawa kami, tutoong tawa. Pag umiiyak, tutoong iyak din 'yon.

But she was really more like a sister, wala kaming romantic involvement ever. Ang mga ibang naging boyfriend niya, mga kaibigan ko pa. No'ng dalhin ko ang *John en Marsha* sa US, ni-request niya sa akin na isama ko si Rod Lauren. Pumayag ako, magaling namang singer 'yon. Na ang gimmick naman pala ng number, kakantahin niya ang "For All the Girls I've Loved Before," na ako ang girl. Tawanan ang audience. Sinasakyan-sakyan ko pa siya, pinahahawakan ko pa ang dibdib ko.

Pag kasama siya sa lakad abroad, naku, ang hirap humanap ng makakainan. Vegetarian siya, talagang puro gulay. Pinaka-karne na ang tokwa, ang tenga ng daga, puwede ang seaweeds. Pag wala nang makainan, nagtitiis na lang sa salad o sa itlog.

Nandito ako sa bahay, no'ng pumutok ang balitang napatay si Nida. Umaga na, pero tulog pa ako. Ginising ako. Tinitingnan ko lang sa news kung saan siya dadalhin, naiyak na ako talaga. Kasi mahal na mahal ako niyan. May malasakit sa trabaho, talagang very professional. Siya ang gumigising sa akin pag nagsu-shooting kami abroad, gaya no'ng sa *Up, Up and Away*. Pinapasok ako sa kuwarto, 'Hoy, tayo na! Ikaw na lang hinihintay; sa 'yong produksiyon ito!'

Bakit 'kamo nagkagano'n ang pagkamatay? Masyadong tragic, e. She did not deserve that kind of death. May kasamang galit ang pagluluksa ko para sa kanya.

Hanggang mamatay na lang si Rod Strunk, na tunay na pangalan ni Rod Lauren, I still doubted kung siya nga ang pumatay, o nagpapatay kay Nida. Walang reason para gawin niya 'yon. Ang sabi sa akin ni Kaye, gusto na raw kasing makipaghiwalay ng Mommy niya; puwede ngang motive 'yon. Pero matagal ko nang nakasama si Rod, e, hindi ko nakitang nakipagsuntukan 'yan, o ano. Hindi siya violent. Sana man lang nabalitaan na siyang nakipagsuntukan or something like that. Wala, e. Basta happy lang siya, madaldal lang pag naka-inom.

Hindi ko maisip na gagawin ni Rod 'yon. Unfortunately, palaging #1 suspect ang asawa sa ganyang murder case.

Maricel Soriano
Actress

Una kong nakita ang Daddy in person, mga eight ako, or nine, sa set ng . . . hindi ako sure, hindi ako magaling sa title, e. Basta hindi siya ang bida ro'n, parang guest lang. Pero, kahit na. Parang magic, parang may connection ako agad sa kanya. Feeling ko, tatay ko siya, kaya inangkin ko.

It was a film na ginawa ko with Lotis. Isa ako sa mga batang kalye. Natandaan ako ng Daddy, so no'ng kina-casting na ang John en Marsha, *pinahanap niya ako. Ang natawagan, si Maricel Manlongat. 'Hindi 'yan,' sabi niya. ''Yong malaki ang mata, hala ang tenga, saka malaki ang ngipin.' Ako 'yon.*

Naging blessing ko ang show. Ako kasi, galing sa broken family. Pero sa John en Marsha, *may daddy ako, mommy, kuya, lola—kumpletos rekados. Because of that program, alam ko ang pakiramdam nang may natatawag na buong pamilya.*

Tapos, nabigyan pa ako ng oportunidad na makatrabaho ang isang Dolphy, ang isang Nida Blanca. Para akong nakakita ng aangklahan. Maaga rin kasing namatay ang tutoo kong tatay, so sa Daddy na ako nagtatanong, humihingi ng advice. Halimbawa, they were trying to get me for Katorse. *I was 13 years old, magkakamison daw, at may kissing scene. Hindi ako pinayagan ng Daddy.*

With him, also, I could be myself. Tanggap niya kung ano ako, 'yong pagka-maldita ko, pagka-taklesa, pagka-luka-luka. He never judged me. Kilala niya ako, alam niya what is beneath the taray, alam niya ang heart ko, ang soul.

Napagbintangan ako dati, na kesyo may sinabi raw ako. Huwag na nating sabihin kung sino'ng nambintang, at tapos na 'yon. Pinuntahan ko'ng Daddy, tinanong ko, 'Dad, kilala mo ako. Sa tingin mo talaga, masasabi ko 'yon?' Umiiyak ako, nag-iyakan kami.

'Hindi, anak,' sagot niya. 'Kilala kita.'

He's my father.

Sa mga nakarelasyon n'ya, naging malapit ako kay Tita Lotis. Nagkasakit ako, when I was 13 years old, I had stress pneumonia. Siya ang nagbayad ng ospital, pati tuition fee namin ng sister ko for that year.

She's a beautiful person, inside and out. I haven't seen her in a long time, kung nasaan man siya, I want to say thank you, dahil aside from helping us materially, tinuruan niya rin kaming maging independent, to be strong.

Minahal niya talaga ang Daddy, and I guess she waited. Gut feel ko lang 'to, ha, but parang she waited na baka dumating ang time na magpakasal sila ng Daddy. Parang gano'n, kasi there were times that she would talk to me, e, English-speaking, choppy, parang kinakain ang mga letra, so hindi ko ma-comprehend lahat. She was also demanding. E, Leo din siya. Leo silang dalawa. And yet sa murang isipan ko, parang naintindihan ko kung bakit nagustuhan niya ang tatay namin.

Si Daddy kasi, hindi mahirap mahalin. Mabait, thoughtful. Iba ang aura. Parang bigger than life na nakatalikod ka man, mararamdaman mo kung 'andiyan na. Pag pumasok sa kuwarto, imposibleng hindi mo tingnan.

Magkatabi kami, nakaupo sa harap ng kabaong ni Tita Nida. Si Marsha. Naka-sarado 'yon, pero tinitingnan niya. Hindi ko makakalimutan, kung paano niya sinabing: 'Iniwan na tayo ng Mommy mo.'

Kailan lang, parang dinugtungan ang *John en Marsha*. *John En Shirley* na, pero biyudo na ako. Nasa Amerika na kunwari si Rolly at ang pamilya niya. Ang kasama ko na lang si Shirley saka si Vandolf. Ka-conflict ko ang balaeng si Susan Roces sa papel na En (Encarnacion) na ang asawa naman ay si Noel Trinidad. Si Kitchie ang line producer para sa ABS-CBN.

Sa tutoo lang, tuwing may taping, hanggang sa nawala na lang ang show, hinahanap-hanap ko pa rin si Mrs. Puruntong.

Mahal na mahal ko siya.

Ang "anak" namin ni Nida

Nakasama ko si Maricel Soriano, no'ng lumabas ako sa isang musical cameo, sa pelikula ni Lotis. Nagalingan ako sa kanya. Pina-guest ko sa *Buhay Artista*, so mga ano pa 'yan, bago mag-Martial Law, before September 1972.

Hindi ko talaga ugali ang magbigay ng payo sa hindi ko anak, unless nagtatanong sa akin. But when she asked me about 'yong may kissing scene daw siya, e, sabi ko naman, medyo bold 'yon, at her age. Pati image mo, madadale, maski na ba may katarayan ka. Noon pa kasi, ma-ano na siya, matalas ang bibig.

Tapos, 'di nagtagal, naging boyfriend niya na si Ronnie Ricketts. Akala ko nga, 'yon ang makakatuluyan niya. Tinutukso ko pa sa show, ina-adlib ko, 'Sino'ng 'pinagmamalaki mo! Si Ricketts?' Tawa siya ng tawa, takip ng takip ng mukha. Nag-break din sila, nagkahiwalay.

Then, namalayan ko na lang, nag-away sila ni Ness. Ewan ko kung bakit. Basta't minsan na lang, may nakausap ako sa telepono, sabi ko, 'Puwede ba, tigilan na natin ito. Hindi naman tayo iba, tama na.'

Ako at si Maricel, ang aking "anak"

Hindi niya natapos ang *John en Marsha*. Nagkaro'n na kasi ng sariling career, kaya nagpaalam. Siyempre, sumama rin ang loob ko, pero we have to move on, 'ika nga, so OK lang. 'Di ba, si Claudine, gano'n din sa *Home Along*, e, gano'n talaga, pag paasenso. You cannot be held down.

At least, naging si Maria siya. Ibig kong sabihin, nagkaro'n ng sariling pangalan, hindi lang naging kaagapay ng *John en Marsha*.

12 To all the Girls I've Loved Before

Ang mga talagang minahal ko, mabibilang sa daliri ng kamay. Huwag na nating bilangin ang naka-fling, at masisira ang abacus ng Intsik.

Ang type ko, mestisahin. At medyo maganda, siyempre, para kung sakali, pati anak mo maganda. E, kukuha ako ng pangit baka busangol din ang mukha, maiiba ang trademark.

Ang una kong tinitingnan, mukha. Hahagod ka na no'n. Titingnan mo ang mga kamay, kung malinis; kung nakayapak, titingnan mo ang kuko. Wala akong foot fetish, pero kung may karumihan ang kuko, kita mo na agad kung balahura. Maganda nga, pero balahura, bakit pa?

Then, ang shape ng puwet. At saka legs. Ang magaganda talaga ang puwet, mga itim.

Mayro'n namang akala ko, OK, pero paglapit, may tokpu. 'Yon pala may balahibo pa, hindi nag-aahit. Mas sexy daw, pati amoy. Sa Europe kasi gano'n, e. No'ng araw, bihira 'yong nagse-shave.

Then, ang ugali. Malalaman mo agad kung mataray o salbahe. Umaatras ako, pag possessive. Siyempre, mag-iisip ka rin, 'yong mga bumubukana ka pa lang, kasal na agad ang gusto, 'Ano ba ito? Security agad ang hinahanap.' Siyempre, pagkatapos no'ng physical na paghanga, inaalaala mo muna iyong ugali, dahil 'yon ang nagiging importante sa lahat.

Hindi ko pine-presume na magugustuhan ako palagi. Iniisip ko nga kung ano'ng mayro'n ako at malapit sa akin ang babae.

Alam kong nabansagan akong bombilya, pero imposibleng dahil do'n. Kumalat 'yon after na lang ng *El Pinoy Matador.* Ang costume kasi ng torero, tuwing isusuot mo 'yon, walang underwear, so hapit na hapit. 'Yong mismong puwet na puwet na sa likod, at pagka humarap ka, naka-marka talaga 'yong iyo, para ngang bombilya.

Pero before that pa, no'ng nasa Tiaong kami, shooting ng *They Died to Live*, mayro'n siguro kaming walumpong lalaki do'n, at isang mestisang anak ng artistang mestisa rin ang asawa. Ako'ng nagustuhan no'ng babae. Hinabol ako ng nanay niya, napatawid ako sa kabilang ilog. 'Hindi ko ginalaw 'yong anak n'yo!'

'Kahit na hinalikan mo, 'inakap mo, hinawakan mo!'

Puwede rin namang masuwerte lang ako. Nagpapahiwatig sila, gano'n. 'Yong iba, parang naaamuhan, kapag nilapitan ko. Parang, siguro, nababaitan.

Tinginan pa lang, nalalaman ko agad kung puwede. Kung hindi, sa tingin ko rin nalalaman. Mayro'n namang kapag hindi katalo, hindi ko tataluhin. Kapag bata ng kaibigan mo, ay, huwag 'yan. Marami namang iba, e, bakit kukuha ka pa nang may kompromiso?

Pag halimbawa, may pinupormahan akong leading lady, tapos, hinawakan ko ang kamay at hindi niya inalis, a, OK. Pag inalis, at may kasamang gulat, medyo ayaw 'yon. Pero pag dahan-dahang inalis, OK-OK pa. Nagpapakipot lang; next time, hindi na nito aalisin ang kamay.

Mayro'ng fling ang simula, na nade-develop din, at kung pareho pa kayong medyo adjustable sa isa't-isa in so many ways, even in sex, nagiging closer kayo. Nagkaka-anak ka rin sa fling.

Nag-shooting ako sa isang ospital, sometime late '60s. May nakilala akong nurse. Si Vangie. Evangeline Tagulao. We had a son.

Si Vangie at Rommel

Kasama ang mga anak ko: si Rommel at Dino

Si Vangie at ang aming anak

Ang mag-ina ko

Pasko namin ni Rommel at Marcus

Si Rommel

Moreno siya, pero 'di mo maitangging Quizon. Magkamukha sila ni Kit.

Nasa US na si Vangie. OK ang hiwalay namin. She said na hindi niya gusto ang gano'ng buhay with me, and naintindihan ko 'yon, siyempre, because I could not offer her more. Nag-asawa na siya ulit, nagkaro'n ng ibang mga anak. Bihira na kaming magkausap. Nagkukumustahan na lang kami through our son. But I give her credit sa pagpapalaki niya sa anak namin.

Tahimik si Rommel, sobra'ng bait. Naaawa ako at nag-iisa, kaya pag medyo 'di ko na nakikita, hinahanap ko, 'pinatatawag. No'ng partehan ko sila ng lupa, binigyan ko rin siya.

May asawa na, dalawa na ang anak, parang hindi magtatagal at mape-petisyon na no'ng ina. Wala akong kaproble-problema sa kanya.

May Chinese woman akong na-meet sa Hong Kong. Fling lang dapat 'yon. E, sinundan ako rito, kumuha ng penthouse apartment. Sabi ko, may asawa na ako—kami na ni Baby—pero 'di raw bale. So once in a while naman, pinupuntahan ko, at masarap ding magluto. She'd usually cook for me. Hanggang sa sinabi ko na sa kanyang 'We have to stop this. I'm sorry. I'm deeply in love with my wife and my children. We cannot go on this way.'

Umiyak. Then, parang kumalma, so umalis na ako. No'ng hindi ko na dinadalaw, nabalitaan ko na lang sa kapit-bahay na ganoon, ganito, na 'ika, 'She's been drinking a lot, lately.'

'Buti na lang, pinuntahan namin ni Willy, at inabot pang buhay. Tumira ng isang boteng sleeping pills. Ang dami. 'Binombahan ang stomach niya para sumuka; sa San Lazaro Hospital. 'Pinainom siya ng kape para hindi makatulog, 'pinalakad at 'pinaikut-ikot, lahat na, hanggang mawala ang effect ng sleeping pills. She survived, pinagalitan ko, 'Don't ever do that again, it's a foolish thing to do, it's against the will of God! If you want, go ahead, kill me, but don't kill yourself.'

Nagpaalam sa akin, pero humirit pa. 'Who knows, we might see each other again in better days?'

Dissolve, to: 1969. Kami na ni Pilar. Ginagawa namin ang *Tayo'y Mag-Up, Up and Away,* na kinunan sa Rome, Paris, London, New York, Las Vegas, saka Hawaii. 'Pinauna ko 'yong iba sa Vegas. Naiwan kami ni Ricky Belmonte sa San Francisco, para 'antayin ang money order ko for US$30, 000 (P5 to US$1 pa lang ang exchange rate), na gagamitin sa shooting.

Nagkasalubong kami, sa isang kalye, talagang chance encounter lang. 'Dolphy, where are you staying? You can stay in my apartment. I live there alone, it will be cheaper for you and your friend. I can also cook for you—no strings attached.'

Sa madaling salita, doon kami tumira ni Ricky. E, the day before we left, parang nagparamdam. Inom nang inom, pinaiinom din ako ng husto, so bulong ko kay Ricky, 'Pagbibigyan ko na ito.'

Umalis ang Ricky, nawala. Pasok na kami sa kuwarto, naghubad. 'Naku, ang tanda na pala. Hindi naman matanda as in hukluban, pero puti na buhok niya sa ano. E, fresh na fresh ako kay Pilar.

Rommel Tagulao Quizon, May 3, 1968

Married to Myra Gonzales
Children: Marcus Gabriel and Jacques Yuan

Mga six or seven years old na ako no'ng nalaman kong Quizon ako.

Nahirapan akong mag-relate sa Daddy noon. Bata pa ako masyado. Ilang ako sa kanya, feeling ko, gano'n din siya sa akin. Pareho kaming parang nahihiya sa isa't-isa.

Pagkatapos kong nakilala ang lahat ng nasa Ubay, si Ronnie na ang sumunod, sa Tita Baby na side. 'Sinama niya ako sa kotse, sabi, magkapatid daw kami. Natawa pa ako, parang hindi nag-sink in sa akin agad. Mga nine ako no'n. Pero no'ng high school, nadalas na ng kaunti ang dalaw ko sa Blue Ridge.

Hindi ko madalas makita ang mga kapatid ko, pero pakiramdam ko, tunay kaming mag-kakapatid, walang kala-kalahati, although ang pinaka-pareho ko siguro ng pananaw, si Dino. Kung baga, parang iisa kami.

Then, mga 2002 or 2003, kailangang dalhin si Vandolf sa Amerika—pagkatapos 'to ng aksidente niya. Wala silang ibang makasama ng Daddy. Ako ang natoka. Memorable 'yon, grabe. No'n ko lang naranasan ang magising na kasama siya. Ang 'Rommel, 'gawa mo ako ng coffee.' 'Pinagpaplantsa ko siya ng damit, 'pinaglalaba, sapatos niya 'sini-sintas ko. Mga maliit na bagay, kung tutuusin, pero no'n ko lang naranasan. One month 'yon.

Mommy ko, nag-asawa ulit. May iba pa akong mga kapatid. Pero ako lang ang iba ang tatay. Eight years old ako no'ng nakulong ang Kuya Junior. Hindi ko alam kung bakit; hindi ko maintindihan. Pero siya ang palaging nagpapasyal sa akin no'n, 'yong 'Tara, Shakey's tayo,' o pupunta kami sa arcade, o manonood ng sine, kakain. Kay Vandolf, nalungkot ako. Na-shock. Pinuntahan ko agad ang Daddy sa Makati Med. Ando'n na si Kuya Junior saka si Kuya Ronnie, pero hindi namin agad makausap ang Daddy.

Mahal ko ang Daddy ko. Super. Hindi gano'n kadami'ng oras ang pinagsamahan namin, pero puno siya ng pangaral. 'O, mag-aral ka ng mabuti, huwag ka munang-mag-aasawa. Huwag kang masasabit.' Pag birthday ko, palagi akong may cake. Pero minsan, nakakatawa, 4th year high school na ako; pagsundo ko ng cake ko sa Hizon's—pambata, may design pa. Tawa nang tawa ang mga kabarkada ko, no'ng kunin namin.

Then, minsan, nangako siya sa akin ng mugs para sa kotse ko. Pagdating ko sa bahay niya, wrong timing, mainit ang ulo. Pati ako naputukan. Hindi na raw niya kargo ang gulong ng kotse, problema ko na raw 'yon. Nanlambot ako. Tumahimik. Tama nga siya, kaso lang, nagpromise siya, e. Mamayang konti, parang na-guilty. 'Binigay sa akin ang pambili, hinawakan ako sa balikat, sabi, 'O, may sapatos ka diyan, 'binili kita.'

Si Daddy, masaya na siya kung kaya mong i-handle ang pamilya mo, kung mayro'n kang drive, at kahit hindi ka successful, basta matuwid kang tao.

At 'yon, matuwid ako.

Hindi ko kinaya, walang nangyari. Nagkunwari akong lasing, natulog na lang kaming magkayakap.

Si Pilar kasi.

Pilar Pilapil

Naka-anim na pelikula kami. *Facifica Falayfay; Golpe de Gulat; Boyoyoy; El Pinoy Matador; Tayo Mag-Up, Up and Away;* and *Cyrano at Roxanne*. Hindi kami nagsama. Mahigpit ang mga magulang niya, pa-date-date lang kami. Pero, siyempre, nag-try akong suyuin ang Mama niya, but kahit do'n, sumasabit ako. Parang talagang ayaw ng tadhanang maayos.

Sa shooting nga ng *Up, Up* umabot kami ng New York. E, siyempre, pag napunta ka ng Manhattan, manonood ka sa Broadway. Mayro'ng malakas na play. Kumuha ako ng ticket, para sa amin ni Pilar, nanay ni Pilar, saka si Nida. Do'n pa nga namin nakatabi si Frances Nguyen sa upuan.

Ang play, *Oh, Calcutta*. Musical comedy, pero hubad-hubad ang mga performers, may part na kunwari cowboy sila, pero nakahubad. O 'yong para silang train, mga alupihan, na hubad-hubad din. May mga nagma-masturbate. Si Nida, tawa nang tawa. Wala akong marinig sa nanay ni Pilar, kundi 'Sus, Ginoo!' Ang asim ng mukha niya, bakit ko raw sila dinala do'n. E, bakit, alam ko bang gano'n 'yon? Kaya pala hit pa rin, kahit two years nang tumatakbo!

No'ng nagkahiwalay kami ni Grace at dumami na ang anak ko, parang naging unfair sa mga bata na mag-asawa ako ng iba. Ginusto kong pakasalan si Pilar, pero ayaw ng mga magulang niya dahil sobra pang bata, binakuran, hanggang sa tuluyan na nga kaming nagkalayo.

Hindi ako nagagalit pag tinatanggihan.

May nakaka-enkuwentro pa akong maganda, pero ayaw ko, kasi kulang-kulang isubo sa akin no'n mismong ina; dinadala pa sa bahay ko.

Hindi ko rin sasabihing 10 ako, in a scale of 1-10, as a lover. Ang gusto ko lang, pag dating sa sex, bago ako ma-satisfy, ang partner ko muna, bago ako. And then, gusto ko pa, maraming beses siyang ma-satisfy, and then ma-satisfy pa ulit. Puwede iyon, kapag bata ka pa, puwedeng so many times, at iyon ang nagiging instinct mo, ang hanapin kung saan ang weakness ng bawat babae.

Huwag mo lang kalimutan na sex is only part of the relationship, hindi iyon ang relationship mismo. Ang trimmings, kung baga, mga adlib, iyon ang mga rekadong nagpapaganda ng romansa. Ang sagwa naman no'ng "Tsk, tapos na." Para kang walang ipinag-iba sa leon at aso.

When I was much younger, may GF akong puti na pinupuntahan ako rito. Half-Italian siya kaya ang sentimyento, parang Pilipino din.

Pilar Delilah Pilapil

I was about 17-18 years old when I met him. Oh, this was after I'd been Miss Philippines in '67. I had just finished a movie with FPJ.

Dolphy's funny onscreen, but in person, he's very quiet. A gentleman. Thoughtful. Attentive. Without knowing it, at that time I had a need for a father image. He was loving, and so very focused on taking care of me. I was like a little girl, so happy.

He was the first real love of my life. We did five or six movies together, our actual relationship lasted about a year.

My mother always told me not to mess around with my leading men. But you know, the more your mother stops you, the more challenged you become. She went with me to Europe, when we were doing El Pinoy Matador. *Dolphy was so frustrated. Once, he smashed a restaurant door that was made of glass. We had to take him to the hospital; so like a scene in a movie. We came back to Manila with Mama somewhat resigned to the relationship.*

Dolphy's not like other guys who find it easy to say "I love you." He shows his feelings more through actions, rather than words. Like he would follow me wherever I'd go. When I went to Japan for Expo '70, he knew my mother was going to be there, but he went just the same. I had to sneak out to see him. The height of it all was when my father hired someone to guard me so I couldn't see Dolphy.

That was when he asked me to elope. We were eating in a restaurant while he was taping in ABS-CBN. But I was only 18, so I said no.

At the beginning of our relationship, there was this one ABS-CBN party we went to with Nida, who was still with Romy Jalosjos. I was also supposed to be at another party at the Hyatt Regency, and there was this guy who was also courting me, a well-known personality from an affluent family, and he asked me to go with him to the disco at the basement of the hotel. So, I did, made chika-chika, then left, to go to the ABS party na where Dolphy was waiting. But the other one sent his guys to fetch me again, so ako naman sumama ulit.

Dolphy looked for me. Someone told him I was with someone else at the disco. Dolphy went there. He was so angry; angry enough to kill. Nida got to me first. She was nanginginig, blaming me for leaving just like that. Finally I got to him, I explained my side and what really happened, and when he calmed down, I hugged him, and he started to cry, like a baby.

This is funny. I was shooting with Erap, in his house in Greenhills and Dolphy wanted to see me. But Mama was there. So he requested Erap to bring me to him, and Erap told my mom we were just going somewhere for a while, but would be back at once. And that's exactly what happened, Erap—I never really called him Erap, but Joseph—brought me to Dolphy, left to do his own thing, then came back and we returned to the shooting. My mom never found out.

Of his children, I was closest to his daughter, Sahlee, and to his siblings Auring and Georgie. I went to the wake of his mother and father even if we were no longer together.

In 1977, when I overdosed, he called me up in the hospital, and said, 'Why did you have to do that?' I think he wanted to see me then, but was afraid the other guy would be around. He also had another girlfriend at that time, I'm not sure if it was Lotis.

I never doubted his love for me, but on the whole, I think it was a now or never thing for him. After I said no, when I didn't elope with him, he started to hear about other guys, especially the father of Pia, and that's when he started to kinda back off, little by little. We just drifted apart, we never really said goodbye.

After him, I moved towards the wrong direction. But I have no regrets, I am good where I am now. I am a missionary, I work for the Lord.

Hindi ako mahilig sa itim, pero nagkaro'n din ako, dito ko na na-meet. Dinala kong minsan sa disco, inaarbor sa akin no'ng mga paparazzi boys. 'Sige,' 'kako, 'kung sasama sa inyo, e, 'di OK lang sa akin. Kung hindi, huwag n'yong kunin.' Hindi nga nila nakuha, pero nagtampo sa akin 'yong babae, kung 'binebenta ko raw ba siya. 'No, no,' paliwanag ko.

Karamihan nga ng ano ko, halos English-speaking, pero ang importante, ang mahalin ka the way you are, at hindi 'yong pinag-aralan mo. Basta naiintindihan ko'ng sinasabi mo, naiintindihan mo ako, at kung mali man ang English ko, korekin mo, OK lang sa akin. Hindi ako na-o-offend. Maigi na 'yon kaysa maghanap pa ako ng dictionary, although ginagawa ko rin 'yon.

Lotis Key

Our movies together: *Captain Barbell Boom, Biyenan Ko ang Aking Anak, Meron Akong Nakita* (cameo role siya), *Taho-Ichi, War Kami ng Misis Ko* (cameo role uli siya), *Facundo Alitaftaf, Mokong, Bugoy, Max en Jess*, and *Darna, Kuno?*.

She's pretty, OK siya, talented, saka matalino. Mapapalagay ka sa kanya. Inglisera, pero 'di pinagtatawanan ang mga nagkakamali sa harap niya, na tulad ng ugaling Pinoy. Mabait siya, hindi lang sa tao, kundi pati na sa hayop, lalo na sa hayop. Mahilig mag-scuba diving.

Nagte-theater siya. She was with Repertory Philippines. Pag may play siya, nanonood ako. Nakilala ko ang mga kaibigan niya ro'n, sina Bibot Amador, Baby Barredo.

I also asked her to marry me.

Lotis Key

I may be a bit fuzzy on the details but I believe we met because my picture came out on a Shell Calendar when I was very young. Dolphy contacted my mother to ask if I could be his leading lady in one film. She said no. I met him in person several years later and became his leading lady in many, many films.

The truth is we were complete opposites in background, personality, interests, and who knows, oddly enough, that may have been the reason we got along so well. We were great friends to begin with and would spend long hours taking turns making kuwento to each other. I think we were attracted to how very different we were from one another. We traveled together, made movies together and had a lot of crazy, laughing times.

I can't remember how many movies we did together. Plus TV shows and radio things and personal appearances. I didn't care too much about making movies, so I didn't have a demanding nature about any of it. I was always OK lang with whatever. I think basically I was only doing it until I found out what I really wanted to do. On the set I read books and embroidered, hardly noticing what else was going on. After a long day shooting in some bug-infested place, my reward was being taken to a great restaurant. I was always a happy, easy going person.

Maricel wasn't my surrogate child; Dolphy was. Seriously, I adored little Maricel and her sister Vicki. I am the original Mother Earth. I've always loved kids and actually would mother anyone I felt was needy. She was the first in a long line of children that I wound up 'adopting' throughout my life, and I loved her much.

Dolphy and I were friends for almost 10 years, so I did meet a lot of his family, his mother and sisters and brother. And his kids with Gloria. And now that I think of it I met Gloria once and we actually had a very nice talk. She seemed like a lovely lady.

I never met his other children or their mothers. The first question I asked him when we had just met was 'Are you married?' and he said 'No.'

He was much older than me and had had a long life and career. I figured his past relationships were part of his life before he met me and none of my business. Even though I didn't know all of them, I felt a sympathy for them, and that feeling kept me from making a huge mistake.

On a trip to Las Vegas, Dolphy asked me to marry him. He startled me by suddenly producing a ring and saying we could go right out and have it done immediately. I thought about it for a bit and all I could think about was how hurt his kids would be, how hurt their mothers would be, then told him that I couldn't marry him unless he talked to all of them first and made sure they could accept it. So, he never did clear it with them and we never did get married and instead we became better friends than ever and I eventually married the perfect man for me.

In the end, we were still enjoying each other's company but we realized that our life goals were different. It happened that I got an offer to work with horses in the outback in Australia and I took it. Dolphy and I stayed friends for a long time afterwards. We would meet for dinner when I'd be in Manila and talk about our lives. He even mentioned to me his interest in a certain young actress. I advised him not to pursue it and he should have listened!

I lost track of him many years ago. I moved to the US. I became a Christian. I've been married now for 22 years and I'm far away from the circles in which I would have heard about him.

I became Born-Again in 1985 and it is my whole life. I write Christian theater and produce shows that tour the US and Canada. All those hours of sitting on movie and theater sets in the Philippines had a divine purpose!

But I do have a special wish for Dolphy. I pray that he seriously turns to God, before it is too late. He's a very smart man and he's had a rich life but nothing he has, nothing he has accomplished, will matter in the end, if he hasn't completely surrendered his life to Jesus.

Ask Him into your life, Dolphs. You have nothing to lose.

Hindi gano'n katagal ang mismong relasyon namin, but we were friends for a long, long time. Nakakausap ko, natatanong ko pa ng kung anu-ano, nakukonsulta. Matagal na kaming walang contact sa isa't isa, pero I'm glad to know na maayos ang lagay niya.

Respeto ang pinakamalakas na elemento ng relasyon. Siyempre, 'ando'n na 'yong mahal mo siya, mahal ka niya, pero kailangan you trust each other, at 'yong trust na 'yon ang bigkis ng inyong magandang pagsasama.

Sa maniwala kayo o hindi, nagsimula akong ang hanap ko sa relasyon, tulad sana ng sa Papang at Mamang. Ang maging steady lang sa isang asawa. Pero no'ng nagkahiwalay kami ni Grace, para akong nagkaro'n ng hatred sa babae, lahat na gusto kong pakialaman. Dumating ako sa gano'n, para makalimot. Nambabae ako ng nambabae. Kumalma din naman ako. With age.

As much as possible, I try na maganda ang hiwalayan. Ang iba, pag nagkikita kami uli, mayro'n kaming mga secret na ngitian. "Remember?"

13 Venesa

1981 ang bilang ko sa simula namin ni Ness. But before that, nagkapareha muna kami sa *Titser's Pet.* Hindi ko masabing type ko na siya agad. Natapos muna ang pelikula, nag-outing kami ng grupo, nauwi sa sayawan. Ang disco, hindi lang mabilis na music ang tugtog, biglang nagkaka-slow drag.

Hindi ko intensyon na maging seryoso ang relasyon. Pirmero, parang barka-barkada. Then, nagbiyahe sina Baby at ang mga bata, si Ronnie lang naiwan. Habang wala sila, do'n kami naging close ni Ness.

Pag-uwi ni Baby, nalaman niya, so sinulatan niya ako. 'Yon na. 1982, umalis ako sa Blue Ridge, nagsama kami ni Ness sa Greenhills. Pirmero kami lang, saka si Vandolf.

Ang nanay niya, mayro'n ibang bahay na inuuwian, pero natutulog sa amin kung minsan. No'ng nahiwalay ang kapatid niya, si Debra, nakasama rin namin, bago napunta ng US. OK pa iyon, ina at kapatid.

May mga good years kami. Our movies together did well in the box-office, at ilan din 'yon, *Good Morning Professor, My Funny Valentine, Tenteng de Sarapen, The Crazy Professor,* at 'yon na ngang launching movie ni Eric, ang *Bata-Batuta*. Medyo matamlay na kami sa last picture namin, and this was after Vandolf was born.

Ang nahirapan ako, do'n sa lifestyle niya. Hindi ko type ang palaging may tao sa bahay, mula umaga hanggang madaling-araw. Ibig kong sabihin, OK ang magkabisita, ang dalawin ka ng mga kaibigan mong reporter, pero naging araw-araw na 'yon, at hindi lang dito sa Manila. Pag nasa Hong Kong kami, at hilig ko nga 'yong nagpupunta ro'n para mapahinga, kasama pa rin namin ang mga reporter. At mga dancer.

Madalang na ako no'ng makipagbarkada. Bukod sa patay na si Ading, hindi ako mapakali pag naaalaala ko si Vandolf. Walang kasama 'yong bata. Nag-iisa, sa malaking bahay na maraming tao. Hindi pinalalapit 'yon sa usapan ng matatanda, lalo pa't may kabastusan ang mga biro, mga green jokes. Yaya lang ang kasama niya, e, matanda. Hindi makahabol, pag tumatakbo na ang alaga.

Magbo-bonding si Ness ng pamilya niya, ng mga bakla, ng mga dancer, at kahit minsan nakiki-pagtawanan ako sa kanila, may limitation. Papanhik na ako, aabutan ko si Vandolf, makikita kong nakadungaw sa ventanillang gano'n, naaawa ako. Kakalaruin ko ang bata. Habang naghaharutan kaming mag-ama, magpapaalam na sila, magdi-disco. Pag 'ando'n, OK. Pero mas involved siya sa barkada. Kaya kami ni Van ang naglalaro, magkatabing matulog, at magkasabay kumain.

Ang parang excuse no'n, kasi raw, may *Loveli-ness*. May show, na kailangang maya't-maya ang meeting; katatapos pa lang ng palabas, meeting ulit para sa next. Pero nagka-TV shows din naman ako. Nag-specials na sunud-sunod, never namang nabulabog ang privacy ng pamamahay ko.

Katulong din si Ness sa mga specials ko. Active pa ang RVQ, 'tinayo pa namin ang Rodessa, pero no'ng araw din, no'ng height talaga ng RVQ, hindi dumating sa gano'n karami ang araw-araw na nasa Blue Ridge na kailangang estimahin at pakisamahan.

Alam kong kailangan ng artista ang media. Lalo na ako at that time, since active movie producer pa ako, nagpapa-press con, and all. Pero looking back, sana lang, nakapag-draw ng boundaries. Hindi ko sila nilalahat. Mayro'n ding mababait do'n, na hanggang ngayon, pag nakikita ko, napi-feel ko ang paggalang nila at respeto. Kaya lang . . .

Natagalan ko 'yon until 1989. Of course, alam na ng lahat na sa last two years, mayro'n na akong ibang mahal, pero bago pa 'yon, muntik na kaming maghiwalay ni Ness, sa dahilang mas gusto ko na lang sarilinin. Tapos na 'yon, tapos na rin kami, huwag na lang nating ungkatin. Puwede n'yo siyang tanungin, kung gusto ninyo, pero walang manggagaling sa akin.

Basta't the first time na ginusto kong umalis at tapusin na ang relasyon namin, nag-impake na ako. Nakiusap na pumirmi ako. Pinagbigyan ko, alang-alang kay Vandolf, pero nawala na ang lapot ng samahan, naging malabnaw. Hanggang sa kinailangan na rin akong mag-decide.

Ang anak ko kay Ness

As usual, na-sacrifice ang anak, no'ng naghiwalay ang kanyang mga magulang. Pero pinakama-tindi ito. Ang ibang mga anak ko, hindi 'pinagkait sa akin ng kanilang mga ina.

No'ng umalis na ako't nagpuntang US, maski sa telepono, nahirapan akong kontakin ang bata. 'Tinawag sa akin ni Rene na gusto raw akong makausap ni Vandolf, ayaw raw ni Ness. Hang-gang humagulgol na lang ako sa telepono. Hinahagod ako ni Zsa-Zsa. Alam niya ang pinag-dadaanan ko't iyon din ang sa kanya.

'Yong iyak na 'yon, sama-sama 'yon. Ang takot kong naiwan siya sa gano'ng lifestyle, ang awa ko na alam kong wala siyang kalaro, wala talagang nagke-care, at saka ang orchestrated attack laban sa amin ni Zsa-Zsa, sa kaliwa't-kanang bira ng mga movie press na kumampi kay Ness, na hindi man lang inalam ang puno't dulo ng mga pangyayari. Masakit, masakit.

Si Ness at ang aming anak

Si Ness at Vandolph

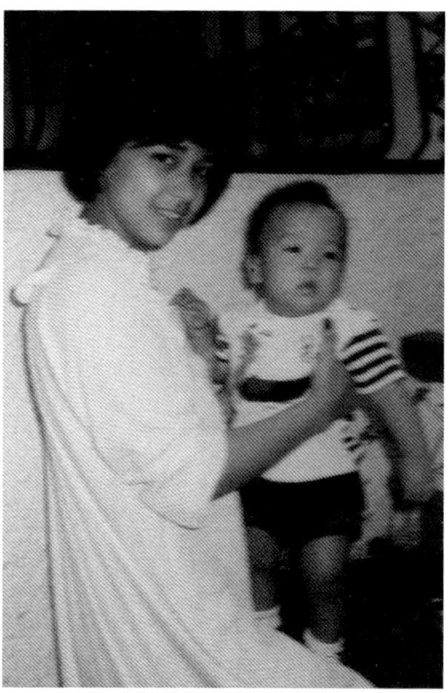

Kami ni Vandolph sa Los Angeles

... sa shooting

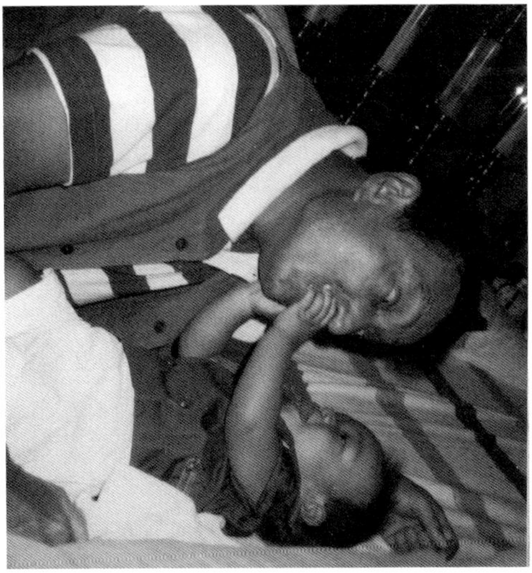

... sa bahay

Vandolf Lacsamana Quizon, May 7,1984

Married to Jenny Salimao

Naapektuhan din ako nang paghihiwalay ng magulang ko, siyempre. I tried na magbalikan sila, pero wala akong magawa talaga dahil 'tinago na ako ni Mama. Pero as time passed by, naintindihan ko rin ang sitwasyon. Bata pa lang kasi ako, napakilala na sa akin ang mga kapatid ko. 'O, this is your Kuya ganito. This is your Kuya gano'n.'

I never treated any of them as my half-brothers, and I think gano'n din sila sa akin. Ako ang jolly Vandolf, malambing na Vandolf, at mahilig makikain na Vandolf. Pinakamalapit ako sa Tita Baby. Masarap magluto. Masarap mag-alaga. Pag nagpupunta si Dad sa Blue Ridge, kasama ako.

About my accident, sige. Ilalabas ko 'to, parang gusto ko sana, may matutuhang leksyon sa akin ang ibang kabataan, na huwag nilang gawin ang pagkakamali ko. Porke may pera ako, may kotse ako, nag-cut ako ng class, kasama ang girlfriend. 'Labas tayo, Baguio tayo.' Na-aksidente.

One month akong comatose. No'ng conscious na ako, ang una kong na-recognize, Mama and Papa, of course. Pero tuwing bisita ng mga 'utol, nakatingin lang ako. Tapos, bigla akong iiyak, pag alam kong malapit ako sa kung sinumang kaharap ko, lalo na kung kilala niya rin 'yong girlfriend ko. Parang gusto kong mag-explain, na hanggang cutting class lang ang inisip ko, na hindi ko nakitang posibleng magkakagano'n kami, kasi kung alam ko lang . . .

Siyempre, guilty ako. Dahil guilty, hindi agad maka-recover, madalas nag-iisip kung paanong ibabalik ang panahon, ang oras, kung paanong puwedeng sana 'ando'n kami sa time na hindi pa nangyayari, kaya naaksidente pa nga ulit, although hindi masyadong grabe. So si Papa, kahit on the outside OK na ako, nag-aalaala pa rin.

Pero hindi lang sa akin concerned si Papa, gano'n din siya sa ibang anak. No'ng nasa ICU ang Kuya Edgar, dahil na diabetic coma, umiiyak siya, humihikbi. Then, 'yong kay Kuya Freddie. We thought Dad was going to faint.

Kuya Freddie's death parang really brought us together. But even before that, OK na talaga. Iba closeness namin ni Epy. We'd go to parties, tugtugan, gigs, saka we write songs. Magkasundo kami sa music. Kay Kuya Ronnie, gitara, music din. And si Boy2 pa—sabay kaming lumaki, sabay maligo, sa lahat. Para ngang 'di namin siya pamangkin, kundi kapatid na rin.

So, anyway, after the accident, happy na naman ako, labas nang labas, umiinom ulit. 'Di ko sinasamahan si Papa. And then, it hit me, when one of my friends said na kawawa raw si erpat, pagkatapos ng lahat ng hirap niya sa akin. Tinawagan ko siya, 'Thank you for everything, thank you for what you've done for me.'

Pag-uwi ko, umiiyak pa rin ako. Nasabi ko sa kanya, 'Sana, ako na lang ang kinuha ni Lord.'

Umiyak na rin si Papa, sabi, "Ba't mo sasabihin 'yan? Lahat kami, naghirap na buhayin ka. Kami ba, hindi mo iniisip?'

Iyak na naman ako. Nagyakapan kami. Sa paghaharap namin na 'yon, nagkaungkatan, at nasagot ang mga kailangang itanong. Tanong siya, sagot ako. Tanong ako, sagot siya.

Parang lahat na, nasa kanya. Kahit paano, unti-unti nang naaayos ang mga anak niya, lahat kami. And yet, parang may kulang pa. Parang mayro'n pa siyang hinahanap. Kung anuman 'yon, wish ko, sana, makuha niya.

Nakiusap ako kay Mother Lily, baka pagbigyan siya ni Ness. At 'yon na nga ang nangyari. Nakausap ko rin ang anak ko, nasa ospital no'ng tawagan uli ako ni Rene. Umiiyak ako talaga.

Pagbalik namin dito, hindi ko ulit alam kung saan siya naro'n. Inalis na sa Brent School sa Pasig. 'Tinago sa kung saang iskuwelahan. Na-trace ko kung saan, pero ayaw ipakausap ng school authorities, dahil 'yon daw ang kabilin-bilinan no'ng nanay.

Kinausap ko 'yong principal, 'Magandang umaga po, pasensiya na po kayo nagambala ko kayo. Siguro alam n'yo ang nangyayari sa buhay namin ni Vandolf at ng nanay niya. Matagal ko nang hindi nakikita ang anak ko, gusto ko lang ho sanang makausap sandali.'

Naramdaman yata ang sincerity ko at ang paghihirap ko bilang ama. 'Nilabas ng principal si Vandolf, 'hinarap sa akin. Iyakan na naman kami ro'n. Pamula no'n, do'n ko na pinupuntahan. Pag umaga, naka-abang na siya sa akin.

May one year ko na siyang hindi nakikita no'ng nadala ni Eric sa Music Museum, sa birthday show ko, in 1990. Na-appreciate ko ang ginawa ni Eric. Siya ang kumausap kay Ness, at humiling na maiharap niya sa akin ang kapatid, sa okasyon na 'yon.

Ang dami kong nailuha sa batang 'yan.

No'ng naaksidente, bumigay ulit ako. Habang nagdarasal, parang one-on-one akong nakikipagusap sa Diyos, nakikiusap, 'Buhayin N'yo naman; bigyan N'yo ng chance na matikman pa ang buhay. Masyado pang bata para kunin.'

Hindi naman puro iyakan lang ang kay Vandolf. Marami rin siyang kapilyuhan no'ng araw, talagang "Dennis the Menace" 'yan. Huwag kang matutulog, at ang sapatos mo, ipapako niyan sa lupa. Maski nga buhay na manok, 'nilagay sa loob ng freezer.

Nagamit ko sa pelikula 'yon, sa *Home Along Da Riles*. Kunwari ipinalagak sa akin 'yong panabong na manok na limang beses na raw nananalo, 'Huwag n'yong ilalagay sa mainit. Kung puwede, sa malamig na lugar,' sabi ng nakisuyo. Inutusan ko si Vandolf, 'nilagay sa freezer. Paglabas, ang tigas na, frozen. Kuwela sa tao. Hinabol ako ng taga ng may-ari.

Tumira siya sa amin ni Zsa-Zsa. Nagkaro'n ng kaunting gusot, hindi naman mawawala 'yon.

Pero si Vandolf, kahit buskarido at namimikon, very protective sa mga bunsong kapatid na babae. Huwag mong awayin sina Zia, at siya ang unang aaway sa iyo.

May asawa na siya, 'kinasal kay Jenny, no'ng November 2007. Emosyonal during the wedding. Wala sa hitsurang kinabukasan na ang kasal, naghahanap pa ng sapatos na gagamitin. Pinayuhan ko, 'Huwag ka ngang iyak nang iyak, at baka sabihin ng tao, napikot ka?'

14 The Last Letter of my Alphabet Is not ZTE

From Hong Kong, dumiretso na ako sa US, sinalubong ako ni Zsa-Zsa sa airport, kasama ang mga kapatid. Nagyakap na lang kami.

Sa hotel muna kami tumira, and then lumipat na sa mother niya. Nakakita ako ng bahay na gagawin pa lang, nagbigay ako ng down payment, galing sa dollar-savings ko. Prepared na kaming tumira ro'n.

While waiting for the house to be finished, we went to Europe. Lalong umalingawngaw ang mga sabi-sabi. Umuwi kami sa Manila, gumawa ng pelikula, which didn't do so good sa takilya gawa nga puro 'nega' ang publicity. Konti 'yong pupuri, mga paid ads 'yong iba, talagang araw-araw ang tira. 'Kako wala nang mangyayari sa akin dito.

Pati 'yong TV show ko, iniwan ko rin kasi walang load, e. Nakita ko, walang sponsor. Dadalawa lang, so nag-resign ako. Ayaw ng RPN. 'Ba't ka magre-resign, 'di ka naman namin inaalis?'

Pero nahiya na akong ako lang ang kumikita at ang network, hindi. Sumali na rin kasi ang AdBoard. Nagdesisyon na hindi na raw bibili ng spots sa mga TV shows ng mga imoral, mga ganito, ganyan, kasi umabot na hanggang sa mga sermon sa simbahan, sa mga pulpito, na kesyo huwag daw kaming pamarisan.

Tinibayan ko ang loob ko. Alam kong magkakagulo, pero hindi ko inaasahan na gano'n katindi ang magiging reaksyon, at parang pinagtutulungan na kami ng lahat. Halos three years kaming pabalik-balik sa States.

Nasa period of adjustment pa kami ni Zsa-Zsa, nagsusukatan nang kung ayaw ng isa't-isa. Wala kaming parehong trabaho. Then, after inoperahan ako no'ng 1992, may kumuha sa akin na mag-perform. Naisip ko na 'eto pala ang puwedeng hanap-buhay, 'yong mag-stage show muna. Nakapag-mount ako ng isa.

Tumawag sina Nida at Dely. May plano daw ang Channel 7 na kunin 'yong *John en Marsha*. Wala namang offer, wala namang tumawag sa akin na taga-siete o ano. Ang nabuo, 'yong balita nina Conde at Rene. May offer daw ang Channel 2. Pinababalik ako. Wala pang title, pero gusto raw akong igawa ng sitcom. Si Charo Santos pala ang nakaisip, at 'pinaglaban niya ako kina Gabby Lopez at Freddie Garcia.

Sa madaling salita umuwi ako. Talagang very welcome ako sa ABS-CBN. Buhay pa si Geny, pero pa-advise-advise na lang siya; hindi na halos nakikialam sa network. Kung 'di ako namamali, may sakit na siya no'n. But nagkaro'n pa kami ng chance na makalabas at maka-catch up sa isa't-isa.

Eto na, nag-forum-forum na kami kung ano'ng gagawin. Siyempre, 'yong mga writer dati sa Channel 9, mga ghostwriters ni Ading na dating tumutulong sa kanya, ang 'pinakuha ko. Pag hindi ko kasi kilala, hindi ako komportable sa pag-uusapan. Sabi ko, huwag nang ilapit sa *John en Marsha*, dahil kung may-asawa uli ang role ko, parang magkakaro'n ng comparison.

'Imposibleng mapantayan 'yon,' 'kako, e, ayaw din naman nila ng *John en Marsha*. 'Mas maganda siguro, biyudo na lang ako para maski sinong babae puwedeng ipasok sa eksena, and then may mga anak.' Kinuha ko si Vandolf na nasa *Ang TV* na, as isa do'n sa anak, and then later on 'sinama na si Boy2, at saka sina Claudine, sina Smokey, sila na ang pumili.

No'ng mag-e-airing na kami, nag-umpisa na naman ang mga batikos. Kesyo bangkay na raw, ba't bubuhayin pa; kesyo ang nakalibing na, 'di na dapat hukayin.

Dasal ako, one-on-one na naman ako kay Lord. First episode, no. 2 kami kaagad. Pinaka-overwhelming na rating namin, umabot sa halos 81%, dinaig pa ang Miss Universe. Sa madaling salita, gano'n ka-sikat! Natameme ang mga kalaban na writers.

Hanggang binigyan ako ng tribute ng Philippine Movie Press Club. Si Al Quinn ang director, sabi niya, 'Kailangan pagbutihan natin 'to, 'Pare. Bibigyan kita ng magandang number. Parang musical tribute, mula nag-umpisa ka, hanggang sumikat.'

Nag-standing ovation, nagtayuan pati mga kapwa artista. Masaya. Nakakataba ng puso. Binigyan ako ng plaque ng presidente ng club, e, isa siya sa naninira sa akin. Kaya ang acceptance speech ko, 'Tingnan mo nga naman ang buhay ng tao, 'yong mga naninira sa akin, siya pa ngayon ang nagbibigay ng plaque at papuri.' Palakpakan, sigawan at saka tawanan.

Nakabalik na ako.

Si Zsa-Zsa naman, ang buhay niya talaga, singing. Nadiskubreng magaling din pala umarte, sa drama. 'Yon na, tuluy-tuloy na ang labas namin.

Zsa Zsa speaks

I was the type who'd get attracted to older men. My father, Carlos "Sonny" Padilla, a former actor, a boxing referee, was mostly at work. He moved to Las Vegas in the '70s, after work on the 1975 "Thrilla in Manila" between Muhammad Ali and Joe Frazier. On the lookout for a father-figure, I was a tomboy na biglang nag-asawa, at 16.

My marriage was immediately problematic. The first bad conflict was when I guested in Bad Bananas—I was 18 na, I had a child, I was still going to school—all that was kinda overwhelming. Parang I couldn't handle a career, a baby, schoolwork, and a jealous husband. Like any Catholic woman, I tried to save my marriage. I was (mistakenly) told that since I married early, I couldn't have it annulled. But it had become a vicious cycle. You fight and make up and fight again, it just got worse and worse.

I first met Dolphy at Bistro Lorenzo, near where I lived on Annapolis Street in Greenhills. They wanted to get me in their US show. I did their tour, and from there, a movie with RVQ Productions, Mga Anak ni Facifica Falayfay, *and yet another one with Seiko Films,* Black Magic.

During Black Magic, *I got tired of going home and being accused of doing things I hadn't done, to the point I started to think of living up to the accusations. So then it happened.*

It started with the usual gift food items from Hizon's; the special attention. And then we'd go to the set and notice we were wearing the same color clothes, like we were in sync, and he'd make a big deal out of it. Tingin lang din siya ng tingin, gano'n. I didn't get kilig at once. But it was perfect timing. He was the only man na nangungulit sa akin during that period. And charming, too. Who wouldn't fall in love with a Dolphy?

Plus, as fate would have it, depressed din ako. A cousin of mine committed suicide during Black Magic. *It was a dark, dark phase of my life, and he was there to console me. Siya lang din ang pinagsusumbungan ko, the conflict with my ex. Punung-puno na ako. The nagging was the most difficult. I had to leave. It was ugly, super ugly. I gave up.*

Dolphy and I got together a few months before my ex and I separated. I was his girlfriend for two years, and he was living with someone else. My career was zooming and I had solo projects, doing films with other leading men. He was kinda jealous. I'd go to Singapore, kahit saan ako magpunta, susundan niya ako.

There was so much parinig galing sa kabilang kampo. I felt used. I felt burnt out. So I left for the US, and I told Dolphy, pagbalik ko, it's either tayo, o split na. Talagang I gave him an ultimatum.

He went to Hong Kong. No sooner had he gotten there, and the letter he sent her was displayed for public consumption. I don't know. If that had been done to me, I'd have given the man a grace period. There was no grace period, so he went to me na in Las Vegas. Wala na siyang choice. Nasarhan na siya ng pinto sa kabila.

Dolphy felt bad when she hid Vandolf from him. But he couldn't complain to me, as I was going through the same misery. My ex was doing the same thing with me, with my daughter. We got hit in the same place. Pareho kaming nag-sacrifice. So our first two years together, that was really bad.

We were fighting. We were constantly fighting. It was so difficult. Sobra. Aso't pusa kami and any little thing would be badly fought about, because I guess sobrang pressure from outside. It's not like it was the first time he'd done it. He'd had separations in the past. I asked, bakit ganito? Sabi niya, 'Because it's the first time the other party bad-mouthed me in public.'

It was a good thing that we strongly believed we had something good to offer each other. We agreed to go for a while, ready to even migrate to the US. But talent, no matter how hard you put a lid on it, has a way out. And talent, modesty aside, is what Dolphy and I both have, so we were able to get back into the business.

We have two daughters. Si Nicole, whom we adopted, na unang kita ko pa lang sa kanya, she was like a doll. Na-love at first sight ako sa kanya. I was two months pregnant with Zia when we got her. Nicole is talagang big sister. She's so responsible. Tinuturuan niya si Zia, who's so bright, bordering on brilliant, pero naman, lazy. When Zia was born, Dolphy was in a Hawaiian shirt. 'Yon ang 'sinuot niya, kasi he was so overjoyed. Lalo ako. She was my second-born, 10 years after my first. May abnormality pala ako, a pediatric urether that somehow dominated my left fallopian tube, kaya it wasn't easy for me to have babies.

Regarding rumors about my bad fights with his children, well, the one with Van was brought about by a yaya, his yaya, who had apparently been teaching him to call me names, upon whose instigation, I do not know. There was this guesting in Loveli-ness, *chismis pa lang 'yong sa amin ni Dolphy, and he'd call me 'Landi!' and other such awful words you wouldn't think a child capable of saying. Van grew up with that perception, so no'ng magkasama na kami ng Papa niya, he'd go to our house na ako 'yong gano'n na stepmom, and do things, like, he'd sleep in between us. We competed for Dolphy's attention. Ewan ko. Nasusulsulan siya, nagpasulsol din ako. I confronted him, he left. I was bad. But we made up. Surprisingly, kinausap niya ako before he got married, during Dolphy's birthday. I didn't want it na, kasi wala na 'yon, buried na. But he kept hugging me and apologizing for every little thing. Vandolf's changed a lot, since the accident.*

I also banned Edgar and Rolly from going to the house, for some time. I'm a private person. Pag party, sige, punta ka sa bahay ko. Pero huwag naman 'yong walang occasion, basta ka darating. This was after Dolphy's hospitalization, and there were enormous bills to pay, e, siyempre may naririnig ka pa about certain vices and who were on it. People didn't know that for about three years, I was taking care of everything.

It's not that he doesn't earn the money, it's that he likes to give it away. Gano'n na raw siya, hindi na raw mababago 'yon. His greatest gift, his generosity, is at the same time his biggest fault. Ang daling umiyak sa kanya ng iba, magdrama at humingi ng pera. I knew this before about him, and kung mataas ang pride niya, mas mataas ang pride ko. I've been working since I was 18. Hindi ko yata kayang humingi lang at umasa. We've come up with a budget, so wala na akong problema. Anything outside of that budget, ako na ang bahala.

I'm selosa. We were eating out, and then there was this actress, lingon si Dolphy nang lingon. Sabi ko, 'Gusto mong saksakin kita nitong steak knife?' Nagalit siya. That's his first defense palagi, ang magalit siya. I explained na kasi, napapahiya ako, magkasama kami, tingin siya nang tingin sa iba. Since then, he's made an effort na, puwede namang hu-manga, huwag lang 'yong ando'n din ako sa room. I'm often asked, 'Bakit sa iyo, tumino?' I say, 'Suwerte ko lang, timing.' Kasi siya mismo, ayaw niya na, nagsawa na.

We've been together for 20 years, or so. No'ng magsimula kami, sabi ko, Lord, bigyan mo lang ako ng 10 years with this man, masaya na ako. Nakaka-20 na kami, so parang bonus na. But when he's sick, I get so afraid of losing him. I sleep in a bunk bed beside him when he's hospitalized. Our daughters volunteer to take my place, pero umiinit lang ang ulo ko, I go 'NO!'

Sa bahay, si Dolphy, serious 'yan. He's pikon. Super pikon.

Career-wise, there's no rivalry. Nagpapaalaman din kami. I actually had a kissing scene only last year, I felt so corny na, I said, 'Lovey, alam mo, ang tanda ko na para hindi pa 'ko makipaghalikan sa eksena, pag kinakailangan.' Ako mismo, nandiri na sa sarili sa self-imposed restriction na 'yon.

Ang malungkot, pag bising-busy, "Hello-goodbye" na lang. But we always remind each other pag wala nang time sa isa't isa. Ayaw namin na may conflict. You know, after 20 years together, you become more than best friends to each other. Secretive na siya pag-dating sa family niya. Mahal na mahal niya ang mga anak niya and ayaw niyang may sinasabi pa ako, and I've learned to respect that. Pero marami pa rin kaming binaba-yaran, taxes here and there, so work-to-death pa rin ako.

Our vacations have been great, though. The minute he steps into a plane, sa tube pa lang yata, papasok ng plane, whoa! You see the transformation, nag-iiba na siya. He says palagi siyang gano'n, parang nabubunutan ng tinik, parang naisasantabi niya lahat ng problems pag paalis. Pabalik, hindi na. Pagsakay pa lang ng kotse, at nalaman na niya ang mga problems, mga bagong dapat bayaran, nag-iiba na ang aura. But now not so much na, parang ayaw na niyang magalit.

We've had our fights, the worst have pushed me close to wanting to walk out. But I couldn't. Couldn't. Couldn't.

He's my family. I have to work things out with him. Saka ano ba naman ang pinag-aawayan namin, hindi naman ang kasamaan ng ugali niya, kundi ang sobrang kabaitan? Kung sa pagkukulang, baka nga ngayon, ako na ang maraming pagkukulang, because of my work and all the time that I'm away from home.

But things are good. I get along well with most. With Baby. Sa ganito kasing mga situations, ang mga magkakasunod ang hindi nagkakasundo.

Ang sinundan ko, for the longest stretch, she wouldn't say my name. For her, I was "that Woman." Ako naman, I'm just cordial to her.

I speak

OK kami.

Siyempre, nasusulat pa rin, na kesyo maghihiwalay na, na kesyo may mga third party, pero walang katotohanan 'yon. Kung talagang puro ang samahan, solid, mahirap gibain. Pero kung marupok, hindi kakapit iyon. Wala ka nang magagawa.

Nagkaro'n din kami ng mga bad fights, pero sabi ko nga, nakuha mo ako na ganito, wala kang magagawa. Ngayon ka pa aangal, ang lalaki na nitong mga anak natin. 'Yon nga, 'yong ugali ko, na minsan, masyado akong giving. Sabi niya, 'Kinakailangang mag-prepare ka naman sa anak mo dito, hindi puro sa pamilya mo do'n sa iba.'

'Mayro'ng nakalaan sa kanila, mayro'ng nakalaan sa inyo,' 'kako. Sabi ko rin, 'Hindi ko na talaga matanggihan ang ibang tao. E, ugali ko na 'yon, hindi ko na mapalitan. You cannot teach old dogs new tricks.'

Ang maganda, very thoughtful siya, malambing, tawagan kami ng tawagan in a day. Ako naman, pinababayaan ko siyang magbiyahe. Dati, hindi kami makapagbiyahe na hindi magkasama. E, ayaw kong magcha-chaperone lang ako, tapos, siya lalabas, ako hindi. Minsan, okay kung mayroon akong sabay na gagawin sa States o kung sa'n man 'yon, pero kung wala, OK na siya na lang. Dahil umuuwi rin siya agad, after one week.

Tutoo ring may mga anak akong nakabangga niya, mga under the influence of kung anu-ano na mahirap kausap, na 'hinihingi ko na lang ng pasensiya. Pagka may karga, 'kako, hindi ko anak 'yan, nagiging ibang tao na 'yan. Pero supportive siya sa pamilya ko, lalo na in times of crisis.

No'ng na-operahan ako, siya ang nakikialam kung mayroong problema, dahil hindi ako puwedeng lapitan. Siya ang takbuhan ng lahat. No'ng nasaksak ang apo ko, siya ang nagbayad. Pati pag maysakit ang anak ko, namatayan ako, 'ando'n siyang pirmi. Namatay din ang ex ko, si Grace, 'tinutulak niya pa akong magpabalik-balik sa lamay, 'Dalawin mo naman.'

Nagpapasensiyahan kami, nag-iintindihan. Kung may sakit ang isa, aba, e, human nature na 'yong mainit ang ulo no'n at bugnutin. Magsabihan na lang tayo, kung ayaw na natin, pero ako, 'kako, 'I'm too old to change my mind.'

Maski ba gusto ko pang mang-chicks ngayon, mahirap na. Iniisip ko, baka hindi na ako gusto ng mga ito, baka mayro'n na silang ibang gusto sa akin. Baka kinakalkula na lang ang edad ko, kung malapit na akong matodas.

Hanggang crush na lang ako ngayon, hanggang admire. 'Magandang bata ito, magaling umarte.'

Hindi kamukha no'ng araw na pag nagandahan ako, iba na 'yon.

Esperanza ang tunay na pangalan ni Zsa-Zsa. It means hope. I hope to marry her. Ayaw ko nang sabihing I want to. Kasi pag wina-want ko, hindi natutuloy.

Mga anak namin ni Zsa-Zsa

Si Nicole, dinala sa akin sa Hizon's, at ang gusto raw ng nanay, sa akin mapunta. She was just a few months old. 'Ang ganda-ganda naman ng batang ito,' 'kako. Niyakap niya ako agad. Na-touch ako. 'Ba't 'pinamimigay? Sino ba ang nanay?'

Nakilala ko 'yong ina. Maganda rin, anak ng Amerikana. Bangag. Gustuhin man niya ngayong bawiin ang bata, hindi puwede. Legally adopted, e. Nagpunta kami ni Zsa-Zsa sa City Hall, 'ando'n din ang ina, to say na she was really giving up her child. Pagharap namin sa judge, ang sabi, 'Dolphy, ang dami mong anak, ba't mag-a-adopt ka pa?'

Sagot ko, 'Binibigay ho sa akin, e. Tingnan n'yo naman, parang anghel. Hindi n'yo ba tatanggapin 'yan, kung sa inyo 'binigay?'

Nakabangon na kami ni Zsa-Zsa nito. OK na ang takbo ng mga career namin. So, unang kita ko pa lang kay Nicole, I was not in a position to say no. Sigurado akong magugustuhan rin siya ni Zsa-Zsa, pag nakita siya. At hindi nga ako nagkamali.

As a daughter, mabait siya. Para ding si Kit, survivor. Nag-aaral mag-isa sa Australia, kaya niya. Nag-uusap kami sa computer, sa mga webcam, ganyan, mga modern means of communication na 'di ko kayang paganahing mag-isa ko, dahil hindi ako techie. Pati nga mga salitang 'yan, sa kanila ko na lang natutunan. Pinagtatawanan nila ako, kasi kahit mag-text, hindi ko carry.

Si Zia ang bunso. She's 16 now, mga 60 plus na ako no'ng malaman kong magiging tatay ako uli. I was happy. Pero lalo si Zsa-Zsa, kasi hirap siyang mag-buntis. Kaya na nga nag-adopt, dahil akala namin, hindi na kami magkakaro'n ng baby. E, mayro'n pa pala. Siguro, kaya dumating dahil sa kagustuhan ni Zsa-Zsa talaga.

She's a smart girl. Sabi ng mga teacher niya, adult na raw ang level ng utak niya, she's too old for her age. Kaya pag nagtatalo sila ng mommy niya, naka-ride on lang ako sa away nila.

Alam niyang mahina na ako, na sa edad ko, hindi ko na magawang buhatin siya. Kaya ibang klase na ang bonding namin, hindi na physical, wala nang habulan, takbuhan. Lumalabas kami, nanonood ng sine, kumakain, nanonood ng TV together, nagtutuksuhan. Wala kaming problema.

'Pinaturuan naming mag-gitara do'n sa isang gitarista. Ngayon, ayaw na niyang magpaturo, alam na raw niya ang basics, e. Lahat ng mga kantang luma, 'yong mga standard songs, alam na niya. Pati na rin mga kanta ngayon.

Zsa-Zsa at ako

Si Zsa-Zsa at ang aming mga anak

Zia at Nicole

Zsa-Zsa

Buko party: Zia, Nicole, Zsa-Zsa at ako

Nicole Beatriz Padilla Quizon, July 3, 1990

I was around 7, when I was getting picked on, in school. 'You're adopted, you're adopted!' I'd cry. But I was never treated differently, I always felt included, never really felt 'adopted.' Mom, when interviewed, always said she had three daughters, never 'two daughters, and one adopted.'

I think the best thing about being in this family, is like, ang dami, 'di ba? Since it's big, you only get close to certain people. But when you think about it, you don't feel out of place when you get stuck with any one group. Everyone's pleasant to each other, though outsiders don't believe so.

Of the older ones, the most I've had contact with is Tita Baby, the mom of Kuya Eric, when we go to the States to visit. She's nice, a good person, and fun to be with.

Sure, my parents fight. Mom is the more feisty. She just goes on saying what she wants, but she makes sure not to go out of line. I think there's a lot of understanding and tolerance that goes on in their relationship, that's why it works, even though they fight. They always find a way to work their way around. At the same time, they never put us in a position to take sides. I'd love to have what they have—a strong relationship based on trust and communication.

Before Vandolf's accident, I didn't really know how much of a caring man Dad was. After that, I realized he'd do anything for his children. His sadness during the period told me he couldn't bear any of his children suffering like that.

Dad is big on respect. You see it in the way he talks to people, the way he interacts with them, regardless of their status. He gives everyone the same amount of respect, and so much of the same goes back to him.

I think what personally hurts him is not to see his children do well as he had hoped for them. He's worked hard to give us a good life.

I remember, in high school, I did something not sanctioned by the school. Mom went to my room, and was like, 'I'm mad at you.'

I got over that quickly. But when Dad went to me and said, 'I'm so disappointed in your behavior,' that was so painful. He expected something from me that I couldn't give back.

From then on, I tried to do better.

Zia Denise Marie Padilla Quizon, September 23, 1991

I've gotten away with not getting bugged about being Dolphy and Zsa-Zsa's daughter, because I make it a point to carry myself as though it's not really an issue.

It's weird that what I got from the both of them isn't what's expected. Like, my Dad, the funnyman, makes kapa on the piano random songs he remembers from his childhood, or whatever, and I also like to do that with my guitar. My mom the singer can't play instruments, but it's her sense of humor that I got.

Dad enjoys it when we play each other's jokes. Some two years ago, I felt competitive with Vandolf, I actually asked who was funnier. He likes it when I crack jokes and make people laugh and more than that, make people happy.

The great thing about him is that you get the parent and the grandparent din. What I'm saying is, I don't feel the need for a grandparent not because Dad's an older gentleman, but because he has a much wiser perspective, the wisdom of generations. The way he talks about certain things seem to come from direct experience, and how he says things make you see that this is a big person before you.

I've gone beyond thinking, 'Oh, he's gonna bring me to the altar, someday.' I just want to make the most of my time with him.

I have some childhood memories. I was about seven. He had this really big, white car that smelled of leather and nahihilo ako when we'd take it to church every Sunday. Once I felt really sick and didn't want to go to church, and he went, like, 'No! You have to go, this is for God!'

How scary, to be yelled at by someone you think is submissive. I now regularly go to church.

Halloween, I was nine. I know we're not into celebrating the occasion that much, but I wanted to be at a friend's house and ended up with adult family members in a hotel, the Shangri-La, or something. It's really the stupidest thing I've ever cried about, but my Dad cared enough to hide me, cover my face with his jacket, so when we were walking in the lobby, people didn't stare at me, or go, 'Look at that child crying.'

I just wish that he does what he wants. He's very giving, not just with material things. He's giving, in the sense that he'll sacrifice what he desires for the better of the ones he cares about and I want him to sit down and have what he wants—first. Like if its chocolates, diabetes; who cares? Have some chocolate, man! He gives so much, I want him to do something for himself.

Honestly, he's happy when his kids are together. Not that he doesn't like them individually, but he appreciates the closeness and perhaps likes thinking that even if he's gone, the bond that he made for us would still be there, and we'd still be in each other's lives.

I never asked him why the women, why so many women. I can see he was hot stuff, in his time.

Siya lang mag-isa'ng tumutugtog. Kung minsan sila ng nanay niya, kapag medyo magkakaroon ng guesting-guesting.

Hinihiling ko lang na pag-aralan ang piano. Sabi ko, 'I wanted to be a pianist no'ng araw, pero we were so poor, we could not afford it. Pianono lang ang afford ko noon, pero ngayong kaya-kaya ko na, kung gusto mo kuha tayo ng magtuturo sa 'yo?'

15 Kung Anik-anik

Ang dami kong embarrassing moments.

Sa entablado, sa Orient. Sumasayaw kami. May lifting na gano'n, e, may colds ako. Lumobo ang sipon pagbuhat ko sa kasayaw ko. Ang laki. Nagtawanan ang mga kasama kong dancers. Pumutok, sabay tumulo. Dyahe.

May eksena sa Halloween show, na supposed to be, patay ako, pinaglalamayan. Nakahiga ako sa divan. Ang cueing ko, sa bandang huli, tatayo ang patay, takbuhan silang lahat. E, nakainom ako, nakatulog. Sinisipa na nila ako, 'di pa ako tumatayo. Ang nangyari, nagtakbuhan na lang sila. 'Ay! gumagalaw ang patay. Ang patay, gumagalaw!'

Puro good time-an din 'yan, lalo na pag last day. Ang amerikana mo, pagtatahiin ang manggas. Nagmamadali ka, ayaw pumasok ng mga kamay mo. Talagang kung anu-ano ang gagawin sa iyo, para mapahiya ka; sumabit. No'ng araw, ang 'nilalagay ko sa pinaka-lapel ng terno ko, hindi gardenia, kundi ubas. Fresh grapes. E, madalas na hindi pa ako nakakarating sa entablado, ubos na, dahil pinipitas nila, kinakain. Ang ginawa ko no'ng last day, 'pinagtiyagaan kong pasakan ng siling labuyo, bawat isa. Ang tawa ko sa reaction nila.

Naikuwento ko nang ang first movie ko, *They Died to Live*, shot on location, sa Tiaong, Quezon, for six months. Ang producer, si Mr. Zapata. Ang bida, si Fred Peñalosa, Manila policeman. No'ng matapos ang pelikula, pinanood namin, kasama ang tatay ko. Sabi niya, 'Saan ka diyan, e, matatapos na, wala ka pa?'

'Malapit na ako,' 'kako. 'Ayan na, o?'

'Saan?'

'Nakita mo 'yong riple na 'yon, o? 'Yong may bayoneta sa dulo? Ako ang may hawak no'n.'

'Oo nga, e, ikaw? 'Asa'n ka, ba't hindi kita makita?'

'Ako nga 'yong may hawak ng riple.'

'Walang-hiya ka, anim na buwan kang nawala, dulo lang ng bayoneta mo ang nakita?'

Sa shooting ng *Jack and Jill,* 'di ba, naka-suot babae ako? 'Yong eksenang kinalawit ako ni Lolit do'n sa balkonahe. Sinungkit niya 'yong peluka ko. Nalaglag ako. E, no'ng araw, wala pang Jockey shorts. Karsonsilyo ko napabuka. Labas ang jungle ko, napaurong si Lolit.

Sa *Mambo Dyambo,* manikin ako, statue na nabuhay. Initiman ang buong katawan ko, nilagyan ako ng two inches na extrang kuko sa bawat daliri, naka-turban, nakabahag, naka-supporter lang sa ilalim. Ang problema, nakalimutan ng costume designer kung paano ako iihi, e, hindi ko mailalabas ang ano ko nang hindi nasisira ang nga kukong fake. Nahiya naman akong utusan ang make-up artist. So, natokahan si Willy na maglabas ng kuwan ko, pag kailangan. Ang sagwa, para kaming may ginagawang 'di kanais-nais.

Eto pa. May ka-date ako. Umiinom. Inom din ako. Naka-terno ako, galing ako sa radio show; bihisan no'ng araw, e. So nasa kotse na kami, kissing-kissing. Akala ko, in-love na in-love sa akin dahil ang pungay na ng mga mata. Bigla akong sinukahan. Hindi ako makakilos. Ginawa akong iskupidor, suka siya nang suka. Sa akin 'binagsak lahat nang suka. 'Di ako makaalis. Nanlambot ako, parang gusto ko na ring masuka. Asim na asim na ako sa amoy. Sa madaling salita, walang nangyari. Dinala ko sa hotel. Anak ng tupa, naglaba ako ng damit ko. Pina-dry clean ko pa 'yong terno.

Sa *Tayo'y Mag-Up, Up and Away* sa Italy, nag-shooting kaming naglalaba kunwari ng underwear, sa Republic Fountain, the biggest man-made fountain sa Rome. Nakasuot lang kami ni Ricky Belmonte ng long johns na pangginaw. May kausap kaming dalawang mobile police, babayaran namin ng tigpi-50 dollars. Kunwari, huhulihin kami. E, take two si direk Chaning.

Dumarami na ang tao, pumuputok na'ng liwanag. Naku! Ibang pulis na'ng lumapit sa amin. Hindi na 'yong naka-mobile, pinaka-kapitan na siguro. 'Yong mobile, nawala na. Mas mataas 'ata sa kanila ang carabinieri. Ini-Italyano na kami ng mga bagong dating. Si Ricky, takot na takot. Binubulungan ko na tumuluy-tuloy lang, kahit na ba hinuhuli kami, e, talaga namang kailangan kaming hulihin sa eksena.

Sa madaling salita, nakunan ang eksena. Kinumpiska ang camera, 'pinabigay ko 'yong walang laman; ang nakunan, 'pinatago ko. 'Pina-claim as amin ang camera sa estasyon ng pulis. So next day, nagpasama ako kay Nida at kay Pilar, kasi ang mga Italyano, mas madaling kausap pagka may magagandang babae. Ayaw kong isama si Panchito, at baka mas lalo pa akong ikulong.

Mabait naman ang Kapitan. Pinagsabihan lang akong sa susunod, kumuha na lang ako ng permit, kasi kung siya raw ba ang nagpunta sa Luneta para doon maglaba ng underwear, ano raw ba'ng mararamdaman ko?

Hindi na ako kumibo. Walang kamalay-malay si Kap na ang eksena niya ang ginamit namin sa final print ng sine.

Sa *El Pinoy Matador*, may eksena ako ro'n with a toro. Half-breed lang, para hindi masyadong matapang. Pinagod muna nila, gamit ang double ko, na talagang torero. No'ng supposed to be, pagod na ang toro, ako na ang kaharap. 'Winawasiwas ko ang kapa ko, bigla akong hinabol. Napatalon ako talaga sa bakod. 'Yong taas na 'yon, nasampa ko! Pagtingin ko sa mga Kastila, nagtatawanan sila. Pinagmumura ko nga, 'Punyeta!'

No'ng nasa London kami, sa Trafalgar Square, naiputan ako sa tenga ng mga kalapati, punong-puno 'yong tenga ko. Pinagtawanan ako nina Zsa-Zsa, Nicole at Zia. Nagpi-feed kami ng pigeons no'ng nangyari iyon. Wala silang kamalay-malay na maski na puno ng ebak ang tenga ko, wala 'yon. Marami akong nakakahiyang karanasan.

My favorite things

Aware naman ako, at nagpapasalamat, sa respetong 'binibigay sa akin ng marami. No'n na nga lang sa People Asia awards, January 2008, sila pa ang lumalapit sa akin. May mga Amerikano, may Kastila, na ang sabi pa, napanood ako ng asawa niya sa *El Pinoy Matador*. Ang tagal na no'n. Pati tuloy ang emcee na si Johnny Litton, 'kinuwento ulit kung paano ako nahuli sa Rome, no'ng shooting.

Hindi ako nanliligaw para magustuhan niyang mga naturingang sosyal. Nakaupo lang ako sa isang tabi, kung hindi ko party. Kung akin 'yon, mag-iikot ako; pero kung hindi, nakapako ako sa isang puwesto. Pag kinausap ako, mayro'n naman akong isasagot. Mahilig akong magbasa ng diyaryo. Bago mag-Martial Law, *Manila Times* ang paborito ko. Tapos, naging *Bulletin*. Ngayon, lahat nang mabili.

Pag biyahe ka rin nang biyahe, marami kang matututunan. Mahilig nga akong mag-observe, kung papaano 'yong right conduct, nakikita ko, e. At kahit minsan, sumasablay ka, mayroon namang magsasabi sa iyo kung ano 'yong tama. Pati na rin ang tamang paggamit ng kubyertos.

Kung minsan nagkakaroon ako ng complex; mga college graduate kasi, Inglisan nang Inglisan. Pero hindi na rin ako na-i-insecure ngayon. Basta 'tina-Tagalog ko sila pag hindi ko naiintindihan. E, ano ba'ng pakialam ko, kung mag-e-English ka diyan, nakakaintindi ka naman ng Tagalog, 'di managalog ka. Tayong mga Pilipino, masyadong pintasero. Hindi ako nahihiyang mag-English kapag

'Kano ang kausap ko, e, maski magkamali ako, okay lang. Mayro'n pa ring communication, at nagkakaintindihan. Ang Pilipino, iniintindi 'yong mali mo sa English; 'yon ang napansin ko.

Nagsisimula pa lang akong sumayaw, panay na ang panood ko sa sayaw ng iba. Kahit na medyo nagsasawa na, sige pa rin nang sige, para lang lumawak ang kaalaman ko sa iba pang dance techniques. Kahit drama, pinapanood ko, as part nang pagpapatuloy ng pag-aaral.

Lahat, pinag-aaralan ko, pinapanood. Ang tao. Ang paligid.

Pati sa pagdadamit. Bibili ka ng *GQ*, mga fashion magazines, titingnan mo kung ano ang in and out. Kamukha ngayon, balik na naman ang mga deadly weapon na mga sapatos. Bumabalik lang naman ang style.

Siguro nga, no'ng dadalawa pa lang ang pantalon ko, na salitan kong ginagamit, na sinusulsihan ko tuwing nabubutas, noon pa lang, nag-umpisa na 'yong pagkahilig ko sa damit, at nag-isip na akong kung magkapera, e, mamimili ako ng mga damit.

Mas preferred ko ang suit kaysa sa barong. Ang barong kasi lukutin, e. Kailangan, bago mo isuot, nakababa ka na muna ng auto; kundi, gusot na agad iyon. Mas gusto ko 'yong mga English wool, lamukutin mo, gano'n pa rin.

Partial ako sa Armani, sa Italian designers. Pag sa pangharabas, OK na ang GAP, ang Banana Republic.

Ako mismo ang nag-aayos ng mga damit ko, pero pag may panahon si Zsa-Zsa, tinutulungan niya ako kung minsan; sa dami. Namimigay na rin ako. Mas gusto ko pa ngayong nakapang-jogging. Hindi na ako nagteterno, hindi kamukha no'ng nag-o-opisina ako sa RVQ.

Perfume, Angel ang gamit ko ngayon, bigay ni Eric. Sa babae, anything, huwag lang masyadong mabagsik ang amoy. Ayaw ko ng masangsang, napapahatsing ako.

A, sa kotse, mahilig ako sa Mercedes Benz. Hindi naman kasi puwede rito ang Lamborghini. Lalo na no'ng ako pa mismo ang nagmamaneho, no'ng wala pang gaanong traffic. Ngayon, hindi na. Kayo na lang ang mag-drive; I'd rather sleep in the car.

Marami na akong nagawa. Ang pinagsisisihan ko, hindi ko pinangahasang mag-aral ng piano. No'ng araw, no'ng umiinom-inom pa ako, gustung-gusto ko'ng nag-i-i-Scotch— ¼ lang, hanggang ¼—just listening to someone really good at the piano. Naninigarilyo pa ako no'n; so inom, yosi, inom, sabay nakikinig lang ako. Dati, sa Roxas Boulevard, katabi halos ng old ABS-CBN, kina Mecca Trapaga, may magaling na piyanista, sa itaas. Sa Manila Hotel lobby. Sa Philippine Plaza, na Sofitel na ngayon. May tumutugtog na banda diyan, nagdya-jamming. Frustrated musician ako, although frustrated athlete din.

Pag naubos na ang ¼ na Scotch, uuwi na ako, maliban na lang kung may kausap, may nilulutong pelikula or script.

Kahit anong klaseng music—classical, mga Claire de Lune. Ang "Bumblebee" ni Roger Williams, napakinggan ko nang ilang ulit. Nakaisip na ako ng choreography. Pumasok na sa isip kong kunwari, boss ako sa opisina, sinasabon ko ang mga tao ko do'n sa loob. No'ng ginawa namin sa special, ang ganda lumabas.

Mga biography naman ang paborito kong basahin, kamukha no'ng kay Charlie Chaplin, Frank Sinatra.

Maraming magaling

Hindi tutoo ang supposed rivalary namin ni Chiquito. Nagkaro'n kasi ng Nora-Vilma, Tirso-Edgar, kaya hanggang sa amin, ginawa'n ng Dolphy-Chiquito.

No'ng mauso ang mga spoof ng James Bond movies, ako si Agent 1-2-3 at siya si Agent 0-2-10. Pero hindi personal competition 'yon; trend lang talaga.

Augusto Pangan ang real name niya, palayaw, Tito. Sila ni Junior na kapatid ko ang naging mag-kaibigan, at kami naman ng kuya niyang si Rene. Magkaibigan din ang mga tatay namin.

He also started as dancer. Nasa Life siya, no'ng nasa Avenue ako. No'ng iniiwan ko na ang Golay character, may Chinese gimmick din siya. Sinabihan ko, 'Tito, baguhin mo na. Maraming sponsors na Chinese ang na-o-offend.'

He followed my advice. Sayang lang at hindi siya nagkaro'n ng solid na TV career, but he was talented. Nag-hinete pa nga. Naging pulis, motorcycle cop. Nagkonsehal sa Makati, number one councilor, so no'ng nabakante ang vice-mayor position, pansamantalang nag vice-mayor.

Nagsama kami sa movies niyan, nag-click naman: '*Adre, Ayos na!, Kulog at Kidlat, Dalawang Kumander sa WAC, Doble Solo, Pambihirang Dalawa sa Combat,* saka isa pang 'di ko matandaan. Magaling siya sa kabayo at motorsiklo, mahirap pantayan. Pero daig ko siya sa takbuhan.

Sa mga bagong comedians, marami akong gusto. Si Vic Sotto, OK 'yan. Generous din, pero hindi mo na masasabing bago ang Tito, Vic and Joey. Si Vhong Navarro, OK. Michael V is very talented. Si Willy Nepomuceno, well, isa pa itong antigo, pero ang hirap nang ginagawa niya. Pinag-aaksayahan niya ng time and effort. Bihira ang mga comedian na tulad niya.

Bayani Agbayani, magaling din. Si Redford White.

At saka si Babalu, whose real name is Lito, Pablito Sarmiento. Sayang 'yon, namatay ng maaga. Nawala, and then nakabalik na sana ulit, sa ABS-CBN, 'di ba? Nagkaro'n na naman ng mga shows, mga pelikula niya, kumikita.

Pero kung sa listahan ng mga oldtime comedians ka kukuha, naku! ang hirap mamili. 'Yon ang talagang ang daming magagaling do'n, kanya-kanyang style, pasiklab, pautot—maski mga personal mong kinaiinisan, magagalingan ka pa rin.

Hindi ko alam kung paano nabuo 'yong bansag na "Comedy King" na 'yon, e, wala naman dating gano'n. Ang talagang tinaguriang "King" of local movies, si Ronnie Poe, wala nang iba. Kahit pa no'ng panahon nina Leopoldo Salcedo at Rogelio de la Rosa, hindi sila nabansagang

Al Quinn
TV director. Choreographer.

I met Dolphy in the '50s, through Pancho Magalona. I was a Fine Arts student at the University of Santo Tomas by day, studying ballet on the side. I wasn't dancing for the movies yet, but Pancho made him check out our amateur dancing group. That started the friendship.

It is a privilege to be his friend, an honor to know the private person. 'Yong pride ko sa pagkakaibigan namin, hanggang ngayon, hindi nawawala. Let's say I bump into him in a public place, I feel like I'm on cloud nine. Parang gusto kong sumigaw, 'Look at me, world, I'm talking to Dolphy, my friend!'

For RPN-Channel 9, I did a series of Dolphy monthly specials. Doon ko na-experience working na three days and two nights na walang tulugan, walang pahinga in between. So doon na kami natutulog sa studio. He would say, 'Pare, higa muna tayo.'

Tapos, bigla akong gigisingin niyan, "Pare, alam mo ang maganda sa pagod? steak.' So we would go to Alfredo's Steakhouse. Hindi lang kami, pati mga assistant choreographers ko, a big group talaga. He doesn't only think of his energy, or ikaw na kaibigan niya, kundi pati na ang iba pa sa grupo.

Contrary to popular perception na outside of work and family, puro siya babae. We had regular guys' nights out, fun poker nights na hindi sugal ang point, because we never played for money, but for the fun of it. Isipin mo ang ka-grupo namin noon, sina Bert Marcelo, Hajji Alejandro at Panchito. Hanggang umaga na 'yon, lampas ng breakfast.

Ang mahirap lang is when you know a person very well, and you know his job is to make people laugh, at alam mo rin na laughter is his world, and then makikita mo siyang in pain; umiiyak. 'Pinapaliwanag niya ang hinanakit niya, kung gaano kahirap ang laughing on the outside and crying on the inside.

Nakita ko ito no'ng namatayan siya ng mga magulang at anak, at pag nag-e-end ng relasyon.

'Di ko makalimutan, mayro'n akong isang malaking personal problem. Sinabi ko sa kanya. May problema rin pala siya. Nagpalitan kami ng kuwento. Umiyak ako. Umiyak din siya. And this went on until morning. Galing yata kami sa isang party. Inabot kami ng asawa kong nag-iiyakan. We ended up counseling each other, and what I find truly admirable is pag hindi na niya kaya, 'pinauubaya na lang niya sa Diyos.

At his age and mine, these days, we tease each other: "Pare, mukhang tayo na lang naiiwan.' Kaya ako, I always pray for his health. Music to my ears para sa akin ang kapag maghihiwalay kami and we say, "Pare, I love you.'

gano'n. Si Pol nga, "The Great Profile," 'yon lang. Maski no'ng kausuhan ng radyo, wala ring "King of Radio."

Still, marami talaga ang may talent; break lang ang wala. Masuwerte ako na medyo nakasahod ako, napakinggan sa itaas. Kaya no'ng sumahod, hindi sa planggana; sa batya.

Pinakamagaling na feeder sa lahat, si Panchito. Makita mo naman ang track record niya, e. Lahat ng comedian dito na sumikat kinuha siya: Si Vic, si Joey de Leon, si Niño, si Cachupoy, at si Redford.

Ang papel ko no'ng araw, taga-bigay ng punchline, receiver. Tingin ko, mas mahirap ang tumatanggap, kasi ang tawa ng tao, dalawa. Pagbitaw mo, at saka pag-react mo.

Pero ngayon, ako na ang feeder, komo bata ang mga kasama ko sa eksena. Puwera lang kung ang papel mo, mayro'n kang Alzheimer's, at malilimutin ka. Magandang paglaruan ka ng feeder na mas bata.

Sa trabahong ito, at actually, sa karamihan ng trabaho, kung sino ang mas matanda, 'yon ang standard na kailangang lampasan. Gusto mong maging Dolphy, aambisyunin mong matuto kay Dolphy, o lampasan si Dolphy. 'Paris ko, no'ng araw, ang timing ko, kinuha ko kay Pugo.

Hinahasa mo ang timing hanggang sa nagiging instinct na sa 'yo ang naka-prepare kang pirmi. Lalo na kung may okasyon, puwede kang magbitaw.

I avoid offensive jokes. Susundot din ako, pero pa-simple. Halimbawa no'ng kami ni Rico J., nagsalita siya nang medyo green sa tao, sinundot ko, 'Kaya ka natitiwalag sa Iglesia, e.'

More favorites

Sa kulay, puti at pula. Magandang combination. Saka nakuha ko siguro ang red sa Chinese Feng Shui. Pula raw, maganda pag Monday, first day of the week, o kung first day of the month or first day of the year.

Sinatra fan ako; I like ballads. Doris Day, pag gusto ko ng medyo masaya. Pag soul, jazz—si Ella Fitzgerald.

Ang movie, *Gone With the Wind*. That was the first color movie that I watched during my teens. No'ng 'nilipat nila sa ibang format, pinanood ko ulit.

Gusto ko rin ang *Singing in the Rain*, at saka mga Chaplin, mga silent movies ni Chaplin, 'yong mga *Citylights, Modern Times*, at saka *Great Dictator*, kasi 'yong foresight niya, bilib ako talaga, nangyari lahat. 'Yong *Great Dictator* nakikita mo iyong number ni Chaplin na pinaglalaruan niya iyong mundo. 'This is mine!' Parang gano'n, tapos no'ng niyakap niya, pumutok, sumabog. Very meaningful.

Basta musical, gusto ko rin—mga starring Fred Astaire and Gene Kelly. *Sound of Music*, 'yon pa.

James Bond films, siyempre! Very entertaining. Gustung-gusto ko ang mga title, mga *You Only Live Twice, Diamonds Are Forever, The Spy Who Loved Me, From Russa with Love*, mga gano'n. Favorite kong Bond, of course, ang original. Sean Connery.

Clark Cable, Gary Cooper.

Hedy Lamarr, Ingrid Bergman, mga paborito ko no'ng araw. Ngayon mahihilo kang mamili.

Jack Lemmon. Magaling sa comedy, magaling sa drama, pati sa musical.

Jack Nicholson. Tom Hanks. Robert de Niro. Al Pacino.

Hilary Swank, nakaka-dalawang award na, bago pa lang.

Sa directors, marami. Steven Spielberg, kasama na. Kay Woody Allen, gusto ko talaga ang Manhattan. Genius 'yon, si Woody Allen. Pero, naku, kung dito niya ginawang asawahin ang ampon nila dati ni Mia Farrow, lagot siya kay Katrina Legarda.

Sa atin, puro namayapa na ang mga favorite kong artista. Ang gusto ko no'n, si Leopoldo Salcedo, si Rogelio, si Pempe Padilla, Pancho Magalona, at ang matalik kong kaibigan—si FPJ.

Sa favorite ko din na artista ngayon—si Erap.

At madalang nang lumabas pero da best pa rin—si Gloria Romero..

Sa sports, spectator sports lang, salamat sa hika. Tuwing may Olympics, nakatutok ako sa coverage. Nabaliw ako kay Nadia Comaneci in the '70s. Right now, sa NBA, maka-LA Lakers ako, dahil nasa LA ang karamihan ng mga anak ko. I used to like Toyota at no'ng height ng rivalry nila with Crispa, maka-Crispa naman ang mga anak ko. Kantiyawan kami.

I like boxing also. Pinapanood ko si Manny Pacquiao, siyempre. I feel proud na meron tayong world champion. But si Flash Elorde talaga, naging kaibigan ko, kasi kapitbahay nina Teroy at Bayani. Muntik akong bumili ng lupa para malapit sa kanila. Gabriel ang tunay na pangalan ni Elorde, "Bay" ang tawag sa kanya.

Favorite place to be in: Manila. No place like home.

Pero pagdating sa kainan, siyempre, Hong Kong. 'Ando'n na lahat ng international cuisine.

Paris ang pinakamagandang lugar na nabisita ko.

Pagdating sa atmosphere, Italy. Maski sabihing maraming magnanakaw do'n. I like old places, e, historical buildings. Pati mga pagkain nila masarap; kaya lang talagang tataba ka, mga pasta-pasta.

Mount Everest ang gusto kong puntahan. Sa panaginip na lang mangyayari 'yon. Nakatabi ko sa dinner ng People Asia ang tatlong babaeng umakyat, binati ko. Ang lakas ng loob nila at guts; ang liliit nila.

Kung napabata-bata pa ako, hindi ko sisinuhin ang Mount Everest na 'yan, pupuntahan ko talaga! Noong bata ako, layas nga ako. Gusto ko talaga, kaya ako sumasama sa kung saan-saan. Maski konti ang bayad, sumasama ako, makakita lang ng bagong lugar.

Simbahan, ahh, the Vatican! Siyempre the best na iyon, kasi mga simbahan natin puwedeng magkasya doon, sa laki. Ang laki talaga. 1969 ko unang napasok 'yon. Talagang heavenly. Pagpasok ko heavenly ang pakiramdam ko; pati mga murals, ang gaganda. Tinitingnan ko mga gawa nina Bernini at Michaelangelo, iikutin mo iyon. Naka open pa ang Pieta, puwedeng hawakan, pero ngayon naka-seal na; may tarantadong tumaga. Ang Sistine Chapel!

Kapag inabot ako ng Sunday sa isang lugar, naghahanap ako ng simbahan. I am the type of Catholic na pag dumadaan sa isang church, I make the sign of the cross. I observe Catholic rituals. Pag Holy Week, visita Iglesia, nine churches. I abstain from meat. Good Fridays, I fast; then ang ligo mo no'n, the next day na, mga 10 o'clock na.

Of course I don't have sex. Ang daming araw ng taon, bakit mo naman pipiliin pa iyon.

Ang magandang altar sa San Sebastian Church, antigo. Gusto ko rin 'yong sa St. James sa Alabang. Ang sa Baclaran, pang-masa, but ang patroness mo ro'n kasi, ang Mother of Perpetual Help, na parang nanay mo.

Ang tingin ko sa pulitika

Wala akong naging kaibigan sa military. Naging malapit lang ako kay General Alfredo Lim, si 'Pareng Freddie, na mayor ngayon ng Manila. Pulis pa lang 'yon, kasama ko na, kaibigan ko na. Hanggang naging General na. Tuwing mapro-promote 'yon na'ndoon ako sa bahay niya, nagbibigay siya ng party.

Sa buong career ko, I tried to avoid politics. For the record, alam ng lahat kung sino lang ang 'pinagkampanya ko. Pero alam kong ang pulitika ay isa sa mga gulong na nagpapatakbo ng buhay natin. Mayro'n akong political sense, kahit paano. I can talk about it, make observations. Siyempre, 'andiyan ang ABS-CBN News Channel, and CNN, ang BBC, ang maraming diyaryo, to help you think. Kung magaling sana akong magbutingting sa Internet, naki-blog na siguro ako. Hindi nga lang ako marunong sa ganyan.

Sa pagkakaalam ko, isa si Manuel Luis Quezon sa mabuti nating presidente. Nakita ko siya, maliit pa ako. Nagpunta sa Bagong Pulo, naka-riding outfit, may hawak na pamalo sa kabayo, pero sa kotse sakay. Tinitingnan niya ang kapaligiran.

Patay na si Quezon no'ng tambangan ng mga Huk ang asawa niya, si Mrs. Aurora Quezon, saka ang anak at manugang, mga 1949 'ata. Nasindak ang lahat, nalungkot. Mababait ang pamilyang 'yon. E, si Mrs. Quezon, inalok daw 'yan na tumakbong senador, pagkabalik nila galing New York, kung sa'n namatay si Quezon no'ng giyera. Pero tumanggi. Kung ngayon 'yan, naku! May tumatanggi ba?

Underdog si Ramon Magsaysay no'ng kumandidato. Ang tinalo niya, si Elpidio Quirino na incumbent, at dati niyang bossing no'ng secretary pa siya of national defense, o? Two years pa lang nakaupo no'ng nag-crash ang eroplano niya sa Cebu. Nasa Sampaguita ako no'ng nabalita ang plane crash sa radyo. The next day, nasa bahay na ako, no'ng makumpirmang namatay. Aligaga ang tao sa pag-aabang ng balita.

Mahal si Magsaysay ng mga Pilipino. Ang laki ng libing niya.

May isang sikat na litrato 'yon dati, karga niya ang bangkay ni Moises Padilla, na biktima ng political violence sa Negros. Nakatulong 'yon sa pagkaka-halal niyang presidente. Wala pang cable TV pero may political awareness na ang tao.

Ang nakakadismaya, 'yong mga namamatay, 'yon ang 'di dapat mamatay. Si John F. Kennedy. Si Martin Luther King. Si Indira Gandhi. Si Benazir Bhutto. Mga matatalinong tao, pinatay dahil sa differences sa relihiyon, sa pulitika.

Ilang beses na akong kinukumbinseng pumasok diyan, ayaw ko.

Panahon ni Cory Aquino, no'ng wala na si Johnny Enrile sa kanya, 'di ba nga, nagkadisgustuhan sila? Pinuntahan ako ni Chito Ponce-Enrile, sa set ng *John en Marsha*. Sequestered na ang RPN 9, pero tuloy pa 'yon. Sabi niya, 'Pinapunta ako rito ng kapatid ko. Pinagpipilian kayong tatlo ni Ronnie at ni Joseph, para tumakbong senador. Ikaw ang napipisil ni Johnny.'

'Siguro mas tama si Joseph, dahil nag-mayor na 'yon ng San Juan,' 'kako. 'Ako hindi pa. Si Ronnie, hindi pa rin, e. Pero pag-iisipan ko. Sa birthday ni Johnny, sa February 14, pag pumunta ako, ibig sabihin, interesado ako. Pag hindi, hindi ako interesado. Maliwanag ba 'yon?'

Alam ko na talagang hindi ako pupunta, sinabi ko na lang 'yon kay Chito, para at least magmukhang pag-iisipan ko man lang ang proposition.

Si Erap 'ata ang nakuha, sa ano, parang Grand Alliance, at dalawa lang sila ni Enrile na nanalo sa partido. Tama rin ako. Si Erap nga kasi, mas may experience na.

Ang presidente, sa tingin ko, ang dapat iniintindi at binabantayan, ang kaban ng bayan. Sa negosyo nga, incoming at outgoing ang binabalanse. Kaso, ang nangyayari, incoming sa kaban, outgoing sa bulsa ng may bulsa, at hindi sa kinauukulang dapat pagkagastusan. Kaya 'ayan ang nangyayari. Kung si Ronnie naupo, unang titiyakin no'n, 'yong walang makasalengkwat ng perang pumapasok.

Ang kailangan natin, kamay na bakal. Kamay na bakal na hindi corrupt.

At the same time, tutol din ako sa Martial Law. Against ako sa mga masyadong nililimitahan ang moves ng tao, kinu-control. May curfew, may stay-in, at saka ang namamayani puro sundalo. Pag napag-initan ka, pasensiya ka sa buhay mo. 'Sabagay, gano'n na rin ngayon—semi-Martial Law—maraming nawawala na lang na mga reporter, mga namamatay na hindi naso-solve, naki-kidnap na hindi makita.

Pinilit din ako sa mayoralty, sa Manila. Tumanggi ako. Naku, laking pasalamat no'ng eventually nanalo, na hindi ko pinatulan ang alok. I think may panalo ako no'n, taga-Tondo ako, e. Balwarte ko, e, pinakamalaking bilang ng botante.

If ever, definitely, hindi ako magnanakaw sa kaban, kaya maghihirap ako kung mayor ako. Maghihingian lahat sa iyo ang namatayan, maysakit, o? Magkano ba'ng bayad sa mayor? Abonado pa ako sa ilang korona pa lang ng patay. Hindi naman ako kagaya ni Manny Villar, e, 'yon, bilyonaryo.

And then, kung mayro'ng mali ang ginagawa, mga sindikato ng drugs, o, 'pinahuli mo, kalaban mo na 'yon. Mortal na kaaway mo na, dahil kinitilan mo sila ng negosyo nila. 'Papatay ka pa.

'Yan namang mga intelektuwal na 'yan, kesyo ang mga artistang pulitiko raw ang tatanga, kesyo hindi raw karapat-dapat. Aba, oo nga, mayro'ng hindi kagalingan, pero lahat ba ng edukado raw, magaling?

Saka ang artista, komo na nga artista, at halos buong buhay, nakabilad, hindi nagtatago 'yan ng skeletons in the closet, a. Si Erap, alam na maraming asawa, nanalo pa rin. E, ang mga malinis daw, anu-ano ba talaga ang sikreto ng mga 'yan?

Ang gusto kong naging presidente, si Cory Aquino. Asset siya sa pagiging Pilipino natin. Napaka-bayolente ng pagkapatay sa kanyang asawa, pero nanatili siyang kalmado. Nakita niya siguro kung gaano kamahal ng tao si Ninoy, kaya lalo siyang lumakas.

No'ng kumandidato siya, no'ng nakumbinse na ng one million signatures, ang impression, dadayain siya, gugulangan. She made it to Malacañang, thanks din sa EDSA I.

Wala na siya sa puwesto, pero tinitingala pa rin, nire-respeto. Hindi kasi naging greedy for power. May nagsasasabi no'n na puwede pa siyang tumakbo uli, dahil 'yong una, hindi kasali, kasi revolutionary government nga. Pero 'di siya pumayag, bumaba talaga, after six years.

Nalungkot ako no'ng nabalitang mayro'n siyang cancer. No'ng comatose si Vandolf, 'pinahiram niya ang kanyang special rosary, na gawa ni Sister Lucia, isa sa tatlong pinagpakitaan ni Mama Mary sa Fatima. 'Pinadala niya rin uli sa akin 'yon, no'ng ako naman ang naratay. I'm also praying for her recovery now. Mahalaga siya sa mga nagpe-petisyon para sa magandang palakad, talagang haligi siya ro'n.

Kailangan pa rin siya ng bayan.

16 FPJ, Pelikula & Telebisyon

Nag-umpisa akong magtrabaho sa movies with Nanding Poe, 1946, sa *Dugo ng Bayan*. I was 19 years old. Nakikita ko na no'n si Ronnie, nagpupunta minsan sa opisina ng tatay niya. He was about eight years old. Bata pa lang, magandang lalaki na, kulot na kulot ang buhok. Medyo aloof, maski naman no'ng malaki na, gano'n pa rin. Nagiging madaldal lang pag nakainom na ng beer.

Nanding Poe died in 1951. Bago 'yon, ang dami niyang 'kinukuwento sa akin, bini-build up niya ako; gagawa kami ng ganito, ng gano'n. 'Pinaramdam niya na mayro'n siyang faith sa akin, and when you're nobody and you hear that from someone big, aba! Hindi ko inisip na OPM lang 'yon—"Oh Promise Me." Disente pa kasi no'n, walang basta nagbibitiw ng mga salitang hindi pinangangatawanan.

At saka si Nanding, he was a member of the guerilla movement. Nakulong pa nga 'yon, nalagay sa Fort Santiago, pero pinakawalan din. Honorableng tao.

No'ng namatay siya dahil sa rabies, nagpunta ako sa wake, sa Funeraria Nacional, sa Avenida Rizal. Mahaba ang pila, pipila ka. Nalungkot ako. Para sa pamilya niya na maagang naulila. At para rin sa akin. Wala na kako, ang career ko sa movies. Nawala lahat ng hope ko.

Little was I to know, na tutulungan din ako ng mismong anak niya. Si Ronnie, na naging Fernando Poe Jr. na lang, no'ng nag-artista, samantalang ang tunay na Fernando Poe Jr., nakilala as Andy.

As I said, instrumental siya sa desisyon kong maging movie producer, at 'yong aming RR Productions ang parang naging training ground ko. Pero later on, no'ng tumatakbo na ang RVQ, 'pinagtatapat ng mga booker ang mga playdate namin, na ewan kung bakit gusto nilang mahati ang mga tao, e, pwede namang ilihis 'yon. So, nag-usap kami, nag-iwasan sa regular playdate, and then, as much as possible, kahit sa film festival, nagbigayan.

It's true, na pag nagbi-biyahe ako, palagi akong may pasalubong sa kanya. Kung hindi jacket, salamin; anything na alam kong type niya, magagamit niya. Ugali ko talaga 'yon; pag kaibigan ko, mayro'n akong dala, maski ano. Pero no'ng dinadalhan ko siya at nakikita kong ginagamit niya sa pelikula, lalo akong natutuwang dalhan.

Wala akong natatandaan na tampuhan namin. Nagtatalo kami niyan, talagang nagsisigawan, pero sabi ko, 'Oo, alam ko, hindi mo ako papatulan.' Meron kaming respetuhan sa isa't isa. Friendly debate lang. Kung baga, nagdidiskusyon kapagka hindi nagkakasundo sa katwiran. Palagi kong 'pinagmamalaki sa kanya na hindi ako kaparis ng ibang tao niyang yes-man, dahil pag sa tingin ko, mali siya, sinasabi ko.

Pareho kami ng zodiac sign, Leo. Sa Chinese astrology, Year of the Dragon ako. Siya, hindi ko alam.

Madalas kaming takbuhan ng mga may financial problems sa industriya. Mga nagpapaaral. Nagkakasakit. Nagpapaospital. Nagpapalibing. No'ng araw pang minumuni-muni ni Pol Salcedo na magawa'n ng paraan ang mga gano'n, so I think, minsang nabalitaan ni Erap na may 'pinalibing na naman kami, naisip niya, why not make a foundation para mag-shoulder ng mga ganitong expenses na hindi na manggaggaling sa bulsa ng mga artista? 'Yon, sa pagkakaalam ko, ang pinanggalingan ng Movie Workers' Welfare Fund, ang Mowelfund.

No'ng tumakbo si Ronnie, alam niyang hindi ako karaniwang sumusubo sa pag-eendorso ng kandidato. Kinausap niya ako, kung puwede akong tumulong, kung ayaw ko raw, OK lang.

'For you, I'll try it,' 'kako.

Ang itinoka lang niya sa akin, ang mga na-pinpoint niyang weak spots—sa Bicol, so doon sumama ako, at sa Cebu.

Do'n pa nga sa Cebu, ayaw niya na akong isama. Ako pa ang nagpilit. 'Yong nangyari do'n, kasi, 'di ba, sunud-sunod ang black propaganda laban kay Ronnie. Deny nang deny ang Malacañang na may alam sila sa pagkakalat ng alimuom. Si Ronnie raw, Amerikano, walang alam ang Malacañang. Si Ronnie raw, nanuntok ng reporter, may inihian pa, walang alam ang Malacañang. Si Ronnie

Fernando Poe Jr.

Fernando Poe, ang ama

raw, ganito, ganyan, pero wala pa ring alam ang Malacañang kung sino ang behind sa chismis. Walang alam, walang alam, 'ayun, binitiwan ko, 'Dugay na sa Malacañang, tonto pa gihapon.'

Lumaki 'yon. Pinalaki ang reaction. Ang lalaki ng litrato ko sa diyaryo, parang ako ang kandidato.

E, expression lang 'yon, an old joke, na na-twist ko lang for the situation. Bakit pag ako ang nagsasalita, dinadamdam nila? Sabi ko nga, ang dami riyan, mas grabe ang sinasabi, harap-harapan sa television, pero pagka ako . . . Anyway, I had to apologize. Public apology, dahil madadamay ang isang commercial ko, 'yong Dolfenal, hindi mailalabas.

'Pasensiya na kayo, kung nagkatuwaan kami do'n, it's an old joke. Kung dinamdam n'yo, I'm sorry. It won't happen again,' sabi ko. Inulit-ulit ang labas niyan, sa TV, sa radio—umaga, tanghali, gabi, hatinggabi.

Sumagot si Mrs. Arroyo, narinig ko sa radyo, 'Apology accepted!'

Pero humirit pa uli ang Press Office, something like, 'Sabihin mo muna diyan sa manok mo, siya ang mag-aral.' Binira uli si Ronnie.

Ako naman, na-kanselang bigla ang kontrata ko sa ABS-CBN. Siyempre, nabigla ako. 'Pinatawag nila ako, to tell me na terminated na. Mahirap mag-speculate kung bakit suddenly nagkagano'n. Kung 'ando'n pa si Geny, well, hindi siguro ako magdaramdam, because hahanap 'yon ng paraan, ng ibang klaseng way to tell me. So, I told them, OK lang, I can find a job somewhere else.

Sila rin ang bumalik sa akin.

He won

Dinalaw ko pa siya, before his stroke. Kadya-jogging lang niya, pawisan, naka-sweat shirt, naka-shorts, naka-goma. Sabi ko, 'How do you feel now?'

'Okay lang ako,' he said.

'Ang lupit no'ng nangyari sa 'yo,' 'kako. 'Pero di bale, nakita mo naman na mahal na mahal ka ng tao, sobra'ng pagmamahal nila sa iyo.'

Nag-usap kami, 'yong ibang pinag-usapan namin, amin na lang.

And then, I heard what happened, December 11. Hindi ko agad inisip na gano'n ka-seryoso. Si Susan nga raw, nasa Batangas pa. Akala ko, one of those things, minor stroke ba. 'Yon pala, si Susan din mismo, nalaman na lang na talagang grabe, no'ng nasa ospital na. Pumunta na ako, the next day. Tanghali na 'ata ako dumating, nakita ko ang mukha ni Susan, hindi maganda ang expression. Parang serious nga si Ronnie. Kung baga, sa experience ko sa mga maysakit at dying, mukha pa lang ng doktor makikita mo na kung malala ang pasyente, kung hindi maganda ang prognosis.

Dolor Guevara
Talent manager

Pagkatapos niyang magdeklara na tatakbo siyang president, tumawag si Kuya Ron, kung puwede raw makumbida si Tito Dolphy, with Richard Gomez, Rudy Fernandez and Eddie Gutierrez na mag-dinner sa Bakahan at Manukan sa San Juan. Sila-sila lang daw.

No'ng hapon ng day na 'yon, tumatawag uli si Kuya Ron, pinakaka-cancel ang dinner at nalaman daw ng press. E, nahihiya raw siya at baka sabihin na nanggagamit siya.

Si Tito Dolphy ang una kong tinawagan. Ang sabi, 'E, ano naman. Magdi-dinner lang kami. Sabihin mo, darating ako.'

Gano'n na rin ang iba, so natuloy ang meeting. Pero pagkatapos no'n, hindi na 'pinatawagan ni FPJ ang Tito Dolphy. Kung baga, worried na siya na baka magalit ang ABS, kasi nga doon naka-contract si Tito Dolphy.

Maski nga 'yong sa Cebu, sinabihan na namin si Tito Dolphy na 'wag nang umattend, pero gusto niyang sorpresahin si FPJ. Na ewan ko naman kung bakit itong Cirio Santiago na 'to, pumapel, at 'binulgar kay FPJ na darating daw si Tito Dolphy, na para bang siya pa ang nagpapunta. E, surprise sana 'yon.

Si Tito Dolphy, hindi mahilig sa kampanya 'yon. Ang dami na niyang tinanggihan. Pero para kay FPJ, siya pa ang nagsabi, 'Kaibigan ko iyan, at hindi puwedeng hindi ako magkampanya para sa kanya.'

Pero noon pa man, alam na raw niyang dadayain talaga; hindi papanalunin.

No'ng na-stroke si FPJ, nasa Bangkok ako. Tinawagan ko siya, alas tres ng madaling araw:

'OK ka ba, Tito Dolphs?'

'Oo, 'di pa kami natutulog.'

'Si Zsa-Zsa ba, andiyan?'

'Oo, bakit?'

'Tito Dolphs, 'wag kang mabibigla. Inatake sa puso si Kuya Ron, nasa St. Luke's. Huwag ka nang magpunta muna ro'n, at ando'n na sina Manay Ichu.'

E, kasi no'ng si Vandolf naman ang na-aksidente, at hinihintay pa namin ang sasabihin ng mga duktor, kung mabubuhay ba, or what; si FPJ ang kasama ni Tito Dolphy sa Makati Medical, minamasahe siya do'n sa kuwarto, 'O, OK ka ba, 'Pare? Matulog ka muna,' ganito, ganyan.

Very close sila. Kahit saan magpunta si Tito Dolphy, palagi niyang 'binibili ng jacket si FPJ. Hindi puwedeng hindi. Ke malapit, sa Hong Kong, o malayo, sa States, basta papasalubungan niya.

No'ng kay FPJ, sinuguro ko rin muna ulit na 'ando'n si Zsa-Zsa, bago ko sinabi: 'Tito Dolphs, patay na ho si Kuya Ron.'

Pagkababang-pagkababa ng telepono, talaga raw humagulgol.

Kasama si Ronnie Poe sa kanyang campaign for President of the Philippines

No'ng makita ko si Ronnie, well, dalawa na nakita kong gano'n. Si Bert Marcelo at si Panchito. 'Pinagdasal ko na, 'Lord, kung mabubuhay man itong kaibigan ko, at magiging inutil din, kunin N'yo na lang, please.'

'Pinipilit kong magkunwari, na natutulog lang siya at magigising, pero alam kong binobola ko na ang sarili ko. Nakikipagtalo ako sa thoughts ko. Hindi ko masabi kay Susan kung ano'ng talagang feelings ko. Sinasabi ko na lang na magpakatatag siya, at matatag nga siya.

Pero alam na ni Susan no'n. Nararamdaman niya na.

Mahal na mahal ko si Ronnie. Mahal na mahal ko. Nagpapadala ng alimango, sugpo—ang dami, kung anu-anong pagkain—isda, kung anu-ano. Ako naman, gano'n din. Padadalhan ko siya ng turkey galing sa Hizon's, gustong-gusto niya 'yon, kasi bihirang magkaro'n dito. Saka ensaymada. No'ng namatay siya, nagpadala pa rin ako kay 'Mareng Susan, may kasamang sulat, 'Nariyan lang siya, sa tabi mo.'

I think he won. Honest to goodness, he won. Everybody knows. I think, almost everybody knows he won. Siya ang talagang nanalong presidente ng Pilipinas no'ng 2004.

Ang pelikula ngayon

Ang movies, bumaba talaga ang paggawa. Ang television ang medyo okay ngayon, although sa telenovela lang at mga drama. Last year nga raw, wala pang 50 ang nag-showing. Ang iba pa ro'n, para sa MMFF na, may nakabilang na ring mga digital, mga indie films.

Kaya hindi na rin ako nagpro-produce. Ang hirap para sa mga gaya kong hindi naman network na kayang magpasa ng kostas ng TV advertising. Kalaban mo na ang mga pirata, mabigat pa ang taxes na malaki na nga ang dating tax, dinagdagan pa ng VAT. Susun-suson ang dala ng producer.

'Kini-kuwenta ko, talagang wala ka ring kikitain, maski na anong laki ng box office mo. Ginagawa mo pa lang, nagbabayad ka na ng tax sa imported raw materials. Bawat galaw mo, may bayad, may specific tax.

'Yong VAT na 'nilagay kukuha pa sa iyo ng 12% sa gross. Samantalang 'yong amusement tax, almost 30% na, so all in all, 42% na ang 'binabawas sa iyo. Ngayon, may sine ka, kasosyo mo 'yong sine. Pag nag-book ka sa kanila, may scale. Malakas ka sa 65-35 ang hatian, 35% sa sine, 65% ka. Pag bumaba ka sa sliding scale na 'yon, kung 'di ka na kalakasan, 60-40 na ang usapan. Pag bumaba ka pa ro'n, 50-50 na. Pagpasok mo pa ng second week, lalo kang bumababa. Ang sine ang walang kalugi-lugi.

Let's say, mahina pa ang pelikula mo, mayroong minimum guarantee, halimbawa, 65% ang sine, 35% ka. Hihingian ka pa ng sine ng fixed rate, kung magkano man ang usapan ninyo, parang minimum charge nila sa renta ng sine. Babayaran mo 'yon, babayaran mo pa ang checker mo. Ikaw lang mag-isa ang abono ng abono. Kawawa ang mga nagpe-first day, last day. Hindi na makakabawi 'yon.

Para makaahon, kung sincere ang gobyernong makatulong sa movie industry, dapat bawasan 'yong tax. Gawa'n ng paraan na ma-chop ng konti. E, alisin mo lang 'yong VAT malaking bagay na.

Isipin mo, kumita ka ng P100 million. Binawasan ng 12% na EVAT; P88 million ang natira. Babawasan pa ng 42%, pinagsama ko na ang specific tax at amusement tax do'n, so P51 million na lang. E, hindi pa 'yon ang take home mo. Kukunin pa ng sinehan ang 28% share nila. May P37 million ka. Suwerte mo, kung ikaw din ang booker, wala kang booking fee. Checkers mo pa, ang mga naglalagari, ikaw rin ang nagsu-suweldo. May continuing promo pang ginagastusan.

Ang TV spot sa prime time, 30 seconds, P300,000 sa 7-9 p.m. na time slot. Ang mura-mura, air time sa mga *Eat Bulaga, Wowowee.* No'ng gumagawa pa ako, P60,000 ang noontime rate. Siguradong ngayon, mas mataas na. At komo ang katapat mo, mga network-produced, gusto mo naman makaabot ka man lang sa kalahati ng bilang ng TV spots nila, easily, P10 million 'yon.

On top of everything, magkano ang puhunan mo sa production? Ang capital? Ano ang nangyari sa P100 million na kinita mo? Don't forget, kung magkano man ang natira, magbabayad ka pa ng personal income tax, ha?

Armida Siguion-Reyna
Singer-Actor-Producer

Dolphy is a most relaxed actor. He is not self-involved. Hindi kagaya ng karamihan ng mga artista who are so self-conscious kaya their looks get in the way.

Ang self-involved actor, 'yong palaging iniisip ang sarili—kung tama ba ang sinasabi, kung nagkamali ba kanina o magkakamali mamaya, o kung ang pilit na iniintindi ay 'yong baka siya ma-misconstrue ng audience. Hindi gano'n si Dolphy, makatotohanan siya.

Hindi siya basagulerong katulad ko. Involved siya sa mga undertakings ng movie industry, sa mga nangyayari, at matulungin sa kapwa.

Hindi siya tsismoso. Napapakinig lang siguro sa tsismis, kasi sa mga showbiz gatherings, for instance, maraming artista, maraming bali-balita. Pero hindi niya 'kinakalat ang kung anuman nababalitaan niya. Wala siyang gano'ng reputasyon.

Mabait siya. Isang tutoong tao.

No'ng bata ako, ang first run theater, mga 25 centavos, nasa Avenue ka na. Sa double-feature, five centavos. No'ng artista na ako, P1.20 ang orchestra ticket. Nagba-box office killing ako, P5.00. Subukan mo ngayong magbigay ng limang piso lang sa pulubi, pag 'di ka sinimangutan.

E, may censorship problems ka pa.

Ang censors dito sa atin, double-standard. Kaparis no'ng *Vagina Monologues*. Pag ginawang sine 'yon, pupuwede sa censors, kung Ingles. E, kung Tagalog?

Ang "son of a bitch," pinalulusot; ang mura natin, hindi.

Tulad no'ng sa *Schindler's List.* Pa'no mong itatago ang talagang nangyaring katotohanan? Sino naman ang magkakamalisya sa hitsura ng mga hubad na Holocaust victims? Kung ako nga, nakaranas ng katakut-takot na hirap no'ng panahon ng Hapon, nasindak pa ako sa sine. May mas grabe pa pala ang dinaanan, kaysa sa akin, tapos, sasabihin mong ako, na adult, hindi ko puwedeng panoorin 'yon?

May pumping daw kasi na ilang seconds. Pangit ba ang pagkakagawa? E, hindi.

No'ng before the MTRCB, may ginawa akong pelikula, ang pamagat, *Biyenan Ko ang Aking Anak.* Disapproved ng Board of Review. Masagwa raw, baka raw kung ano ang isipin ng mga bata sa title. E, ang uso no'n, mga pelikulang *Kapatid Ko ang Aking Ina*, na ini-i-spoof ko lang. Usap, usap, diskusyon, na-approve din.

Ang hirap, iba-iba ang pananaw ng mga nakaupo sa MTRCB. Hindi magkasundu-sundo. Ang OK sa isa, ayaw ng iba. Kailangan sa eksena ang may nagpakamatay, sasabihin ng iba, bawal. Basta ba tutoo, e.

Kung censor ako, liberal ako. Kung ano ang nararapat. Kung sobrang brutal, at 'di talaga maganda, "Strictly For Adults Only."

Ang mga nakausap kong hepe ng censors, si Maria Kalaw Katigbak. Si Manoling Morato. Si Etta Mendez, ang isang pelikula ko, gagawin daw na "For Adults." 'Pambata 'kako ito; talaga bang hindi puwedeng i-"PG-13" man lang? Pinaputulan.

May mga well-meaning advice. 'Tito Dolphy,' sabing gano'n, 'gawa ka ng drama. Kakaiba 'yan, magugulat ang tao pagka completely drama ang movie mo.'

Oo na nga, pero paano pa?

Pinatay na rin ang sitcom

Parang gano'n.

Sa prime time ngayon, puro telenovela. Hindi lang gawang Pinoy, pagkatapos ng Mexican soap opera na nag-click, dumating ang mga Taiwanese at Korean telenovela.

Saan mo pa ilalagay ang sitcom?

The Day the Laughter Died

Not so long ago, the Filipino was at the heart of prime time television programming. Those were the days when local television boasted a truly diverse programming. The addiction for continuing bathos was limited to afternoon or early evening viewing. Prime time television was the bastion of variety shows, excellent drama anthologies and the best of Pinoy sitcoms.

But that was before the coming of Thalia of *Marimar.* When this first Mexican telenovela dubbed in the native language grabbed viewers' unflinching interest and zoomed to unprecedented popularity the entire geography of prime time TV underwent a major shift tantamount to the impact of the meteor that wiped out the dinosaurs. With local soap operas (which later gave birth to costumed fantaseryes) occupying the most important weeknight time slots on the two major stations, the sitcom was pushed to the back burner . . .

Gone is the real Golden Age of Philippine television. Yes, the shows we currently see on commercial TV obviously emphasize production value. What terrific costumes; what eye-popping sets! Flying superheroes of all ages, sizes and mutations! Exotic locations inaccessible to the minimum wage-earner! Dizzying shots from cameras seemingly mounted on amusement park rides! Dios mio . . . Korean, Taiwanese, Mexican and Peruvian actors speaking in Malolos-perfect Tagalog! Local sitcoms have become mere space-fillers.

We can only reminisce and feel sorry. Once upon a time, Philippine TV took pride in shows like *Kuwentong Kutsero,* the original *John en Marsha, Tang-Tarang-Tang, Chicks to Chicks, Iskul Bukol, Okay Ka, Fairy Ko.* We had programs like *Buhay Artista, The Nida-Nestor Show, Hapi House* and formats like Peque Gallaga's *Champoy,* Marilou Abaya's *Sic O' Clock News,* Johnny Manahan's *Abangan ang Susunod na Kabanata.* Twenty years ago, there was *Eh, Kasi Babae!* and *Palibhasa Lalake.*

These were long-running programs . . . so that we actually watched Maricel Soriano as Shirley grow up before our very eyes. These were original shows, courageous in breaking barriers and impressive because they consistently sought to redefine what the Filipino found funny and endearing. They were innovative because no two sitcoms looked or sounded alike. If a competitor decided to ride on a trend by creating a facsimile, only the original program persisted and succeeded; the second-rate, trying-hard copycat evaporated into oblivion.

To this day, Dolphy is still John Puruntong, Tessie Tomas is Amada Pineda or Barbara Tengco and Vic Sotto is Enteng Kabisote. The characters immortalized by these comedy shows have been so tightly embraced by the populace that they became part and parcel of the national consciousness. These characters were not merely funny; they represented ideas and arguments at a certain point in our social and political histories. They were personifications of the Filipino.

Looking back, some of these shows may seem inane . . . having resorted to slapstick and other formulaic devices. And yet they offered something new and distinct because they showcased the artistry of comedians in the manner that they gifted the audience with laughter. They gave true insight into Filipino life in its ever-changing norms, providing a glimpse into the mind-set of generations passing and growing. They made us laugh . . . so much that now we wonder why the laughter became so memorable.

—Jose Javier Reyes
reprint article from *Philippine Daily Inquirer,* September 25, 2006

Maski na 'yong kay Vic, anong oras pumapasok? Ang kay Aga Muhlach? No'ng araw, sitcom ang prime time. Ngayon, 'tinaboy na sa halos dis-oras na wala nang nanonood, sa dating oras ng news.

Ewan ko kung may nakaka-realize na hinahanap ng tao ang comedy. Ang pruweba ko diyan, ang mga nagta-top grosser sa festival, puro comedy. Hindi drama ang *Kasal, Kasali,* ang *Sakal, Sakali.* Lalong hindi drama ang kay Vic. E, consistent ang mga figures nila; ang lalayo ng mga kasunod. Sa madaling sabi, andiyan ang audience.

Pana-panahon lang 'yan. Sabi nga, 'di ba, ang buhay, weather-weather lang. Kung ngayon, telenovela; there will come a time na mawawala rin 'yan, tulad nang dating kaliwa't-kanang mga game show. Iba na naman ang papalit.

Mabubuhay uli ang sitcom. Mananawa rin ang public sa puro iyakan ng iyakan. Maski nga ngayon, nakikita mo nang kinakapos na sila sa materyales. Nangyari na ang *Marimar* ni Thalia, ginawa nila, *Marimar* na Tagalog. Katatapos lang ng *Dyesebel* at no'ng *Marina* ni Claudine, na sirena rin siya, uulitin na naman ang *Dyesebel.* Nire-revive din ang mga lumang pelikula, ini-i-stretch, para gawing afternoon soap.

Pabalik-balik na sila, paulit-ulit. Wala nang maisip. Nagkakaubusan na ng idea. Minsan pa, trial and error. Magkakarga ng bago kuno; pag pangit ang ratings, cancel agad.

Isa pang nakakalungkot, ang network wars. Maraming artista ang natatamaan, lalo na ang maliliit. Gusto nila, pag ABS, ABS. Pag GMA, GMA. Kung saan ka, diyan ka lang. Hindi naman lahat, protected ng contract. Dapat diyan, kung wala kang kontrata, puwede kang palipat-lipat.

Parang nagkadamutan at the expense of the small people. Hindi ko feel.

17 Paano Kayo Ngayon?

May kapalit nga ang lahat. Hindi ako sikat noon, pero hawak ko ang mundo. No'ng sumikat ako, nawala ang privacy ko. Maski namamaga ang mukha mo, dahil bagong bunot ka, 'Smile!' O kaya, mugto ang mata mo, dahil namatayan ka ng anak, 'Smile!'

Mas madali pa dati no'ng hindi naman palaging dala ng tao ang camera, iniiwan sa bahay. E, ngayon, lahat ng cell phone, may camera. Wala ka nang lusot. Minsan dala-dalawa na sila, iniipit ang mukha mo sa gitna, 'Smile!'

Naamoy mo sila, ang hininga nila, gusto mo nang tanungin, hindi mo lang magawa, 'May sakit ka sa atay?'

Pero hindi na rin ako na-o-offend, nasanay na ako. Ang mga anak kong bata ang nabu-buwisit, lumalayo na lang. Minsan na nga, ayaw na akong samahan. May nagsisindi lang ng lighter, napapangiti akong automatic, akala ko flash. Kumidlat, ngiti ako; akala ko pa rin, flash.

Marami akong nami-miss sa dating Manila.

Una na 'yong pwede kang maglakad maski saan, kahit anong oras, umaga o gabi, na hindi ka matatakot na may ho-hold-up sa iyo, manloloko. Basta talagang freedom ang mararamdaman mo. Malaya kang maglakad mag-isa; walang alalay, walang kasama.

Freedom from fear, ganyan.

Si Nanding Poe, no'ng araw, nakikita ko sa may simbahan ng Tondo, naglalakad lang. Hindi dinadamba; kinakawayan, binabati, pero nirerespeto. May distansiya ang humahanga sa hinahangaan.

Ngayon, makakapaglakad ka lang nang walang takot, kung armado ka, kung may dala kang baril, o ang bodyguards mo, mayro'n. E, ayoko nang gano'n. May baril ako, lisensiyado. May shotgun pa nga, pero iwas na iwas akong dalhin 'yon, at tumatapang ako. Mas mabilis makainit ng ulo, at 'yon ang delikado.

Isipin mo ang nilalakad naming magkakabarkada no'ng araw, mula Tondo hanggang Dewey Boulevard. Malalakad pa ba 'yon ng mga bata ngayon nang hindi sila nasasabat ng mga fraternity; nasa-salvage; nananakawan nang kahit luma na nga ang cell phone, black and white; sasaksakin ka pa, pag inagaw sa iyo, o.

Ang edad ko, siyempre, hindi na ako ulit babata pa, but the things that make me feel young, 'yon ang hinihiling kong bumalik. Kamukha ng genuine spirit of Christmas. Nararamdaman ko 'yon dati, maski wala akong pera, makarinig lang ako ng Christmas carols, masaya na. Ngayon nga, may pera na, parang ang hirap ma-feel ng Pasko.

Ang innocence of youth.

'Yong innocence na nagbibigay ng meaning sa pagbati ng Happy New Year! Ingay ng torotot at kawayang kanyon, puwede na sa bisperas ng Bagong Taon; pampasaya, pampasigla. E, ngayon, may super lolo, whistlebomb, may kung anu-ano, mga bawang na kay lalaki. Kulang-kulang, dinamita; tapos, iiyak-iyak, pag naputulan ng daliri.

There was a time talaga, na ang kaligayahan ng mga bata, wala sa materyal na bagay. Tumbang-preso lang, happy na. Habulan. At kahit mahirap ka no'n, 'di ka naiinggit. Hindi ka ungot nang ungot sa magulang na ibili ka nang ganito, ganyan. Kung wala; wala.

Lumaki akong mahirap pero hindi desperado. Alam ko, there was a way out. Gaano pa karaming kabataan ang ganito ang pakiramdam?

Sana rin, mabalik ang dating palagayan ng loob ng Pinoy sa kapwa Pinoy. Gaya no'ng mga una kong biyahe sa Hong Kong, o. Pag-uwi ko, taxi ang sasakyan ko, wala pa akong kotse, e. Pero hindi ka takot sa taxi driver no'n. Walang taxi driver na nanloloko ng pasahero. Siya pa ang takot na mapagalitan sakaling 'di niya alam ang address na 'pinahahanap mo.

Ang trust in your fellow Filipino.

Kababayan, e. Sino pa ba ang pagtitiwalaan mo, kundi ang kalahi? Sad to say, pag nasa ibang bansa ka, maririnig mong advice na 'binibigay sa mga bagong salta, 'Huwag kang makipagbarkada sa kapwa Pilipino.' Ang sakit, di ba?

Ang turo ng magulang dati sa anak, 'Pag naligaw ka, magtanong ka sa pulis.' Ngayon, 'Pag naligaw ka, magtago ka sa pulis.'

Mawala na rin sana pati ang mga namamalimos sa highway, sa mga kotse, na nangungupahan pa ng mga sanggol na props, para magmukhang lalong kawawa, na 'yon pala, pakawala ng mga sindikato. Mawala na rin ang mga naghahalungkat nang makakain sa basurahan.

Ang ibig kong sabihin, freedom from want.

Ang hirap, nababalitaan na kesyo maganda ang economy, kesyo we are doing well, pero hindi nakikita 'yon sa reality. Parang laganap ang kapit-patalim mentality. Ang tindi ng crime rate.

Sa Manila na kinagisnan ko, kahit mahirap, may dignidad. Walang nakakaisip magpaupa ng patay, magbenta ng kidney o ng dugo bilang hanapbuhay, magtulak ng droga, manloko tulad ng illegal recruiters—wala.

Ang Pilipino noon, taas-noo. Ang taxes niya, alam niyang napupunta sa dapat puntahan. Ang boto niya, talagang binibilang. Ang mga pangarap niya, nakakamtan. Kailan siya ulit maglalakad sa mga kalye ng Manila?

Ang call slip

I have cheated death a number of times.

Hindi ako nahulog sa charcoal-fed train na sinakyan ko galing sa Baguio no'ng Japanese time, kundi ang katabi ko.

Lumubog ang barko na sinasakyan ng dati kong entertainment troup, kare-resign ko lang.

Papunta sana kami ni Zsa-Zsa sa Baguio, sa Hyatt Hotel kami titira, no'ng malaking lindol ng July 16, 1990. Nag-request lang ang Evergreen Films, producer ng *Atorni Agaton: Abogadong de Kampanilya,* na mag-straight shooting days kami dahil pupunta si Vivian Velez sa Amerika, kaya, 'ayun, no'ng Lunes na 'yon ng lindol, 'ando'n ako sa Luneta Theater, nagta-trabaho. Gumuho ang Baguio City Hyatt; 50 ang patay.

Na-kidney operation na ako. Na-bypass. Nagka-tubig sa lungs. At saka naman, hindi na ako bagets.

The inevitable will come. Kung dumating na ang oras mo, hindi ka na kokontra, wala ka nang magagawa. It's your time. Sabi nga nila, alam mo, pag malapit na. You feel it.

May nagtrabaho sa akin dati, nag-assistant director, nakapag-direct din ng two movies for me, si Dan Inocencio, Danding, kung tawagin namin. Nagkasakit siya, cancer. Paalis ako no'n papuntang Amerika, mga 1983, so dinalaw ko muna siya, payat na payat na. Hinawakan ang kamay ko, ang higpit. Walang sinasabi, pero grabe ang higpit ng pisil niya sa akin, sabay idinikit ang mukha sa braso ko. Tumulo ang luha; agos ng agos, hanggang sa pati ako, napaiyak din, dahil nararamdaman ko ang init ng luha niyang dumadaloy sa balat ko. Without saying it directly, nagpapaalam na siya, ramdam niyang hindi na kami magkikita.

Matagal na itong chismis; I will confirm it. Mayro'n na nga akong kabaong. Bronze. No'n ko pa kinuha. Isa rin ako sa mga kauna-unahang bumili ng family estate plan sa Loyola Memorial Park sa Marikina. Malaki 'yon. For 16, at dahil sa puwedeng doblehin, 36 ang talagang kakasya ro'n. 'Ando'n si Papang, si Mamang, si Junior na kapatid namin, si Sony, si Georgie at si Freddie. 'Pinahukay ko

Ading Fernando

Si Pugo, ako at si Manding Garces

Ako, si Pugo at si Babalu

Si Pugo at si Georgie

Close friends

Si Pancho at Panchito

ang mga buto ni Tessie, pinalipat ko rin do'n. Pati na rin si Andong Yabut, na pamangkin ko, anak ni Sony.

Karaniwang tanong, 'di ba, kung sinu-sinong isang dosena na tao, puwera pamilya, ang gusto mong kumbidahin sa espesyal na pa-dinner na ikaw ang host? Ang iba diyan, kesyo si Hitler, si Kennedy, si Napoleon, si Elizabeth I, at kung sino pang sikat noon at ngayon. Ako, hindi.

Ang kukumbidahin ko ay ang mga mahal sa akin, 'yong mga ininda ko, no'ng nawala: Si FPJ, Pancho Magalona, Panchito, Ading Fernando, Chaning Carlos, Bayani Casimiro, Tommy Angeles, Manding Garces, Teroy de Guzman, Willy Mariño, Conde Ubaldo, at si Nida Blanca. Masa-shuffle pa ang guest list na 'yan, from time to time, masasama si Pugo, Leopoldo Salcedo, at Benny Mack.

Kukumustahin ko sila, tatanungin, 'Saan ka, up o down?' O kaya, 'Maganda ba do'n?' Or, 'Mainit?'

Magre-reminisce kami. Gano'n talaga, pagka puro old-timer ang kaharap mo. Remember this, remember that, remember when?

Pagkatapos, sasabihin ko sa kanila, 'Well, I hope I don't see you soon.'

Madasalin akong tao. Nagte-treadmill ako, sabay nagro-rosaryo. I pray directly to God. Nauso ang Cursillo, kinumbinse ako ng lahat; hindi ako naengganyo. I respect the Born-Again movement; dalawang anak ko, active diyan, pero hindi pumasok sa isip ko ang magpalit ng relihiyon.

Hindi sa kawalan ng respeto, pero minsan akong nagsimba, kasama ni Baby at ng mga bata. Sa sobrang puyat ko, nakatulog ako, at mula sa pagkakatayo, napaluhod na bigla. Pa-simple kong sinilip ang mga tao sa paligid, nakatingin lahat sa akin. Pinangatawanan ko na lang, dinire-diretso ko na ang pagdasal na nakaluhod na gano'n, taimtim na taimtim.

Palagay ko naman, most of my prayers in life were granted.

No'ng naghihingalo ang anak ko, hiniling ko, 'Lord, kung maililigtas N'yo, iligtas N'yo. Huwag N'yo lang pahirapan, kung kukunin Ninyo. Alam ko namang hindi talaga sa akin ang anak ko, kundi sa Inyo.'

No regrets ako sa buhay, halos lahat naabot ko. Maaaring hindi ako naging multi-millionaire na talagang mayaman na mayaman, pero I consider myself na mayaman na rin dahil marami akong kaibigan. Ang mga anak ko, unti-unti nang nase-settle. Maski papa'no, wala akong kagalit. Kung mayro'n mang galit sa akin, well, wanakosey.

Alam kong hindi ako naging Dolphy mag-isa. Nagpapasalamat ako sa lahat ng mga pinagkakautangan ko ng loob, mga nakasama ko sa entablado, radyo, TV at sine. Mga producer, director, writer, leading lady, supporting actors, pati mga villain, hanggang pati mga extra. Ang lahat ng tumangkilik sa akin, sa mga shows ko, at mga pelikula. Mga magulang ko, at mga kapatid. Pamilya. My friends. The women I loved. Most especially, my children and their respective mothers. Wala akong nakakalimutan sa kanila, I pray for all of them.

Kung makaharap ko na si Lord at pagbibigyan Niya ako ng isang hiling, ang hihingiin ko, peace talaga. Hindi lang dito sa atin, kundi para sa buong mundo.

And then, sasabihin ko, 'Kayo lang ang talagang nakakaalam kung ano'ng ginawa kong masama at kung ano'ng ginawa kong mabuti. Siguro naman ho, mas maraming mabuti. Kung mayro'ng masama, aaminin ko ho, 'kinukumpisal ko na. Hindi ho ako nagkukulang ng pagtawag sa Inyo; husgahan N'yo na ako.'

Pero habang hindi pa dumarating ang call slip ng tunay na Director, Writer at Producer, dito na muna ako, kasama ng pamilya at mga kaibigan. Nagto-tong-its, namamasyal, nagpa-flash back.

Sa Calle Padre Herrera ako ipinanganak, July 25, 1928. Orig na Tondo boy, mahigit trese no'ng bombahin ng Japan ang Pearl Harbor.

Maraming buwan at taon bago pa mangyari iyon, masaya ang buhay.

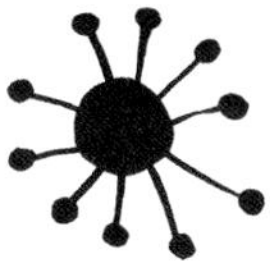

Filmography

1953

Sa Isang Sulyap Mo Tita
with Pancho Magalona, Tita Duran, Aruray, Tony Cayado
Director: Armando Garces
Sampaguita Pictures

Jack and Jill
with Rogelio de la Rosa, Lolita Rodriguez
Director: Mar S. Torres
Sampaguita Pictures

Vod-a-vil
with Pancho Magalona, Tita Duran, Katy de la Cruz
Director: Olive La Torre
Sampaguita Pictures

1954

Sa Isang Halik Mo, Pancho
12 grand musical numbers
topped by "Carioca," "Big Apple," "100th Night Show"
with Pancho Magalona, Tita Duran
Director: Armando Garces
Sampaguita Pictures

Maalaala Mo Kaya
with Carmen Rosales, Rogelio de la Rosa
Director: Mar S. Torres
Sampaguita Pictures

Dalagang Ilocana
with Gloria Romero, Ric Rodrigo
Director: Olive La Torre
Sampaguita Pictures

Sabungera
with Ric Rodrigo, Lolita Rodriguez
Director: Tony Cayado
Sampaguita Pictures

Menor De Edad
with Pancho Magalona, Myrna Delgado
Director: Mar S. Torres
Sampaguita Pictures

1955

Tatay na si Bondying
with Fred Montilla, Myrna Delgado, Norma Vales
Director: Armando Garces
Sampaguita Pictures

Artista
with Rogelio de la Rosa, Gloria Romero
Director: Octavio Silos
Sampaguita Pictures

Balisong
with Alicia Vergel, Van de Leon, Panchito
Director: Conrado Conde
Sampaguita Pictures

Despatsadora
with Gloria Romero, Luis Gonzales
Director: Tony Cayado
Sampaguita Pictures

Hindi Basta Basta
with Gloria Romero, Ric Rodrigo
Director: Tony Cayado
Sampaguita Pictures

Boksingera Daw
with Luis Gonzales, Susan Roces, Panchito
Director: Olive La Torre
Sampaguita Pictures

Hootsy Kootsy
with Gloria Romero, Luis Gonzales
Director: Mar S. Torres
Sampaguita Pictures

Mambo-Dyambo
with Fred Montilla, Alicia Vergel
Director: Octavio Silos
Sampaguita Pictures

1956

Chabacano
with Luis Gonzales, Myrna Delgado
Director: Octavio Silos
Sampaguita Pictures

Vacacionista
with Gloria Romero, Luis Gonzales, Norma Vales
Director: Mar S. Torres
Sampaguita Pictures

Teresa
with Gloria Romero, Luis Gonzales, Norma Vales
Director: Mar S. Torres
Sampaguita Pictures

Gigolo
with Ric Rodrigo, Barbara Perez
Director: Olive la Torre
Sampaguita Pictures

Kulang sa 7
with Susan Roces, Eddie Arenas, Norma Vales, Panchito
Director: Armando Garces
Sampaguita Pictures

1957

Bituing Marikit
with Amalia Fuentes, Juancho Gutierrez, Daisy Romualdez
Director: Carlos Vander Tolosa
Sampaguita Pictures

Hahabul-Habol
with Amalia Fuentes, Juancho Gutierrez
Director: Rosa Mia
Sampaguita Pictures

Hongkong Holiday
with Gloria Romero, Ric Rodrigo, Paraluman, Daisy Romualdez
Director: Mar S. Torres
Sampaguita Pictures

Paruparong Bukid
with Gloria Romero, Luis Gonzales, Daisy Romualdez
Director: Armando Garces
Sampaguita Pictures

1958

Mga Reyna Ng Vicks
with Gloria Romero, Rita Gomez, Amalia Fuentes, Susan Roces,
Ric Rodrigo, Luis Gonzales, Juancho Gutierrez and Romeo Vasquez
Director: Mar S. Torres
Sampaguita Pictures

Pulot-Gata
with Barbara Berez, Carlos Salazar, Tony Marzan, and Marlene Dauden
Director: Jose De Villa
Sampaguita Pictures

Silveria (Ang Kabayong Daldalera)
with Tony Marzan, Marlene Dauden, Daisy Romualdez, Eddie Garcia
Director: Octavio Silos
Sampaguita Pictures

Tatang Edyer
with Paraluman, Daisy Romualdez
Director: Tony Cayado
Sampaguita Pictures

Dewey Boulevard
with Gloria Romero, Ric Rodrigo
Director: Rosa Mia
Sampaguita Pictures
*21st anniversary offering of Sampaguita

Mga Kuwento ni Lola Basyang
with Barbara Perez (in the second episode, "Si Pedrong Walang Takot")
Director: Conrado Conde
Sampaguita Pictures

1959

Kalabog en Bosyo
with Eddie Arenas, Barbara Perez, Tito Galla, Greg Martin
Director: Tony Cayado
Sampaguita Pictures
*first Dolphy and Panchito billing

Pakiusap
with Amalia Fuentes, Juancho Gutierrez, Daisy Romualdez
Writer-director: Conrado Conde
Sampaguita Pictures

Sa Libis ng Nayon
with Gloria Romero, Luis Gonzales, Nikki Ross
Director: Mar S. Torres
Vera Perez Productions

Isinumpa
with Ric Rodrigo, Barbara Perez, Marlene Dauden, Panchito
Director: Octavio Silos
Sampaguita Pictures

Ipinagbili Kami ng Aming Tatay
with Juancho Gutierrez, Greg Martin, Barbara Perez, Marlene Dauden
Director: Tony Cayado
Sampaguita Pictures

Wedding Bells
Director: Jose De Villa
with Gloria Romero and Juancho Gutierrez, Amalia Fuentes and Romeo Vasquez, Susan Roces and Jose Mari, Barbara Perez and Greg Martin (Dolphy, guest)
Sampaguita Pictures

1960

Beatnik
with Eddie Arenas, Susan Roces, Jose Mari, Wing Duo, Panchito
Director: Tony Cayado
Sampaguita Pictures
*choreographed by Dolphy and Rally Calvo

Love at First Sight
with Tessie Agana, Jose Mari, Wing Duo, and Panchito
Director: Armando Garces
Sampaguita Pictures

Lawiswis Kawayan
with Gloria Romero, Nestor de Villa, Panchito
Director: Armando Garces
Vera Perez Productions

Ang Magkakapitbahay
with Susan Roces, Jose Mari, Rosa Mia, Panchito
Director: Tony Cayado
Vera Perez Productions

Dobol Trobol
with Liberty Ilagan, Eddie Gutierrez, Panchito, Wing Duo, Georgie Quizon
Director: Jose De Villa
Sampaguita Pictures

7 Amores
with Nikki Ross, Barbara Perez, Tito Galla, Panchito
Director of the episode "Moro Story": Mar S. Torres
Sampaguita Pictures
*Omnibus anniversary presentation

Kurdapya
with Gloria Romero, Ric Rodrigo, Ramon Revilla (Dolphy, guest)
Director: Tony Cayado
Sampaguita Pictures

1961

Sa Linggo Ang Bola
Director: Rosa Mia
Sampaguita Pictures

Operation Sampay Bakod
with Amalia Fuentes, Jose Mari, Greg Martin, Jean Lopez, Panchito
Director: Armando Garces
Sampaguita Pictures

Hani-Hanimun
with Gloria Romero, Juancho Gutierrez, Panchito
Director: Tony Cayado
Sampaguita Pictures

Eca Babagot
with Susan Roces, Luis Gonzales, Jean Lopez, Panchito
Director: Tony Cayado
Vera-Perez Productions

Kasal Muna Bago Ligaw
Director: Mar S. Torres
with Juancho Gutierrez, Jean Lopez
Sampaguita Pictures

Kandidatong Pulpol
with Greg Martin, Jean Loez
Director: Tony Cayado
Vera-Perez Productions

1962

The Big Broadcast
with Panchito, Amalia Fuentes, Jose Mari, Susan Roces, Eddie Gutierrez, Patsy, Chichay, Aruray
Director: Tony Cayado
Sampaguita Silver Jubilee

Lab na Lab Kita
with Susan Roces, Panchito, Leila Benitez, Lito Legaspi
Director: Romy Villaflor
Vera-Perez Productions

Susanang Daldal
with Susan Roces, Eddie Gutierrez, Jean Lopez
Director: Romy Villaflor
Vera-Perez Productions

Tanzan The Mighty
with Panchito, Jean Lopez, Eddie Gutierrez, Josephine Estrada
Director: Carlos Vander Tolosa
Vera-Perez Productions

Barilan sa Bahay Kural
with Panchito, Jose Mari, Jean Lopez, Chichay
Director: Octavio Silos
Vera-Perez Productions

Si Lucio at si Miguel
with Panchito, Jean Lopez, Lito Legaspi
Director: Octavio Silos
Sampaguita Pictures

1963

Isinusumpa Ko
with Romeo Vasquez, Eddie Rodriguez, Charito Solis (*Dolphy guest only)
Director: Van de Leon
Zultana International

Detektib Kalog
with Panchito, Tito Galla, Jean Lopez
Director: Mar S. Torres
Vera-Perez Productions

Mr. Melody
with Pancho Magalona, Panchito, Lita Gutierrez
Writer-director: FH Constantino
Zultana International

Si Adiang Waray
with Nida Blanca, Panchito, Gloria Sevilla, Vicente Liwanag
Director: Abraham Cruz
Lea Productions

Magtago ka na, Binata!
with Bob Soler, Luz Valdez
Director: Eddie Romero (Cebu episode)
Filipinas Productions

Ikaw na ang Mag-ako
with Chiquito, Gloria Sevilla
Director: Mike Caguin
Tony Riva Productions

King and Queen for the Day
with Chichay, Jose Mari, Liberty Ilagan, Panchito, Aruray
Director: Mar S. Torres
Sampaguita Pictures

Pasiklab ni Long Ranger
with Bentot
Director: Luis San Juan
Balatbat Productions

Ecu Tatacut
with Nida Blanca, Panchito, Gloria Sevilla, Vicente Liwanag
Director: Abraham Cruz
Lea Productions

Mga Manugang ni Drakula
with Zaldy Zshornack, Panchito, Al Quinn, Berting Labra
Director: Artemio Marquez
Ambassador Productions

Tansan vs Tarsan
with Vic Vargas, Josephine Estrada, Cynthia Ugalde, Panchito, Chichay
Director: Carlos Vander Tolosa
Vera-Perez Productions

Zaldong Batangueno
with Zaldy Zshornack
Director: Totoy Dela Mogueis
FGO

1964

Babaing Kidlat
with Liza Moreno, Apeng Daldal
Director: Tony Cayado
Lea Productions

Utos ni Tale, Hindi Mababale
with Nida Blanca, Panchito
Director: FH Constantino
Dalisay Pictures

'Adre, Ayos Na! (Ang Buto-buto)
with Chiquito, May Villarica, Carina Mojer
Director: Romy Villaflor
Luzon Productions

Captain Barbell
with Bob Soler, Jay Ilagan
Director: Herminio Butch Bautista
D'Lanor Productions

Sa Daigdig ng Fantasia
with Nova Villa
Director: Herminio Butch Bautista
D'Lanor Productions

1965

Dr. Yes
with Eva Montes, Lucita Soriano, Stella Suarez
Director: Luis San Juan
LSJ Productions

Dolpinger
with Paquito Diaz, Eva Darren
Director: Herminio Butch Bautista
RR Productions

Agent sa Lagim (Dolpinger)
with Paquito Diaz, Eva Darren, Sony Quizon
Director: Herminio Butch Bautista
RR Productions

Operesyon ni Adan
with Stella Suarez, Alona Alegre
Director: Tony Cayado
Ambassador Productions

Kulog at Kidlat
with Chiquito, Eva Darren
Director: Artemio Marquez
JRS Productions

Scarface at Al Capone
with Berting Labra, Nova Villa, Dulce Lukban
Director: Rudolf Histcock
RR Productions

Show Business
with Jose Mari, Maggie de la Riva, Apeng Daldal
Director: Tommy C. David
GM Film Organization

Genghis Bond: Agent 1-2-3
with Alona Alegre
Director: Luis San Juan
GM Film Organization

Keng Leon, Keng Tigre
with Panchito, Miriam Jurado
Director: Luis San Juan
Lea Productions

1966

Alyas Don Juan
with Eva Montes
Director: FH Constantino
JRS Productions

Doble Solo
with Chiquito
Director: Paquito Toledo
RR Productions

Dolpong Istambol
with Mila Montanez, Lucita Soriano, Rubirosa, Ponga
Director: Jose "Pepe" Wenceslao
JRS Productions

Dolpong Scarface
with Sylvia Gumabao, Lucita Soriano, Stella Suarez, Pamela Ponti
Director: Luis San Juan
LSJ Productions

Dr. La-Way (Pare, Kwarta Na!)
with Panchito, Gloria Sevilla, Lucita Soriano
Director: Rico del Mundo
Paraiso Productions

Dressed to Kill
with Rubirosa, Stella Suarez
Director: Jose "Pepe" Wenceslao
J-3 Pictures

James Batman
with Shirley Moreno
Director: Artemio Marquez
Sampaguita Pictures

Mga Bagong Salta sa Bahay Engkantada
with Panchito, Gloria Sevilla
Director: Rico del Mundo
JRC Productions

Napoleon Doble and the Sexy Six
with Lourdes Medel, Lucita Soriano
Director: Carling Marquez
LSJ Productions
*Manila Film Festival offering

Operation Butterball
with Diana Jean
Director: Luis San Juan
LSJ Productions

The Seven Faces of Dr. Sibago
with Miriam Jurado, Lucita Soriano
Director: Tony B. Martinez and Romy Espiritu
Paraiso Productions

Pepe en Pilar
with Susan Roces, Panchito, introducing Ronaldo Valdez
Director: Romy Villaflor
RR Productions

Mga Bagong Salta sa Maynila
with Panchito, Gloria Sevilla
Director: Rico Del Mundo
Paraiso Productions

Pambihirang Dalawa sa Combat
with Chiquito
Director: Artemio Marquez
GM Film Organization

Dalawang Kumander sa WAC
with Chiquito
Director: Artemio Marquez
GM Film Organization

Keni Brothers
with Panchito, Ponga, Eva Montes
Director: Artemio Marquez
J-3 Pictures

Sungit Conference
with Lucita Soriano
Director: Tony Camonte
Fe'Mil Productions

1967

Buhay Artista
with Susan Roces, Ronaldo Valdez, Panchito
Director: Luciano B. Carlos
RVQ Productions
*RVQ initial offering

Ayaw ni Mayor
with Nida Blanca, Panchito
Director: Luis San Juan
GM Film Organization

Like Father, Like Son
with Dolphy Jr., Helen Gamboa, Panchito
Director: Romy Villaflor
RVQ Productios

Sitsiritsit Alibangbang
with Susan Roces, Panchito, Ronaldo Valdez
Director: Romy Villaflor
RVQ Productions *Box Office Picture
*Katangi-tanging Karangalan Maharnilad Ukol sa Pinakamahusay na Pelikulang Pilipino sa Katatawanan

Da Best in Da West
with Panchito, Divina Valencia, Dolphy Jr.
Director: Romy Villaflor
RVQ Productions

Shake-a-Boom
with Panchito, Vilma Valera
Director: Tony Cayado
Perez Brothers Production

Hey Boy, Hey Girl
with Helen Gamboa, Eddie Gutierrez, Panchito
Director: Romy Villaflor
RVQ Productions

Together Again
with Nida Blanca, Jean Lopez and Romano Castelvi
Director: FH Constantino
Sampaguita Pictures

Buhay Marino
with Timi Yuro, Panchito
Director: Armando Garces
Wag-Wag Productions, Inc.

1967 awards
*Citation awarded to RVQ Productions, Inc., as participant in the ika-2 Pista ng Pelikulang Pilipino ng Maynila
*Outstanding Comedian of the Year – Special Awards given by Show Business Magazine

1968

Dakilang Tanga
with Divina Valencia
Writer-director: Luciano B. Carlos
RVQ Productions *Movie of the Year, awarded by Show Business Magazine

O Kaka, O Kaka!
with Helen Gamboa, Panchito
Director: Jose "Pepe" Wenceslao
Lea Productions

Utos ni Mayor
with Nida Blanca, Panchito, Chichay
Director: Luis San Juan
GM Film Organization

Tiririt ng Maya, Tiririt ng Ibon
with Nida Blanca, Eddie Gutierrez, Pilita Corrales, Panchito
Writer-director: Luciano B. Carlos
RVQ Productions *Film festival entry

Kaming Taga-ilog
with Susan Roces, Panchito
Director: Luciano B. Carlos
RVQ Productions

Kaming Taga-Bundok
with Amalia Fuenes, Panchito, Ronaldo Valdez
Director: Luciano B. Carlos
RVQ Productions

Artista ang aking Asawa
with Lolita Rodriguez, Roger Calvin, Jeanne Young
Director: Maning Borlaza
Lea Productions

Buy One, Take One
with Pilar Pilapil, Eddie Gutierrez, Pilita Corrales
Director: Romy Villaflor
RVQ Productions

Good Morning, Titser
with Amalia Fuentes, Panchito
Director: Ben Feleo
AM Productions

Pagibig Masdan Ang Ginawa Mo
with Nida Blanca, Panchito
Writer-director: Luciano B. Carlos
RVQ Productions

Private Ompong and the Sexy Dozen
with Divina Valencia
Director: Cesar Gallardo
RVQ Productions

1968 Award
*Certification of Appreciation for Civic Projects Award given by Rizal Provincial Commander

1969

The Graduation
with Helen Gamboa, Panchito
Writer-director: Luciano B. Carlos
RVQ Productions

Ang Sakristan
with Loretta Marquez
Director: Cesar Gallardo
RVQ Productions

Kangkarot
with Panchito, Rebecca
Writer-director: Luciano B. Carlos
RVQ Productions

Adolpong Hitler
with Elvie Gonzalez
Director: Cesar Gallardo
Aladdin Productions

Sampung Labuyo
with Dolphy Jr., Liza Lorena
Director: Cesar Gallardo
RVQ Productions

Buhay Bombero
with Panchito, Maggie de la Riva, Alicia Alonzo
Director: Jose "Pepe" Wenceslao
FGO Film Productions

Dolpe De Gulat
with Dolphy Jr. and Pilar Pilapil
Director: Cesar Gallardo
RVQ Productions

Facifica Falayfay
with Pilar Pilapil, Panchito
Writer-director: Luciano B. Carlos
RVQ Productions
*CAM Award

Mekeni's Gold
with Panchito, Rod Navarro
Director: Luis San Juan
FGO Film Productions

1970

Tulak ng Bibig, Kabig ng Dibdib
with Nida Blanca, Panchito, Lucita Soriano
Writer-director: Luciano B. Carlos
RVQ Productions

Tayo'y Mag-Up, Up and Away
with Nida Blanca, Ricky Belmonte, Pilar Pilapil, Panchito
Writer-director: Luciano B. Carlos
RVQ Productions
*shot in Rome, Paris, London, New York, Las Vegas, and Hawaii
*Gantimpalang Gatpuno – Pista ng Pelikulang Pilipino sa Maynila, Hunyo 14 to 23, 1970, Box Office Film Award
*Best Comedy Award – Gantimpalang Gatpuno - Pista ng Pelikulang Pilipino sa Maynila, Hunyo 14 to 23, 1970

El Pinoy Matador
with Pilar Pilapil, Panchito
Director: Cesar Gallardo
Premiere Productions

Rodolfo Valentino
with Panchito, Cita Avecilla
Writer-director: Luciano B. Carlos
RVQ Productions

Boyoyoy
with Pilar Pilapil, Panchito
Director: Armando Garces
RVQ Productions

1970 Award
*Producer of the Year – awarded by Citizen's Council for Mass Media

1971

Kung Anong Puno, Siyang Bunga
with Gloria Romero, Panchito, Sahlee Quizon
Writer-director: Luciano B. Carlos
RVQ Productions

Family Planting
with Nida Blanca, Panchito
Writer-director: Luciano B. Carlos
RVQ Productions

Karioka etchos de America
with Nancy Kwan, Panchito
Writer-director: Luciano B. Carlos
RVQ Productions

1971 Awards
*Best Picture Promoting Social Conscience CAT TV
*Outstanding Performance in a Drama Special Episode of Buhay Artista, with Gina Alajar

1972

Love Pinoy Style
with Panchito, Connie Marie Hoffman
Director: Luciano B. Carlos
RVQ Productions

Anthony at Cleopatra
with Rosanna Ortiz, Panchito
Writer-director: Dan Inocencio
RVQ Productions/ Rodzon Film Organization

Florante at Laura
with Rosanna Ortiz, Panchito
Director: Pablo Santiago
Roda Film Productions

Pinokyo en Little Snowhite
with Liezl, Panchito
Writer-director: Luciano B. Carlos
RVQ Productions

Si Romeo at si Julieta
with Maritess Revilla, Panchito
Writer-director: FH Constantino
H.P. Santiago Film Productions

1972 Award
*3rd Box Office Hit – Ika-7 Pista ng Pelikulang Pilipino sa Maynila

1973

Ang Hiwaga ng Ibong Adarna
with Rosanna Ortiz, Panchito, Babalu
Director: Pablo Santiago
Roda Productions

Captain Barbell Boom
with Lotis Key, Panchito, Babalu
Director: Jose "Pepe" Wenceslao
RVQ Productions
*Ulo ng Apo '73 Best Comedy Film (Olongapo Film Festival)

Cyrano at Roxanne
with Pilar Pilapil, Panchito, Eddie Garcia
Director: Armando Garces
RVQ Productions
*RVQ 7th anniversary offering

Dracula Goes to RP
with Pugo, Marites Revilla, Panchito
Director: Tony Cayado
RVQ Productions *8th Manila Film Festival offering
*Box Office Hit Film, ika-8 Pista ng Pelikulang Pilipino sa Maynila

Fefita Fofonggay Vda de Falayfay
with Panchito, Babalu, Rosanna Ortiz
Director: Armando Garces
RVQ Productions

Fung Ku
with Lotis Key
Director: Jose "Pepe" Wenceslao
RVQ Productions *Pinakamahusay na Pelikulang Katatawanan, ika-4 Pista ng mga Pelikulang Pilipino sa Lungsod ng Quezon, October 6 to 15

Kitang Kita ang Ebidensiya
with Nida Blanca, Panchito
Writer-director: Luciano B. Carlos
Florence Productions

Ako'y Paru-Paro, Bulaklak Naman Ako
with Rosanna Ortiz, Panchito
Director: Pablo Santiago
Roda Film Productions

1973 Award
*Pinakamahulugan na Karosa, ika-8 Pista ng Pelikulang Pilipino sa Maynila

1974

Huli Huli Yan
with Pinky de Leon, Eva Reyes, Panchito
Director: Jose "Pepe" Wenceslao
Lea Productions

Sarhento Fofonggay, A-Ewan
with Helen Gamboa, Panchito, Bentot, Babalu, Teroy
Director: Armando Garces
RVQ Productions
*1st Baguio City Pilipino Film Festival, March 31 to April 7, 1974

John & Marsha
with Nida Blanca, Rolly Quizon, Maricel Soriano, Dely Atayatayan,
Rod Navarro
Writer-director: Ading Fernando
RVQ Productions *Pinakamalaking Kinitang Pelikula, ika-9 Pista ng Pelikulang Pilipino sa Maynila
*Pinakamahulugan na Karosa, ika-9 Pista ng Pelikulang Pilipino sa Maynila
*1st Iloilo Pilipino Film Festival – Golden Salakot Award, July 28 to August 4, 1974.
Top Grosser. Best Comedy

Biyenan ko ang Aking Anak
with Lotis Key, Dolphy Jr., Rolly Quizon, Lorna Tolentino, Rosemarie Gil
Writer-director: Luciano B. Carlos
RVQ Productions
*10th anniversary offering

Bornebol
with Coney Reyes, Rolly Quizon, Panchito
Writer-director: Armando Garces
RVQ Productions

1974 Awards
*Outstanding Actor – Pilipino Awards for Television Arts and Sciences (PATAS)
*Outstanding Television Performer – PATAS
*Outstanding Producer Comedian Actor 1974 and Socio-Civic Leader of the Society – Highest Award given by Uneverso Devino
*Most Outstanding Movie Production Award by Life Publishing House during Palabas Parangal '74 on December 18, 1974

1975

Jack and Jill and John
with Maureen Ava Veiera, Rolly Quizon, Panchito
Directors: Ben Feleo and Al Quinn
RVQ Productions

John & Marsha sa Amerika (Part Two)
with Nida Blanca, Rolly Quizon, Maricel Soriano, Dely Atay-Atayan,
Matutina
Writer-director: Ading Fernando
RVQ Productions

Meron Akong Nakita
with Gina Pareño, Lotis Key, Panchito
Writer-director: Luciano B. Carlos
RVQ Productions

The Goodfather
with Boots Anson Roa, Dolphy Jr., Rolly, Manny Boy, Freddie, Edgar, and Sahlee Quizon
Director: Al Quinn
RVQ Productions *11th anniversary offering

1975 Awards
*Sinag Araw – PATAS, for John en Marsha
*Outstanding Actor, Outstanding Television Performer – awarded on April 29, 1975, for John en Marsha
*Best Dressed Actor 1975 – Spotlight Promotions, February 15, 1975

1976

Ang Banal, Ang Ganid at Pusakal
with Rod Navarro, Max Alvarado, Dolphy Jr.
Director: Romy Villaflor
RVQ Productions

Brutus
with Gloria Diaz, Panchito
Writer-director: Ading Fernando
RVQ Productions
*Box Office King 1975

Kaming Matatapang ang Apog
with Nora Aunor, Pugo, Chichay, Jay Ilagan
Writer-director: Ading Fernando
RVQ Productions

Kisame Street
with Nida Blanca, Panchito, Rolly Quizon
Writer-director: Ading Fernando
RVQ Productions

Taho-Ichi
with Lotis Key
Director: Dan Inocencio
GPS Film Productions

1976 Award
*CCP Awards – Plaque of Appreciation awarded to Dolphy given by Mrs. Imelda Romualdez Marcos, on September 20, 1976

1977

John & Marsha '77
Writer-director: Ading Fernando
with Nida Blanca, Rolly Quizon, Maricel Soriano, Dely Atay-Atayan, Matutina and special guests Eddie Garcia, Nestor de Villa and Archie Lacson
RVQ Productions

Kapten Batuten
with Max Alvarado, Bert "Tawa" Marcelo, introducing Jean Saburit
Director: Joseph Villamor
Wonderland Productions

Omeng Satanasia
with Azenith Briones, Babalu
Director: Frank Gray Jr.
RVQ Productions *Best Actor, FAMAS Award

War Kami ng Misis Ko
with Elizabeth Oropesa, Dolphy Jr., Lotis Key
Director: Jose "Pepe" Wenceslao
RVQ Productions

1977 Award:
*PATAS Award – Outstanding Television Performer, for John en Marsha

1978

Buhay Artista Ngayon
with Vilma Santos, Panchito, Florante
Director: Frank Gray Jr.
RVQ Productions

Ang Tatay kong Nanay
with Niño Muhlach, Phillip Salvador, Marissa Delgado
Director: Lino Brocka
Lotus Films, Inc.

Facundo Alitaftaf
with Lotis Key, Trixia Gomez
Director: Luciano B. Carlos
Regal Films

Jack and Jill of The Third Kind
with Nora Aunor, Panchito, Rolly Quizon
Director: Frank Gray Jr.
RVQ Productions

Mokong
with Lotis Key, Rosanna Ortiz
Director: Chat Gallardo
RVQ Productions, 12th anniversary offering

1979

Bugoy
with Lotis Key, Panchito
Director: Jett Espiritu
Hemisphere Pictures

Dancing Master
with Nida Blanca, Panchito, Cherie Gil, Rolly Quizon
Director: Jett Espiritu
RVQ Productions

Darna, Kuno?
with Lotis Key
Director: Luciano B. Carlos
Regal Films

1980

Dolphy's Angels
with Carmi Martin, Yehlen Catral, Anna Marie Gutierrez, Liz Alindogan, Panchito
Director: Luis San Juan
RVQ Productions

Max en Jess
with Lotis Key, Panchito
Writer-director: Bert Mendoza
Bancom Audio Vision/Four-N Films Productions

Superhand
with Ulysses Tzan, Sahlee Quizon
Director: Jett Espiritu
RVQ Productions

John & Marsha '80
with John en Marsha cast
Director: Ading Fernando
RVQ Productions

The Quick Brown Fox
with Nida Blanca, Panchito
Director: Jett Espiritu
RVQ Productions

1980 Award
*King of Philippine Movies 1980

1981

Da Best in Da West 2
with Lito Lapid
Director: Danny Cabreira
Regal Films

Dancing Master 2
with Nida Blanca, Panchito, Rolly Quizon, Maricel Soriano
Director: Frank Gray Jr.
RVQ Productions

Stariray
with Panchito, Carmi Martin
Director: Romy Villaflor
RVQ Productions

Titser's Pet
with Alma Moreno, Panchito, Eddie Garcia
Director: Frank Gray Jr.
RVQ Productions
*Certificate of Nomination from FAMAS as for Best Actor

1982

Good Morning Professor
with Alma Moreno, Panchito, Edgar QUizon
Director: Frank Gray Jr.
RVQ Productions

Mga Kanyon ni Mang Simeon
with Tetchie Agbayani, Rolly Quizon
Director: Ben Feleo
RVQ Productions

My Heart Belongs to Daddy
with Nida Blanca, Maricel Soriano, Rolly Quizon, Panchito
Director: Ben Feleo
RVQ Productions

My Juan en Only
with Charo Santos
Director: Frank Gray Jr.
J. Zubiri Productions

Nang Umibig ang mga Gurang
with Isabel Rivas, Panchito, Pia Moran
Director: Rudy Dominguez
Summa Films

1983

Always in my Heart
with Nida Blanca, Gabby Concepcion, Janice de Belen
Director: Ben Feleo
Rodessa Films Int'l

Daddy Knows Best
with Snooky, Maricel Soriano
Writer-director: Luciano B. Carlos
RVQ Productions

My Funny Valentine
with Alma Moreno, Panchito
Writer-director: Ading Fernando
RVQ Productions

Teng Teng De Sarapen
with Alma Moreno, Panchito
Director: Frank Gray Jr.
RVQ Productions *Certificate of Merit Class A, awarded by Experimental Cinema of the Philippines, on December 20, 1983, awarded 100% tax exemption

1983 Awards:
*Certificate of Appreciation to Rodolfo V. Quizon given by Mayor Ernesto Bueno of Baguio City
*Highness King of Philippine Movies

1984

Daddy's Little Darlings
with Coney Reyes, Panchito and Regal Babies
Writer-director: Luciano B. Carlos
Regal Films

Nang Maghalo ang Balat sa Tinalupan
with Alma Moreno, Niño Muhlach
Director: Ben Feleo
RVQ Productions

Da Best of John & Marsha
with the cast of John en Marsha
Edited by Rodolfo V. Quizon and Efren 'Loging' Jarlego from direction of the late Ading Fernando
RVQ Productions

1984 Award:
*Award of Merit awarded to John en Marsha for Most Popular Weekly Program

1985

John & Marsha '85 (Sa Probinsiya)
with John en Marsha cast
Director: Jett Espiritu
RVQ Productions

The Crazy Professor
with Alma Moreno, Aga Muhlach, Janice de Belen, Panchito
Director: Ben Feleo
RVQ Productions

Goatbuster sa Templo ni Dune
with Gloria Diaz, Rolly Quizon, Gretchen Barretto
Director: Ben Feleo
Lea Productions

1986

John & Marsha '86 TNT sa Amerika
with John en Marsha cast
Director: Apollo Arellano
RVQ Productions

Balimbing
with Alma Moreno, Richard Gomez, Lotlot, Panchito, Bayani Casimiro, Teroy, Conde, introducing Vandolph
Director: Jett C. Espiritu
RVQ Productions

Kalabog en Bosyo Strike Again
with Panchito
Director: Ben Feleo
Cinema 1635

1987

Action Is Not Missing
with Pebbles de Asis, Paquito Diaz
Director: Angel Labra
RVQ Productions

Bata-Batuta
with Alma Moreno, Vandolph, Panchito, introducing Eric Quizon
Director: Jett Espiritu
RVQ Productions

Black Magic
with Zsa-Zsa Padilla
Director: Mike Relon Makiling
Seiko Films

Mga Anak ni Facifica Falayfay
with Zsa-Zsa Padilla, Lotlot de Leon, Panchito, Rolly Quizon
Director: Romy Villaflor
RVQ Productions

My Bugoy Goes to Congress
with Nora Aunor, Panchito, Eric Quizon
Director: Jett Espiritu
RVQ Productions

Once Upon a Time
with Gloria Romero, Janice de Belen, Joel Torre, Chichay
Richard Gomez, Snooky
Directors: Peque Gallaga and Lore Reyes
Regal Films *PMPC Certificate of Recognition and Appreciation

1988

Bakit Kinagat ni Adan ang Mansanas ni Eba
with Beverly Vergel, Panchito, Nova Villa
Director: Mike Relon Makiling
Urban Films

Enteng, the Dragon
with Vandolph, Panchito, Eddie Garcia
Director: Romy Villaflor
RVQ Productions

Haw-haw de Karabao
with Dang Cecillio, Panchito
Director: Jose "Pepe" Wenceslao
Lea Productions

Ompong Galapong
with Redford White
Director: Angel Labra
Horizons Films

1988 Awards:
*PMPC Star Awards – Best Actor in a Comedy Series, for John en Marsha
*American Express Award for Service and Excellence

1989

Balbakwa
with Princess Revilla, Smokey Manaloto, Panchito
Director: Jett Espiritu
Solar Films

May Pulis May Pulis sa Ilalim ng Tulay
with Joey Marquez, Alice Dixon, Panchito
Director: Mike Relon Makiling
Regal Films

My Darling Domestic
with Zsa-Zsa Padilla, Eric Quizon
Director: Efren Jarlego
RVQ Productions

1989 Award:
*All-Time Favorite Actor of RP Movies

1990

Dino Dinero
with Gretchen Barretto, Carmi Martin
Director: Mike Relon Makiling
Seiko Films

Espadang Patpat
with Angelique Lazo, Vandolph, Eric Quizon
Director: Efren Jarlego
Sampaguita
* Best Actor-Metro Manila Film Festival

Og, Must Be Crazy
with Zsa-Zsa Padilla, Panchito, Babalu, Jeffrey Quizon
Director: Efren Jarlego
RVQ Productions

Atorni Agaton
with Gloria Romero, Panchito, Isabel Granada
Director: Jose "Pepe" Wenceslao

1990 Awards:
*Jingle Magazine Most Popular Comedian
*Jingle Magazine Most Popular Senior Star

1991

John en Marsha Ngayon 91
with John en Marsha cast
Director: Luciano B. Carlos
RVQ Productions

1993

Home Along Da Riles—Da Movie
with Home Along Da Riles cast
Director: Johnny Manahan
RVQ Productions and Star Cinema

1993 Awards:
*Star Awards – PMPC Best Comedy Actor, for Home Along Da Riles
*Box Office King and All Time Favorite – RP Movies
*PMPC Newsmaker of the Year

1994

Abrakadabra
with Miguel Rodriguez, Jimmy Santos
Director: Jett Espiritu
Moviestars

Hataw, Tatay, Hataw
with Sheryl Cruz, Nanette Medved, Vandolph
Director: Efren Jarlego
Regal Films

Home Along Da Riles—Part 2 Da Movie
with Home Along Da Riles cast
Director: Efren Jarlego
RVQ Productions and Star Cinema

1994 Awards:
*Dangal ng Lipi – Sining ng Pagtatanghal (GMMSF Committee Awards, Bert Marcelo Memorial Foundation)
*Star Awards – PMPC Best Comedy Actor for Home Along Da Riles
*Box Office King and All Tive Favorite – RP Movies

1995

Father en Son
with Zsa-Zsa Padilla, Vandolph, Jeffrey Quizon, Boy2 Quizon
Director: Rodolfo V. Quizon
RVQ Productions
*Metro Manila Film Festival entry

Home Sic Home
with Dina Bonnevie, Panchito, Babalu, Eric Quizon
Director: Efren Jarlego
Star Cinema
*1995 Manila Film Festival entry

Wanted Perfect Father
with Dawn Zulueta, Edu Manzano, Babalu
Director: Efren Jarlego
Star Cinema *Metro Manila Film Festival entry

Aring King King
with Anjanette Abayari, Babalu, Vandolph, Tirso Cruz III
Director: Jett Espiritu
Premiere Entertainment Productions

1996 Awards:
*Award of Excellence US-Philippine Trade Show & Fiesta Convention Center, NYC
*Parangal ng Bayan Awards Committee for Top Entertainer Awardee

1998

Tataynic
with Zsa-Zsa Padilla, Vandolph, Babalu, Jeffrey Quizon
Director: Ben Feleo
RVQ Productions

1998 Award:
*Natatanging Gawad Parangal from URIAN (Lifetime Achievement Award)

1999 Awards:
*Parangal Sentenyal sa Sining at Kultura from CCP – one of 100 Influential Artists of the Philippine Century
*Parangal ng Bayan & Golden Mother & Father Foundation Filipino Grand Achiever Awardee
*From Kalookan Bantayog Jaycees & Kapit Bisig ng Kabataan 1999 Bantayog Grand Achievement Award

2000

Daddy O! Baby O!
with Serena Dalrymple
Director: Eric Quizon
Star Cinema

Markova: Comfort Gay
with Eric Quizon, Jeffrey Quizon, Freddie Quizon
Director: Gil Portes
RVQ Productions *Won the Prix de la Meilleure Interpretation (Best Actor Award) in Belgium along with his sons Eric and Jeffrey Quizon for portraying Walterina Markova

2002

Home Alone Da Riber
with Jolina Magdangal
Director: Eric Quizon
RVQ Productions

Sources

Blair, Emma Helen. *The Philippine Islands, 1493-1898.* Vol. 7, 1588-1591. p. 4
www.ihaystack.com/authors/b/emma_helen_blair/00013701_the_philippine_islands_14931898_v7_15881591/00013701_english_iso88591_p004.htm

Gleason, Gene. *Tales of Hong Kong.* New York: Roy Publishers, Inc., 1967.

HK Pop History 1930-59. home.ied.edu.hk/~hkpop/music/hkpophistory.html

Hong Kong Annual Report 1957. Hong Kong: Hong Kong Government Publications.

Philippine Laws and Jurisprudence Databank. Philippine Jurisprudence. Full Text. August 31, 1961.
http://www.lawphil.net/judjuris/juri1961/aug1961/gr_l-13817_1961.html

Philippines. Department of Foreign Affairs. "Hong Kong Pays Tribute to 60 Years of Filipino Musicians in the Territory,"
www.dfa.gov.ph/news/pr/pr2005/nov/pr841.htm

Reyes, Jose Javier. "The Day the Laughter Died." *Philippine Daily Inquirer.* September 25, 2006.

Santos, Steve. Dolphy Filmography. www.dolphyfilmography.blogspot.com/

Segal, Gerald. *The Fate of Hong Kong.* London: Simon and Schuster, 1993.

"Dolphy's son, 2 others face criminal raps." *Bulletin Today.* September 19, 1981.

"Profile 5: Even Musicians Get the Blues," *Migrant's Focus* Magazine (Issue 1).
www.migrants.net/resources/magazine/issue1/profiles5.htm

Photo Credits

All photos used in this book are from the private collection of the Quizon family, except for the following:

Dennis Villegas's pilipinokomiks.blogspot.com, page 20
Wikimedia Commons, page 22
Mowelfund Library, pages 32, 38 (top photo), 40, 71, 72, 148
Conde Ubaldo's family, pages 38 (bottom photo), 92 (top photo)
wysiwicked.com courtesy of Boon Swee Low, page 45
Steve Santos's personal collection of movie posters, pages 76 (Sampaguita Pictures), 126 (RR Productions), 128 (RVQ Productions), 130 (AM Productions), 133 (RVQ), 136-137 (RVQ), 139 (RVQ), 140 (Lotus Films)
Jun de Leon, page 80 (left photo)
Danny Dolor, page 83
Lopez Library, pages 107, 108, 144
RPN 9, page 146
Kaye Torres, page 150
RVQ, pages 152, 216-217
Boots Plata, pages 201, 204